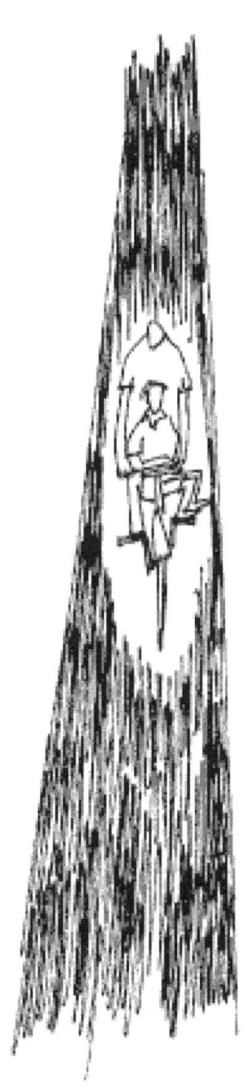

ಕೋತಿಗಳು

ಸುಲಲಿತ ಪ್ರಬಂಧ

ವಸುಧೇಂದ್ರ

ಛಂದ ಪುಸ್ತಕ

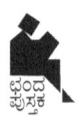

KOTHIGALU
-essay collection in Kannada
by Vasudhendra, Published by
Chanda Pustaka,
I-004, Mantri Paradise,
Bannerughatta Road, Bangalore-560 076
ISBN: 978-81-949262-4-5

ಹಕ್ಕುಗಳು: ಲೇಖಕರವು

ಮೊದಲ ಮುದ್ರಣ: 2004
ಏಳನೆಯ ಮುದ್ರಣ: 2018
ಎಂಟನೆಯ ಮುದ್ರಣ: 2021
ಮುಖಪುಟ ವಿನ್ಯಾಸ: ಅರುಣ್ ಕುಮಾರ್ ಜಿ
ಒಳಚಿತ್ರಗಳು: ಸೃಜನ್
ಕರಡು ತಿದ್ದುವಿಕೆ: ಶ್ಯಾಮ ಭಟ್
ಪುಟಗಳು: 104   ಬೆಲೆ: ₹ 120
ಕಾಗದ: ಎನ್‌ಎಸ್ ಮ್ಯಾಪ್ಲಿತೊ 70 ಜಿಎಸ್‌ಎಂ, 1/8 ಡೆಮಿ

ಪ್ರತಿಗಳಿಗಾಗಿ ಸಂಪರ್ಕಿಸಿ:
ಛಂದ ಪುಸ್ತಕ
ಐ-004, ಮಂತ್ರಿ ಪ್ಯಾರಡೈಸ್
ಬನ್ನೇರುಘಟ್ಟ ರಸ್ತೆ
ಬೆಂಗಳೂರು-560 076
ಸೆಲ್: 98444 22782
me@vasudhendra.com

ಮುದ್ರಣ:

ಟ್ರಿನಿಟಿ ಅಕಾಡೆಮಿ, ಕುಡ್ಲು ಗೇಟ್, ಹೊಸೂರು ರಸ್ತೆ, ಬೆಂಗಳೂರು

ವಸುಧೇಂದ್ರ

1996ರಿಂದ ಕನ್ನಡದಲ್ಲಿ ಸಾಹಿತ್ಯ ರಚಿಸುತ್ತಿರುವ ಇವರು, ಮೂಲತಃ ಬಳ್ಳಾರಿ ಜಿಲ್ಲೆಯ ಸಂಡೂರಿನವರು. NITK ಸೂರತ್ಕಲ್‌ನಿಂದ BE ಮತ್ತು IISc ಬೆಂಗಳೂರಿನಿಂದ ME ಪದವಿಯನ್ನು ಪಡೆದಿದ್ದಾರೆ. 20 ವರ್ಷಗಳ ಕಾಲ ಸಾಫ್ಟ್‌ವೇರ್ ಪ್ರಪಂಚದಲ್ಲಿ ಕೆಲಸ ಮಾಡಿ, ಈಗ ತಮ್ಮ ಸಮಯವನ್ನು ಪ್ರವಾಸ, ಓದು ಮತ್ತು ಬರೆಹಗಳಲ್ಲಿ ವಿನಿಯೋಗಿಸುತ್ತಾರೆ. ತಾವು "ಗೇ" ಎಂದು ಹೆಮ್ಮೆಯಿಂದ ಹೇಳಿಕೊಂಡ ಕನ್ನಡದ ಮೊಟ್ಟ ಮೊದಲ ಸಾಹಿತಿ ಇವರಾಗಿದ್ದಾರೆ.

ಕತೆ ಮತ್ತು ಪ್ರಬಂಧ ಕ್ಷೇತ್ರದಲ್ಲಿ ಪುಸ್ತಕಗಳನ್ನು ರಚಿಸಿರುವ ಇವರ ಪುಸ್ತಕಗಳು ಹಲವಾರು ಮರು ಮುದ್ರಣಗಳನ್ನು ಕಂಡಿವೆ. 'ನಮ್ಮಮ್ಮ ಅಂದ್ರೆ ನಂಗಿಷ್ಟ' ಎನ್ನುವ ಈ ಕೃತಿಯು 20 ಕ್ಕೂ ಹೆಚ್ಚು ಮುದ್ರಣಗಳನ್ನು ಕಂಡಿದೆ. 'ಮೋಹನಸ್ವಾಮಿ' ಎಂಬ ಕಥಾಸಂಕಲನ 'ಗೇ' ಜೀವನದ ನೋವು ನಲಿವನ್ನು ಚಿತ್ರಿಸುವದರಿಂದ, ಸಾಕಷ್ಟು ಚರ್ಚೆಗೆ ಒಳಗಾಗಿದೆ. ಈ ಕೃತಿಯು ಇಂಗ್ಲಿಷ್, ಸ್ಪಾನಿಷ್, ಮಲಯಾಳಂ, ತೆಲುಗು, ಮರಾಠಿ, ಹಿಂದಿ ಮತ್ತು ತಮಿಳು ಭಾಷೆಯಲ್ಲಿ ಪ್ರಕಟವಾಗಿದೆ. ಇವರ ಕಾದಂಬರಿ 'ತೇಜೋ ತುಂಗಭದ್ರಾ' ವಿಜಯನಗರ ಸಾಮ್ರಾಜ್ಯದ ಇತಿಹಾಸದ ಅಧ್ಯಯನದಿಂದ ರಚನೆಗೊಂಡಿದ್ದು, ಸಾಕಷ್ಟು ಚರ್ಚೆ ಮತ್ತು ಮೆಚ್ಚುಗೆಯನ್ನು ಗಳಿಸಿದೆ.

ಕರ್ನಾಟಕ ಸಾಹಿತ್ಯ ಅಕಾಡೆಮಿಯ "ಸಾಹಿತ್ಯಶ್ರೀ" ಪ್ರಶಸ್ತಿಯೂ ಸೇರಿದಂತೆ ಹಲವಾರು ಪ್ರಶಸ್ತಿಗಳು ಮತ್ತು ಬಹುಮಾನಗಳು ಅವರ ಪುಸ್ತಕಗಳಿಗೆ ದಕ್ಕಿವೆ. 'ಛಂದ ಪುಸ್ತಕ' ಎಂಬ ಪ್ರಕಾಶನ ಸಂಸ್ಥೆಯನ್ನು ಪ್ರಾರಂಭಿಸಿ, ಅದರ ಮೂಲಕ ನಾಡಿನ ಹಲವಾರು ಹೊಸ ಕನ್ನಡ ಬರಹಗಾರರ ಪುಸ್ತಕಗಳನ್ನು ಪ್ರಕಟಿಸಿದ್ದಾರೆ. ಆ ಪುಸ್ತಕಗಳ ಜೊತೆಗೆ, ತಮ್ಮ ಪುಸ್ತಕಗಳ ಮುದ್ರಣ ಮತ್ತು ಮಾರಾಟವನ್ನು ಸ್ವತಃ ನೋಡಿಕೊಳ್ಳುತ್ತಾರೆ.

ಚಾರಣದಲ್ಲಿ ಆಸಕ್ತಿಯಿರುವ ಇವರು ತಾಂಜಾನಿಯಾ ದೇಶದಲ್ಲಿರುವ ಕಿಲಿಮಂಜಾರೋ ಪರ್ವತವನ್ನೂ ಮತ್ತು ಹಿಮಾಲಯದ ಹಲವು ಪರ್ವತಗಳನ್ನೂ ಹತ್ತಿದ್ದಾರೆ. ಕೈಲಾಶ–ಮಾನಸಸರೋವರದ ಚಾರಣವನ್ನೂ ಮಾಡಿದ್ದಾರೆ. ಅಂತಾರಾಷ್ಟ್ರೀಯ ಸಿನಿಮಾ, ಮಹಾಭಾರತದ ಓದು, ಶಾಸ್ತ್ರೀಯ ಸಂಗೀತವನ್ನು ಕೇಳುವುದು ಅವರ ಇತರ ಹವ್ಯಾಸಗಳಾಗಿವೆ.

me@vasudhendra.com | 98444 22782

ನಮ್ಮೂರಿನ ಕೋತಿಗಳಿಗೆ

ಪ್ರಬಂಧ ಪಟ್ಟಿ

ಕೋತಿಗಳು

ನಮ್ಮೂರಿನಲ್ಲಿ ಕೋತಿಗಳ ಹಾವಳಿ ತುಂಬಾ ಜಾಸ್ತಿ– ಅಂತಂದರೆ ಕೋತಿಗಳಿಗೆ ಕೋಪ ಬರುತ್ತದೆಂದು ನನ್ನ ಅನುಮಾನ. ಎಡವಿ ಬಿದ್ದರೆ ಹಂಪಿ. ವಾಲಿ, ಸುಗ್ರೀವ, ಆಂಜನೇಯರು ಆಳಿದ ಕಿಷ್ಕಿಂಧೆ. ಅವರ ಸಾಮ್ರಾಜ್ಯವನ್ನೇ ನಾವು ಆಕ್ರಮಿಸಿ ಈಗ ಅವುಗಳ ಹಾವಳಿ ಎಂದರೆ ಹೇಗೆ? ಬ್ರಿಟೀಷರೇ ಭಾರತೀಯರಿಗೆ 'ಭಾರತವನ್ನು ಬಿಟ್ಟು ತೊಲಗಿ' ಎಂದು ಹೇಳಿದಂತೆ! ಆದ್ದರಿಂದ ನಾವೆಲ್ಲಾ ಈ ಕೋತಿಗಳಿಗೆ ಹೊಂದಿಕೊಂಡಿದ್ದೇವೆ. ನಮ್ಮ ನಡುವೆ ಅವೂ ಹೊಂದಿಕೊಂಡಿವೆ.

ಎಷ್ಟೇ ಹೊಂದಿಕೊಂಡಿವೆಯೆಂದರೂ ಕೋತಿ ಕೋತಿಯೇ! ಅವುಗಳ ಹುಟ್ಟು ಗುಣ ಬಿಟ್ಟಾವೆಯೆ? ಗವಾಕ್ಷಿಯ ಮೂಲಕ ಇಣುಕಿ ಹಾಕಿ, ಅಡಿಗೆ ಮನೆಯಲ್ಲಿಟ್ಟ ಆಹಾರವನ್ನು ನೋಡಿಕೊಂಡು, ಮೆತ್ತಗೆ ಮನೆಯೊಳಗೆ ನುಗ್ಗಿ ಬೇಕಾದ್ದನ್ನು ಪಾತ್ರೆ ಸಮೇತ ಕೊಂಡೊಯ್ದು, ಮತ್ತೆ ತೊಳೆಯುವ ಆವಶ್ಯಕತೆ ಇಲ್ಲದಂತೆ ತಿಂದು, ಇನ್ನೊಬ್ಬರ ಹಿತ್ತಲಲ್ಲಿ ಆ ಪಾತ್ರೆಯನ್ನು ಹಾಕಿ, 'ನಾವೇನೂ ಕಳ್ಳರಲ್ಲ ರೀ...' ಅಂತ ಎರಡೂ ಮನೆಯವರು ಮಾರಾಮಾರಿ ಜಗಳ ಮಾಡುವ ಸನ್ನಿವೇಶವನ್ನು ಸೃಷ್ಟಿಸುತ್ತವೆ. ಯಾರ ಹಿತ್ತಲಿನಲ್ಲಿ ಯಾವ ಗಿಡದಲ್ಲಿ ಎಂತಹ ಹಣ್ಣುಗಳಿವೆಯೆಂದು ಪತ್ತೆ ಮಾಡಿ, ಆ ಹಣ್ಣುಗಳು ಸರಿಯಾಗಿ ಮಾಗುವ ಕಾಲಕ್ಕೆ ದಯಮಾಡಿಸಿ ಎಲ್ಲವನ್ನೂ ತಿಂದು ತೇಗಿ ಹೋಗುತ್ತವೆ. ರಣರಣ ಬೇಸಿಗೆಯಲ್ಲಿ ಎಲ್ಲೂ ನೀರು ದಕ್ಕದೆ ಬಾಯಿ ಒಣಗಿಸಿಕೊಂಡು, ನಾವು ಕೊಳಾಯಿ ಕುಣಿಯಲ್ಲಿ ನೀರು ಹಿಡಿಯುವ ಕಾಲಕ್ಕೆ ನಮ್ಮ ಹತ್ತಿರ ಬಂದು, ನಾವು ಕುಣಿಯಲ್ಲಿ ನಿಂತ ನೀರನ್ನು ಬಕೇಟಿನಲ್ಲಿ ಇಟ್ಟರೆ, ನಾವಿದ್ದೇವೆಂಬ ಖಬರಿಲ್ಲದಂತೆ ಒಂದೊಂದಾಗಿ ಬಂದು ನೀರು ಕುಡಿದು ಹೋಗುತ್ತವೆ. ದೀಪಾವಳಿ ಹಬ್ಬದ ವೇಳೆಯಲ್ಲಿ ಪಟಾಕಿಗಳ ಆರ್ಭಟಕ್ಕೆ ಹೆದರಿ ಕಂಗಾಲಾಗಿ ಮರದಲ್ಲಿ ನಡುಗುತ್ತಾ ಕುಳಿತುಕೊಳ್ಳುತ್ತವೆ.

ನಮ್ಮೂರಿನ ಹೆಂಗಸರಿಗೆ ಸಂಡಿಗಿ, ಹಪ್ಪಳ ಮಾಡುವ ಸಂಭ್ರಮ. ಆ ಬಳ್ಳಾರಿ ಬಿಸಿಲಿಗೆ ಬೇರಿನ್ನೇನು ಮಾಡಲು ಸಾಧ್ಯ ಹೇಳಿ? ಮಳೆ ಬಂದಾಗ ಗರಿ ಕೆದರಿ ಕುಣಿಯುವ ನವಿಲಿನ ಸಂಭ್ರಮದಲ್ಲಿ ಹೆಂಗಸರು ರಣರಣ ಬಿಸಿಲಿನಲ್ಲಿ ಅವರವರ ಮಾಳಿಗೆಯ ಮೇಲೆ ಸಂಡಿಗಿ, ಹಪ್ಪಳ ಇಡುತ್ತಾರೆ. ಅತ್ತ ಅವರು ಒತ್ತುಶಾವಿಗೆ, ಬೊಟ್ಟುಸಂಡಿಗಿ, ಅರಳಿನ ಸಂಡಿಗಿಗಳನ್ನು ಬಿಸಿಲಿಗೆ ಹರಡುತ್ತಿದ್ದರೆ, ಮರದ ಕೊಂಬೆಯ ಮೇಲೆ, ಮನೆಯ ಸೂರಿನ ಮೇಲೆ ಕೋತಿಗಳು ತಮ್ಮ ಸಂಸಾರ ಸಮೇತವಾಗಿ ಕಾಯುತ್ತಿರುತ್ತವೆ. ಹುಡುಗರು ಬೆತ್ತ, ಖಾಲಿ ಡಬ್ಬ, ಜಾಗಂಟೆ, ಕ್ಯಾಟರಬಿಲ್ ಹಿಡಿದುಕೊಂಡು ಒಳ್ಳೆ ರಣರಂಗದಲ್ಲಿ ಸಿದ್ಧವಾದ ಸಿಪಾಯಿಗಳಂತೆ ನಿಲ್ಲುತ್ತವಾದರೂ ವಾನರ ಸೈನ್ಯದ ಮುಂದೆ ಅವುಗಳದಾವ ಲೆಕ್ಕ? ಹುಡುಗರನ್ನೇ ಗದರಿಸಿ ಸಂಡಿಗೆ ಹಪ್ಪಳಗಳನ್ನು ಖಾಲಿ ಮಾಡುತ್ತವೆ.

ಒಮ್ಮೆ ನಮ್ಮ ಪಕ್ಕದ ಮನೆಯ ಗೃಹಿಣಿ ಅದೆಲ್ಲಿಂದಲೋ ಓದಿ ಕೋತಿಗಳಿಗೆ ಇಂಗು ಸೇರುವುದಿಲ್ಲವೆಂಬ ಚಿದಂಬರ ರಹಸ್ಯವನ್ನು ಎಲ್ಲರಿಗೂ ಹೇಳಿಕೊಟ್ಟಳು. ಎಲ್ಲಾ ಹೆಂಗಸರು ರಾಶಿ ರಾಶಿ ಇಂಗು ಹಾಕಿ ಸಂಡಿಗಿ, ಹಪ್ಪಳ ಮಾಡಲಾರಂಭಿಸಿದರು. ಕೋತಿಗಳು ಚೂರು ತಿನ್ನಲು ಪ್ರಯತ್ನಿಸಿದವಾದರೂ ಉಗುಳಿ ಬಿಟ್ಟು ಹೋಗಿಬಿಟ್ಟವು. ಆ ಗೃಹಿಣಿಯಂತೂ 'ನಾನು ಹೇಳಲಿಲ್ಲವಾ?' ಅಂತ ಹೀರೋಯಿನ್ ಆದ ಸಂಭ್ರಮದಲ್ಲಿ ಎಲ್ಲರ ಮುಂದೆ ಮೆರೆದಾಡಿಬಿಟ್ಟಳು. ನಮ್ಮಮ್ಮ 'ಅಲ್ಲ, ಕೋತಿಯಂಥಾ ಕೋತಿನೇ ಅಸಹ್ಯಪಟ್ಟುಗೊಳ್ಳೋ ಇಂಗನ್ನ ನಾವು ಬ್ರಾಹ್ಮಣರು ಬಯಸಿ ಬಯಸಿ ತಿಂತೀವಲ್ಲ...' ಅಂತ ಪೇಚಾಡಿ ಮತ್ತೊಂದು ಹೊಸಾ ಸಂಕಟವನ್ನು ಎಲ್ಲರ ಮುಂದಿಟ್ಟಳು. ಆ ದಿನದಿಂದ ಊರಿನ ಹನುಮಪ್ಪಗೆ ಕಳುಹಿಸುವ ನೈವೇದ್ಯದ ಅಡಿಗೆಯಲ್ಲಿ ಇಂಗು ಹಾಕುವದನ್ನು ನಿಲ್ಲಿಸಿದಳು. ಆದರೆ ಕೋತಿಗಳು ಎಷ್ಟು ದಿನ ತಾನೆ ಸಂಡಿಗಿ, ಹಪ್ಪಳ ಬಿಟ್ಟು ಇದ್ದಾವು? ಕೆಲವೇ ದಿನಗಳಲ್ಲಿ ಇಂಗನ್ನೂ ಅಭ್ಯಾಸ ಮಾಡಿಕೊಂಡು ಸಂಡಿಗಿ, ಹಪ್ಪಳ ತಿನ್ನಲು ಶುರು ಮಾಡಿಬಿಟ್ಟವು. ನಮ್ಮಮ್ಮಗೆ ಆಗ ಸಮಾಧಾನವಾಗಿತ್ತು. 'ಬ್ರಾಹ್ಮಣರ ಅಡಿಗಿ ಅಂದರೆ ತಮಾಷೆನಾ? ಯಾರಾದ್ರೂ ಬಗ್ಗಲೇಬೇಕು' ಎಂದು ಜಂಭದ ಮಾತಾಡಿದ್ದಳು. ಮತ್ತೆ ಹನುಮಪ್ಪನ ನೈವೇದ್ಯಕ್ಕೆ ಇಂಗು ಹಾಕಲಾರಂಭಿಸಿದಳು.

ಊರಿಗೆ ಹೊಸದಾಗಿ ಟಿ.ವಿ. ಬಂದಾಗ ಜನಗಳಿಗೆ ಕೋತಿಗಳ ಹಾವಳಿ ನಿಜಕ್ಕೂ ಭರಿಸಲಸಾಧ್ಯವೆನ್ನಿಸಿತ್ತು. ಓಣಿಯ ಮಂದಿಯೆಲ್ಲಾ ಯಾವುದೋ ಕಣ್ಣೀರು ಹರಿಸುವ ಧಾರಾವಾಹಿಯನ್ನು ನೋಡುತ್ತಾ ಕುಳಿತಿದ್ದರೆ, ಕೋತಿಗಳು ಆಂಟೆನಾ ಮೇಲೆ ಹಾರಿ ಪರದೆಯಲ್ಲಿ ಬರೀ ಚುಕ್ಕೆಗಳನ್ನು ಮೂಡಿಸುತ್ತಿದ್ದವು. ಜನರೆಲ್ಲಾ 'ಹೋ...' ಎಂದು ಕಿರುಚುತ್ತಿದ್ದರು. ಮತ್ತೆ ಯಾರಾದರೊಬ್ಬರು ಮಾಳಿಗೆ ಹತ್ತಿ, ಆಂಟೆನಾವನ್ನು ದಶ ದಿಕ್ಕುಗಳಿಗೆ ತಿರುಗಿಸಿ, ಕೆಳಗಿನಿಂದ 'ಸರಿ ಬಂತು, ಸರಿ ಬಂತು...' ಅಂತ ಕೂಗಿದ ಮೇಲೆ ಟಿ.ವಿ. ನೋಡಲು ಓಡಿ ಹೋದರೆ ಮತ್ತೆ ಹತ್ತು ನಿಮಿಷಕ್ಕೆಲ್ಲಾ ಇನ್ನೊಂದು ಕೋತಿ ಅದರ ಮೇಲೆ ಹಾರುತ್ತಿತ್ತು. ಕೆಲವರು ಜಾಲಿ ಮುಳ್ಳನ್ನು ಆಂಟೆನಾದ ಮೇಲೆ ಹಾಕಿ ನೋಡಿದರು. ಮತ್ತೆ ಕೆಲವರು ಭಯಂಕರ ಬಣ್ಣದ ಬಟ್ಟೆಗಳನ್ನು ಅದರ ಮೇಲೆ ಹರಡಿದರು. ಮತ್ತೆ ಕೆಲವರು ಎತ್ತರದ ಕೋಲನ್ನು ಬಿಗಿದು ಆಂಟೆನಾ ಏರಿಸಿದರು. ಏನಾದರೇನು? ಕೋತಿಗಳ ಹಾವಳಿ ನಿಲ್ಲಲಿಲ್ಲ. ಈ ಎಲ್ಲಾ ಸರಳ

ಉಪಾಯಗಳನ್ನು ಧಿಕ್ಕರಿಸಿದ ಶಾನುಭೋಗ ಸುಬ್ಬಣ್ಣನವರು ಒಂದು ವಿಚಿತ್ರವಾದ ಆಧ್ಯಾತ್ಮಿಕ ಉಪಾಯವನ್ನು ಪ್ರಯೋಗಿಸಿದರು. ರಾಮನು ಬಿಲ್ಲು ಬಾಣ ಹಿಡಿದು ನಿಂತಿರುವ ಪಳಪಳನೆ ಹೊಳೆಯುವ ಕ್ಯಾಲೆಂಡರನ್ನು ಆ ಆಂಟೆನಾಕ್ಕೆ ನೇತು ಹಾಕಿ 'ಎಷ್ಟಾದ್ರೂ ರಾಮ ನೋಡ್ರಿ... ಕೋತಿ ಹೆಂಗೆ ಅವನ ಮೇಲೆ ಎಗರಲಿಕ್ಕೆ ಸಾಧ್ಯ?' ಅಂತ ಎಲ್ಲರ ಮುಂದೆ ಹೇಳಿದರು. ಆದರೆ ಕೋತಿಗಳು ಯಾವುದೇ ತಾರತಮ್ಯ ತೋರದೆ ಆ ಕ್ಯಾಲೆಂಡರನ್ನು ಹರಿದು ಚಿಂದಿ ಉಡಾಯಿಸಿದಾಗ ನಿಜಕ್ಕೂ ಭ್ರಮನಿರಸನರಾದರು. ನಮ್ಮಪ್ಪ 'ಸುಬ್ಬಣ್ಣ, ನೀನು ನೇತು ಹಾಕಿರೋ ಕ್ಯಾಲೆಂಡರ್ ಇತ್ತೀಚಿನವರು ಯಾರೋ ಬಿಡಿಸಿರೋ ಚಿತ್ರ. ನಿಜವಾಗಿ ರಾಮ ಹೆಂಗಿದ್ದನೋ ಏನೋ? ಕೋತಿಗಳಿಗೆ ಗುರ್ತು ಸಿಕ್ಕಿರಲಿಕ್ಕಿಲ್ಲ ಬಿಡು' ಎಂದು ಸಮಾಧಾನ ಮಾಡಿದ್ದ.

ಜನರಿಗೆ ಕೋತಿಗಳ ಅಭ್ಯಾಸ ಎಷ್ಟೊಂದಿದೆಯೆಂದರೆ 'ಅದು ಮೊಂಡ ಬಾಲದ ಕೋತಿಯ ಮಗ', 'ಇದು ಕುಂಟು ಕಾಲಿನ ಕೋತಿಯ ಮಗಳು' ಎಂದೆಲ್ಲಾ ಗುರುತಿಸುತ್ತಾರೆ. (ಕೋತಿ ಮರಿಗಳ ಅಮ್ಮ ಯಾರೆಂದು ಗುರುತಿಸುತ್ತಾರೆಯೇ ಹೊರತು ಅಪ್ಪ ಯಾರೆಂದು ಗುರುತಿಸುವ ಮೂರ್ಖತನವನ್ನು ಯಾರೂ ಮಾಡುವದಿಲ್ಲ.) ನಮ್ಮಮ್ಮ ಕೂಡ ಒಂದು ಕೋತಿಯನ್ನು ತುಂಬಾ ಅಭ್ಯಾಸ ಮಾಡಿಕೊಂಡಿದ್ದಳು. ತುಂಬಾ ಸಂಪ್ರದಾಯಸ್ಥೆಯಾದ್ದರಿಂದ ಸ್ನಾನ ಮಾಡಿ, ಪೂಜೆ ಪುನಸ್ಕಾರ ಮುಗಿಸುವವರೆಗೆ ಬಾಯಲ್ಲಿ ನೀರನ್ನೂ ಹಾಕುತ್ತಿರಲಿಲ್ಲ. ಆದರೆ ಸೌತೆಕಾಯಿ, ಹೀರೆಕಾಯಿ ಹೆಚ್ಚುವಾಗ ಅದರ ರುಚಿ ನೋಡಿ ಸಿಹಿ-ಕಹಿಯೆಂದು ಹೇಳಲು ಯಾರಾದರೂ ಬೇಕಾಗುತ್ತಿತ್ತು. ನಾವು ಹುಡುಗರಿದ್ದಾಗ ಆಸೆಯಿಂದ ಆ ಕೆಲಸ ಮಾಡುತ್ತಿದ್ದೆವಾದರೂ ಸ್ವಲ್ಪ ದೊಡ್ಡವರಾದ ಮೇಲೆ ಇಲ್ಲದ ಧಿಮಾಕು ತೋರಿಸುತ್ತಾ 'ಹೋಗಮ್ಮಾ ನಿಂದೊಂದು...' ಎಂದು ತಪ್ಪಿಸಿಕೊಳ್ಳುತ್ತಿದ್ದೆವು. ಆ ಕೆಲಸವನ್ನು ಈ ಕೋತಿ ಖುಷಿಯಿಂದ ಮಾಡುತ್ತಿತ್ತು. ಸಿಹಿಯಿದ್ದರೆ ಚಪ್ಪರಿಸಿ ತಿನ್ನುತ್ತಿತ್ತು. ಕಹಿಯಿದ್ದರೆ ಹೊರಗೆ ಹೋಗಿ ಉಗುಳುತ್ತಿತ್ತು. ಎಲ್ಲಾ ಮುಗಿದ ಮೇಲೆ ಒಂದು ಅರ್ಧ ಸೌತೆಕಾಯಿಯನ್ನು ಅದಕ್ಕೆ ಕೊಟ್ಟರೆ ತೆಗೆದುಕೊಂಡು ಹೋಗುತ್ತಿತ್ತು. ಒಂದು ಸಲ ನಮ್ಮಮ್ಮನ ದುರದೃಷ್ಟಕ್ಕೆ ಹೆಚ್ಚಿದ ಸೌತೆಕಾಯಿಗಳೆಲ್ಲಾ ಕಹಿಯಾಗಿರಬೇಕೆ? ಕೋತಿ ಸಿಟ್ಟಿನಿಂದ ಕಿರುಚಾಡಿ ನಮ್ಮಮ್ಮ ಹೆದರಿಕೊಂಡುಬಿಟ್ಟಿದ್ದಳು. ಕೊನೆಗೆ ಮಾಡದಲ್ಲಿದ್ದ ಒಂದು ಕೊಬ್ಬರಿ ಬಟ್ಟಲನ್ನು ಕೊಟ್ಟು ಕಳುಹಿಸಿದ್ದಳು.

ವಕೀಲ ಸುಂದರರಾಯರ ತಾಯಿ ಕಾಶವ್ವನಿಗೆ ಕೋತಿಗಳೆಂದರೆ ತುಂಬಾ ಅಕ್ಕರೆಯಿತ್ತು. ಮನೆಯಲ್ಲಿ ಉಳಿದ ತಂಗಳು ಪದಾರ್ಥಗಳನ್ನು ಎತ್ತಿಟ್ಟು ಕೋತಿಗಳಿಗೆ ಕೊಡುತ್ತಿದ್ದಳು. ತರಕಾರಿ ಮಾರುವವರ ಬಳಿ ಕೊಳೆತ ಟೊಮೋಟೋ, ಬದನೆ ಕಾಯಿಗಳನ್ನು ಬೇಡಿ ತಂದು ಕೋತಿಗಳಿಗೆ ಕೊಡುತ್ತಿದ್ದಳು. ಮಾಳಿಗೆಯ ಮೇಲೆ ಮಡಿಕೆಯಲ್ಲಿ ಒಂದೆರಡು ಕೊಡ ನೀರು ಹಾಕಿಟ್ಟಿರುತ್ತಿದ್ದಳು. ಅಂತಹ ಕಾಶವ್ವ ತೀರಿಕೊಂಡಾಗ ಸುಂದರರಾಯರು ಹಂಪಿಯ ತುಂಗಭದ್ರಾ ನದಿಯ ದಡದಲ್ಲಿ ಕರ್ಮಕಾರ್ಯಗಳನ್ನು ಹಮ್ಮಿಕೊಂಡರು. ಉಳಿದೆಲ್ಲಾ ಕಾರ್ಯ ಸುಸೂತ್ರವಾಗಿ ನೆರವೇರಿದರೂ ಕಾಗಿಪಿಂಡ ಮಾತ್ರ ಅದೇನು ಮಾಡಿದರೂ ಆಗಲಿಲ್ಲ. ಮನೆಮಂದಿಯೆಲ್ಲಾ ಏನೇನೋ ಆಸೆ ತೋರಿಸಿ ಬೇಡಿಕೊಂಡರೂ ಕಾಕರಾಯ ಬಂದು ಪಿಂಡ ಮುಟ್ಟಲಿಲ್ಲ. ಪುರೋಹಿತರು 'ಈವತ್ತು ಭಾಳ ಮಂದಿ ಕರ್ಮ ಮಾಡ್ಯಾರೆ ನೋಡ್ರಿ, ಅದಕ್ಕೇ ಕಾಗೆಗಳಿಗೆಲ್ಲಾ ಪಿಂಡ ತಿಂದೂ ತಿಂದೂ

ಹೊಟ್ಟೆ ತುಂಬಿದಂಗೆ ಕಾಣ್ತದೆ. ಯಾವುದೂ ಬರವಲ್ಲದು' ಎಂದು ಸಮಾಧಾನ ಮಾಡಿದರು. ಸುಂದರರಾಯರು ಕಡೆಗೆ ಬೇಸತ್ತು 'ಬಡಾನ ಬಂದು ಊಟ ಮಾಡಮ್ಮ. ನಮ್ಮ ಊಟಾನೂ ತಡ ಮಾಡಬೇಡ' ಎಂದು ಬೇಡಿಕೊಂಡು ಕೈಚೆಲ್ಲಿ ಕುಳಿತುಕೊಂಡರು. ಸ್ವಲ್ಪ ಹೊತ್ತಿನಲ್ಲಿ ಕೋತಿಯೊಂದು ಬಂದು ಈ ಪಿಂಡವನ್ನು ಎತ್ತಿಕೊಂಡು ಹೋಯ್ತು. ಜನರೆಲ್ಲಾ 'ಹೇ... ಹೇ...' ಎಂದು ಕೂಗುವದರೊಳಗೆ ಕೋತಿ ಪರಾರಿಯಾಯ್ತು. ನಡೆದ ಘಟನೆಯಿಂದ ಬೆಚ್ಚಿಬಿದ್ದ ಪುರೋಹಿತರು 'ಕಾಗಿಪಿಂಡದ ಬದಲು ಕೋತಿಪಿಂಡ ಆಯ್ತಲ್ರಿ' ಎಂದು ಪೇಚಾಡಿದರು. ಅದಕ್ಕೆ ಸುಂದರರಾಯರು 'ನಮ್ಮಮ್ಮಗೆ ಕಾಗೆಗಿಂತಾ ಕೋತಿ ಮೇಲೆ ಪ್ರೀತಿ ಜಾಸ್ತಿ ಬಿಡ್ರಿ. ಒಳ್ಳೇದೇ ಆಯ್ತು' ಎಂದು ಉತ್ತರಿಸಿದರು.

ಊರಿಗೆ ನಾಲ್ಕು ಕಿಲೋಮೀಟರಿನ ದೂರದಲ್ಲಿ ಒಂದು ಗುಡ್ಡದ ಗುಹೆಯಲ್ಲಿ ನರಸಿಂಹಸ್ವಾಮಿ ದೇವಸ್ಥಾನವಿದೆ. ನರಸಿಂಹ ಗುಡ್ಡದ ಗುಹೆಯಲ್ಲಲ್ಲದೆ ಮತ್ತೆಲ್ಲಿ ಇರಲು ಸಾಧ್ಯ? ಸುತ್ತಮುತ್ತ ಕಾಡಿದೆಯಾದ ಕಾರಣ ಇಲ್ಲಿ ಕೋತಿಗಳು ರಾಶಿರಾಶಿಯಾಗಿವೆ. ನಾಡಿನ ಕೋತಿಗಳಿಗಿಂತಲೂ ಇವು ಬಲಶಾಲಿಗಳು. ಭಕ್ತಾದಿಗಳು ಕೊಡುವ ಕೊಬ್ಬರಿ, ಬಾಳೆಹಣ್ಣಿನ ದೆಸೆಯಿಂದ ದೇವಸ್ಥಾನದ ಸುತ್ತ ಮುತ್ತ ಸುಳಿದಾಡುತ್ತಿರುತ್ತವೆ. ನಾವು ಹುಡುಗರು ಇವುಗಳ ಚೇಷ್ಟೆಗಳನ್ನು ನೋಡುವದರಲ್ಲಿಯೇ ಖುಷಿಪಡುತ್ತಿದ್ದೆವು. ಒಮ್ಮೆ ಒಂದು ಪುಟಾಣಿ ಮರಿಕೋತಿ ಗರುಡಗಂಬದ ಹತ್ತಿರ ಕುಳಿತಿತ್ತು. ಅಕ್ಕಪಕ್ಕದಲ್ಲಿ ಯಾವುದೇ ಕೋತಿ ಕಾಣಲಿಲ್ಲವಾದ್ದರಿಂದ ನನಗೆ ಧೈರ್ಯ ಬಂದು, ಕಟ್ಟೆಯ ಕೆಳಗೆ ಇಳಿ ಬಿದ್ದಿದ್ದ ಅದರ ಬಾಲವನ್ನು ಸದ್ದಿಲ್ಲದಂತೆ ಹೋಗಿ ಎಳೆದಿದ್ದೆ. ಮರದ ಮೇಲೆ ಅದೆಲ್ಲಿ ಕುಳಿತಿತ್ತೋ ಅದರಮ್ಮ ಗೊತ್ತಿಲ್ಲ. ಎಗರಿ ಬಂದು ನನ್ನ ಕೈಯನ್ನು ರಕ್ತ ಬರುವಂತೆ ಪರಚಿ ತನ್ನ ಮಗುವನ್ನು ಎತ್ತಿಕೊಂಡು ಓಡಿ ಹೋಗಿತ್ತು. ಆಕಾಶ ಭೂಮಿ ಒಂದಾಗುವಂತೆ ಅತ್ತಿದ್ದೆ.

ಗುಡಿಯಲ್ಲಿದ್ದ ಎಲ್ಲರೂ ಓಡಿ ಬಂದಿದ್ದರು. ನನ್ನ ರಕ್ತ ಸೋರುವ ಕೈಯನ್ನು ನೋಡಿ ನಮ್ಮಮ್ಮಗೆ ದುಃಖವಾಗಿತ್ತು. 'ನೀನೇನೋ ಮಾಡಿದಿ?' ಅಂತ ಕೇಳಿದ್ದಕ್ಕೆ ಅತ್ಯಂತ ಅಮಾಯಕ ತನದಿಂದ 'ನಾನೇನೂ ಮಾಡಿಲ್ಲ, ಸುಮ್ಮನೆ ನಿಂತಿದ್ದೆ. ಅದು ಬಂದು ಪರಚಿ ಹೋಯ್ತು' ಅಂತ ಸುಳ್ಳು ಹೊಡೆದಿದ್ದೆ. ನಮ್ಮಮ್ಮಗೆ ಸಂಕಟ ತಡೆಯಲಾರದೆ ನನ್ನ ರಕ್ತದ ಕೈಯನ್ನು ಮರದ ಮೇಲೆ ತನ್ನ ಮರಿಯೊಡನೆ ಕುಳಿತಿದ್ದ ಕೋತಿಗೆ ತೋರಿಸಿ 'ನಿನ್ನ ಮನೆ ಹಾಳಾಗ. ಮಕ್ಕಳು ಮರಿನ್ನ ಮಾಡಿಕೊಂಡ ನೀನೂ ಹಿಂಗೆ ಕೂಸಿಗೆ ಗಾಯ ಮಾಡಿಯಲ್ಲಾ?' ಎಂದು ಅದಕ್ಕೆ ಶಪಿಸಿದ್ದಳು. ಗಾಯಕ್ಕೆ ಒದ್ದೆ ಬಟ್ಟೆ ಕಟ್ಟಿ, ನನ್ನ ಅಳುವಿನ ಆರ್ಭಟವೆಲ್ಲಾ ಕಡಿಮೆಯಾದ ಮೇಲೆ ಯಾಕೋ ನಮ್ಮಮ್ಮಗೆ ಅನುಮಾನ ಬಂದು 'ನೀನೇನು ಮಾಡಿದಿ ಸರಿಯಾಗಿ ಹೇಳು, ಸುಳ್ಳು ಬಿಡಬೇಡ' ಅಂತ ಜಬರಿಸಿದ್ದಕ್ಕೆ ಮೆತ್ತಗೆ ಕೋತಿ ಮರಿಯ ಬಾಲ ಎಳೆದಿದ್ದನ್ನು ಉಸುರಿದ್ದೆ.

ನಮ್ಮಮ್ಮಗೆ ಕೋತಿಗೆ ಶಪಿಸಿದ ತನ್ನ ಕೃತ್ಯಕ್ಕೆ ಭಯವಾಗಿ ಮರುದಿನವೇ ಊರಿನ ಹನುಮಪ್ಪಗೆ ಕಡಲೆಬೇಳೆ ಆಂಬೊಡೆಯ ಸರವನ್ನು ಹಾಕಿಸಿದ್ದಳು. ಈಗಲೂ ನನ್ನ ಕೈಯ ಮೇಲೆ ಆ ಕೋತಿ ಗೀರಿದ ಗಾಯ ಹಾಗೆಯೇ ಇದೆ. ಅಂದಿನಿಂದ ಕೋತಿ ಮರಿಯ ತಂಟೆಗೆ ಹೋಗಿಲ್ಲ. ಕೋತಿಯ ಮರಿಯಂತಿರಲಿ, ಕಂದಮ್ಮಗಳ ಗಲ್ಲವನ್ನು ಸವರುವಾಗಲೂ

ಅವರಮ್ಮಂದಿರ ಕಡೆಗೆ ಓರೆ ನೋಟ ಬೀರಿ ಗಟ್ಟಿಯಾಗಿ ಸವರಿದೆನೆಂದು ಸಿಟ್ಟಾಗಿಲ್ಲವೆಂಬುದನ್ನು ಖಾತರಿ ಮಾಡಿಕೊಳ್ಳುತ್ತಿರುತ್ತೇನೆ.

ಈ ನರಸಿಂಹಸ್ವಾಮಿ ದೇವಸ್ಥಾನದ ಬಳಿಯಲ್ಲಿಯೇ ಒಂದು ಕಟ್ಟೆಯಿದೆ. ಹೆಂಗಸರು ತಲೆಯ ಕೂದಲನ್ನು ಬಿಚ್ಚಿಕೊಂಡು ಈ ಕಟ್ಟೆಯ ಕೆಳಗೆ ಕುಳಿತರೆ ಸಾಕು, ಯಾವುದಾದರೂ ಒಂದು ಕೋತಿ ಕಟ್ಟೆಯ ಮೇಲೆ ಕುಳಿತು ಹೇನು ನೋಡುತ್ತದೆ. ಸಿಕ್ಕಿದ ಹೇನನ್ನು ಬುಳಕ್ಕನೆ ಬಾಯಿಯಲ್ಲಿ ಹಾಕಿಕೊಳ್ಳುತ್ತದೆ. ಪಕ್ಕದಲ್ಲಿ ಅದರ ಮರಿ ಬಂದು ಕುಳಿತರೆ ಅದರ ಬಾಯಿಗೆ ಪ್ರೀತಿಯಿಂದ ಒಂದೆರಡು ಹೇನನ್ನು ಕೊಡುತ್ತದೆ. ಆದರೆ ಹೀಗೆ ಹೇನು ನೋಡುವಾಗ ಹೆಂಗಸರು ತಲೆಯನ್ನು ಅತ್ತಿತ್ತ ಅಲ್ಲಾಡಿಸಿದರೆ ಅದಕ್ಕೆ ತುಂಬಾ ಕೋಪ. ಪಟ್ ಎಂದು ತಲೆಗೆ ಹೊಡೆಯುತ್ತದೆ. ಅದರ ಹೊಡೆತಕ್ಕೆ ಹೆಂಗಸರು ಅಂಜುತ್ತಾರಾದರೂ, ಅದು ತನ್ನ ಸೂಕ್ಷ್ಮ ಕಣ್ಣಿಂದ ತೀರಾ ಸಣ್ಣನೆಯ ಹೇನನ್ನೂ ಹೆಕ್ಕುತ್ತದಾದ್ದರಿಂದ ಕಟ್ಟೆಯ ಕೆಳಗೆ ಹೋಗಿ ಕುಳಿತು ಕೊಳ್ಳುತ್ತಾರೆ. ಸೀತಕ್ಕನೆಂಬ ನಮ್ಮ ದೊಡ್ಡಮ್ಮರೊಬ್ಬರಿದ್ದಾರೆ. ಅವರು ಹರಪನಹಳ್ಳಿಯ ಹೆಣ್ಣು. ಮಹಾ ಘಟವಾಣಿ. ಹೆಂಗಸರೊಂದೇ ಅಲ್ಲ, ಗಂಡಸರೂ ಅವರ ಬಾಯಿಗೆ ಅಂಜುತ್ತಾರೆ.

ಅಂತಹ ಸೀತಕ್ಕ ಒಮ್ಮೆ ತಲೆ ಕೂದಲು ಹರಡಿಕೊಂಡು ಕಟ್ಟೆಯ ಕೆಳಗೆ ಹೋಗಿ ಕುಳಿತರು. ಕೋತಿ ಯಥಾಪ್ರಕಾರ ಬಂದು ಹೇನು ನೋಡಲಾರಂಭಿಸಿತು. ಯಾಕೋ ತಲೆ ಅಲ್ಲಾಡಿಸಿದ್ದಕ್ಕೆ ಸಿಟ್ಟಿಗೆದ್ದ ಕೋತಿ ಪಟ್ ಎಂದು ಅವರ ತಲೆಗೊಂದೇಟು ಕೊಟ್ಟಿತು. ಸೀತಕ್ಕ ಸುಮ್ಮನಿದ್ದಾಳೆಯೆ? ಅಲ್ಲಿಯೇ ಪಕ್ಕದಲ್ಲಿದ್ದ ಹುಣಸೆಯ ಬರಲನ್ನು ತೆಗೆದುಕೊಂಡಿದ್ದೇ ಅದಕ್ಕೆ ಬಾಸುಂಡೆ ಬರುವಂತೆ ಬಾರಿಸಿಬಿಟ್ಟಳು. ಕಕ್ಕಾಬಿಕ್ಕಿಯಾದ ಕೋತಿ ನೋವಿನಿಂದ ಕಿರುಚುತ್ತಾ ಓಡಿ ಹೋಯ್ತು. ಹೆಂಗಸರೆಲ್ಲಾ 'ನೋಡಿದೇನೆ ಆಕಿ ಗಟ್ಟಿಗತನಾನ? ಕೋತೀನ್ನೂ ಬಿಡಲಿಲ್ಲಲ್ಲೆ ನಮ್ಮವ್ವ...' ಎಂದು ಮಾತನಾಡಿ ಕೊಂಡರು. ಮೊದಲೇ ದೈವಭಕ್ತೆಯಾದ ನಮ್ಮಮ್ಮಗೆ ಕೋತಿಯನ್ನು ಸೀತಕ್ಕ ಹೀಗೆ ಹೊಡೆದದ್ದು ಭಯ ಮೂಡಿಸಿತ್ತು. 'ಅಲ್ಲ ಸೀತಕ್ಕ, ಕೋತಿ ಅಂದರೆ ಸಾಕ್ಷಾತ್ ಹನುಮಂತ ದೇವರಿದ್ದಂಗೆ. ನೀನು ಹಿಂಗೆ ಹೊಡೀಬಹುದಾ?' ಎಂದು ಕೇಳಿದಳು. ಸೀತಕ್ಕ ಯಾವುದೇ ಮುಲಾಜಿಲ್ಲದೆ 'ಅದು ಸಾಕ್ಷಾತ್ ಹನುಮಂತ ದೇವರಾದರೆ ನಾನು ಸಾಕ್ಷಾತ್ ಸೀತಮ್ಮ ಇದೀನಿ. ಬಾಲ ಬಿಚ್ಚಿದರೆ ಕತ್ತರಿಸಿಬಿಡ್ತೀನಿ' ಎಂದು ಹೇಳಿದ್ದಕ್ಕೆ ನಮ್ಮಮ್ಮ ಮತ್ತೆ ಸೊಲ್ಲೆತ್ತಿರಲಿಲ್ಲ.

ವರುಷಕ್ಕೊಂದೆರಡು ಬಾರಿ ಬಂಧು-ಬಳಗ, ಸ್ನೇಹಿತರೊಡಗೂಡಿ ನರಸಿಂಹ ಸ್ವಾಮಿ ದೇವಸ್ಥಾನಕ್ಕೆ ಹೋಗಿ ನೈವೇದ್ಯ ಕೊಟ್ಟು ಬರುವುದು ನಮ್ಮಲ್ಲಿ ವಾಡಿಕೆ. ಅಕ್ಕಿ, ಬೇಳೆ, ಬೆಲ್ಲ ಮುಂತಾದ ಆಹಾರ ಸಾಮಗ್ರಿಗಳನ್ನು ಮತ್ತು ಪಾತ್ರೆ ಪಡಗಗಳನ್ನು ಎತ್ತಿನ ಬಂಡಿಯಲ್ಲಿ ಹೇರಿಕೊಂಡು ಹೋಗಿ, ಅಲ್ಲಿಯೇ ಅಡಿಗೆ ಮಾಡಿ, ಹಳ್ಳದ ನೀರಿನಲ್ಲಿ ಪಾತ್ರೆ ತೊಳೆದುಕೊಂಡು ವಾಪಾಸಾಗುತ್ತೇವೆ. ಬೆಳಿಗ್ಗೆ ಹೋದರೆ ಸಂಜೆಯ ತನಕ ಅಲ್ಲಿಯೇ ಇರುತ್ತೇವೆ. ಅಲ್ಲಿ ನಾವೆಲ್ಲಾ ಬಯಲಿನಲ್ಲಿ ಊಟಕ್ಕೆ ಕುಳಿತರೆ ಕೋತಿ ಸುಮ್ಮನಿರುತ್ತವೆಯೆ?

ಅದಕ್ಕಾಗಿ ನಮ್ಮಲ್ಲಿ ಒಂದು ಉಪಾಯವಿದೆ. ನಾಲ್ಕೈದು ಸೇರಿನಷ್ಟು ಹಸಿ ಶೇಂಗಾವನ್ನು ಹತ್ತಿರದ ಕಾಡಿನಲ್ಲಿ ಊಟಕ್ಕೆ ಕೂಡುವ ವೇಳೆಗೆ ಸರಿಯಾಗಿ ಚೆಲ್ಲಿ ಬರುತ್ತೇವೆ. ಕೋತಿಗಳಿಗೆ ನಮ್ಮ ಇಂಗಿನ ವಾಸನೆಯ ಊಟಕ್ಕಿಂತಾ ಶೇಂಗಾ ಇಷ್ಟ. ತಮ್ಮ ಸಂಸಾರ ಸಮೇತವಾಗಿ

ಕಾಡಿನಲ್ಲಿ ಈ ಶೇಂಗಾಗಳನ್ನು ಆಯ್ದು ತಿನ್ನಲು ಹೋಗುತ್ತವೆ. ನಮ್ಮೆಲ್ಲರ ಊಟ ಯಾವುದೇ ತೊಂದರೆಯಿಲ್ಲದಂತೆ ಸಾಗುತ್ತದೆ.

ದಿನನಿತ್ಯ ಕೋತಿಗಳಿಗೆ ಹಚಾ-ಹುಚಾ ಎಂದು ಜನರು ಕೊಡವಿಕೊಂಡರೂ, ಅವು ಸತ್ತಾಗ ಇನ್ನಿಲ್ಲದ ಡಿಮ್ಯಾಂಡ್! ಮಾಮೂಲಿಯಾಗಿ ವಯಸ್ಸಾಗಿ ಸತ್ತ ಕೋತಿಯನ್ನು ಯಾರೂ ಅಷ್ಟಾಗಿ ಗಮನಿಸುವದಿಲ್ಲವಾದರೂ ವಿದ್ಯುತ್ ಶಾಕನ್ನು ಹೊಡೆಸಿಕೊಂಡು ಸತ್ತ ಕೋತಿಯ ಹೆಣಕ್ಕೆ ವೈಭವ ಹೆಚ್ಚು. ಭಿಕ್ಷೆ ಬೇಡುವವರೂ ಹತ್ತು ಪೈಸೆ ದಹನಕ್ಕಾಗಿ ನೀಡುತ್ತಾರೆ. ಹೂವಿನ ಹಾರದಿಂದ ಸಿಂಗರಿಸಿ, ಊದಿನ ಕಡ್ಡಿ ಬೆಳಗಿಸಿ, ಹೊಸ ಬಟ್ಟೆಯನ್ನು ಸುತ್ತಿ, ನಾಲ್ಕು ಜನ ಹೆಗಲ ಮೇಲೆ ಹೆಣ ಹೊತ್ತುಕೊಂಡು ಹೋಗುತ್ತಿದ್ದರೆ ಮರದ ಮೇಲೆ, ಮನೆಯ ಸೂರಿನ ಮೇಲೆ ಕುಳಿತ ಕೋತಿಗಳು ಕಕ್ಕಾಬಿಕ್ಕಿಯಾಗಿ ನೋಡುತ್ತವೆ.

ಇತ್ತೀಚೆಗೆ ತುಂಬಾ ವರ್ಷಗಳ ನಂತರ ಊರಿಗೆ ಹೋದಾಗ ನರಸಿಂಹಸ್ವಾಮಿ ದೇವಸ್ಥಾನಕ್ಕೆ ಭೇಟಿ ಕೊಟ್ಟೆ. ಯಥಾಪ್ರಕಾರ ಕೋತಿಗಳು ಇದ್ದವಾದರೂ ತುಂಬಾ ಸೊರಗಿದಂತೆ ಕಂಡುಬಂದವು. ಮೊದಲಿನಂತೆ ಚೇಷ್ಟೆಯೂ ಇಲ್ಲದೆ ನಿಶ್ಯಕ್ತಿಯಿಂದ ಬಳಲುತ್ತಿದ್ದವು. ಯಾಕೋ ಅವುಗಳ ಸ್ಥಿತಿಯನ್ನು ನೋಡಿ ಕಸಿವಿಸಿಯಾಯ್ತು. ಅರ್ಚಕರನ್ನು ವಿಚಾರಿಸಿದಾಗ ನಿಜ ಸಂಗತಿಯನ್ನು ತಿಳಿಸಿದರು. 'ಕಾಡಿನಾಗಿರೋ ಎಲ್ಲಾ ಹಣ್ಣಿನ ಗಿಡಗಳನ್ನ ಸರಕಾರ ಗುತ್ತಿಗೆಗೆ ಕೊಟ್ಟು ಬಿಡ್ತಾ ಅದೆ. ಸೀತಾಫಲ, ನೆಲ್ಲಿಕಾಯಿ, ಬೆಳವಲಕಾಯಿ, ಹುಣಸೆಕಾಯಿ... ಎಲ್ಲಾ ಹಣ್ಣಿನ ಗಿಡಗಳನ್ನೂ ಜನ ಗುತ್ತಿಗೆಗೆ ತೊಗೊಂಡುಬಿಟ್ಟಾರೆ. ಹಗಲು ರಾತ್ರಿ ಕಾವಲು ಕಾಯ್ದು ಕಾಪನ್ನು ಬಡಕೊಂಡು ಹೋಗ್ತಾರೆ. ಇದರ ಮೇಲೆ ಗುಡ್ಡ ತೋಡಿ ತೋಡಿ ಮೈನ್ಸ್ ಅಂತೆಲ್ಲಾ ಮಾಡಿ ಎಲ್ಲಾ ಗಿಡಗಳನ್ನ ಕಡಿದು ಕೂತಾರೆ. ಕೋತಿಗಳು ಏನು ತಿಂದಿರಬೇಕು ಹೇಳಿ? ಇದೊಂದೇ ಸಾಲದು ಅನ್ನೋ ಹಂಗೆ ವನ್ಯಮೃಗ ಸಂರಕ್ಷಣೆ ಮಾಡಬೇಕು ಅಂತ ನಾಲ್ಕೈದು ಚಿರತೆಯನ್ನ ತಂದು ಕಾಡಿನಾಗೆ ಬಿಟ್ಟಾರೆ. ಅವು ದಿನಾ ರಾತ್ರಿ ಒಂದೋ ಎರಡೋ ಕೋತಿನ್ನ ಎಗರಿಸಿಕೊಂಡು ತಿಂತಾವೆ. ಹೆದರಿಕೆಯಿಂದ ಕೋತಿಗಳು ನಿದ್ದಿ ಕೂಡಾ ಮಾಡದಂಗೆ ಎಚ್ಚರಿಕೆಯಿಂದ ರಾತ್ರಿ ಕಳೆಯೋ ಹಂಗಾಗಿದೆ. ಅಪ್ಪಿ ತಪ್ಪಿ ನಿದ್ದಿ ಮಾಡಲಿಕ್ಕೆ ಶುರು ಮಾಡಿದ್ವು ಅಂದ್ರೆ, ಚಿರತೆ ಬಂದು ಒಂದು ಸಲ ಗರ್ಜನೆ ಮಾಡಿದ್ರೆ ಸಾಕು. ಹೆದರಿಕೊಂಡು ಮರದಿಂದ ಜೋಲಿ ತಪ್ಪಿ ಕೆಳಗೆ ಬಿದ್ದುಬಿಡ್ತವೆ' ಎಂದು ಪೇಚಾಡಿದರು.

ಬರೀ ಭಕ್ತಾದಿಗಳು ಕೊಡೋ ಕೊಬ್ಬರಿ, ಬಾಳೆಹಣ್ಣುಗಳಲ್ಲೇ ಕೋತಿಗಳು ಅದು ಹೇಗೆ ಆರೋಗ್ಯದಿಂದಿರಲು ಸಾಧ್ಯ ಹೇಳಿ?

ಬೇಸಿಂಗ್‌ಸ್ಟೋಕ್, 7ನೇ ಫೆಬ್ರವರಿ 2003

ನಲ್ಲಿಯಲ್ಲಿ ನೀರು ಬಂದಿತು!

ಇಂಗ್ಲೆಂಡಿನ ಹವಾನಿಯಂತ್ರಿತ ಕೊಠಡಿಯಲ್ಲಿ, ಹತ್ತಾರು ಬ್ರಿಟಿಷ್ ಸಹೋದ್ಯೋಗಿಗಳ ಜೊತೆಯಲ್ಲಿ ಯಾವುದೋ ಗಹನವಾದ ಮೀಟಿಂಗಿನಲ್ಲಿದ್ದೆ. ಆಗ ನನ್ನ ಮೊಬೈಲ್ ಕಂಪಿಸತೊಡಗಿತು. ಹಗುರಕ್ಕೆ ತೆಗೆದು ನೋಡಿದಾಗ ಊರಿಂದ ಎಂದು ಗೊತ್ತಾಯ್ತು. ನಾನು ಊರಿಗೆ ಫೋನ್ ಮಾಡುವುದು ಸಾಮಾನ್ಯವೇ ಹೊರತು ಅಲ್ಲಿಂದ ಫೋನ್ ಬಂದರೆ ನಡುಕ. ಎಲ್ಲಾ ಸಭ್ಯಾಚಾರಗಳನ್ನು ಬದಿಗಿಟ್ಟು ಫೋನ್ ಕಿವಿಗಿಟ್ಟೆ. ಅಕ್ಕನ ಖುಷಿಯ ಧ್ವನಿ ಆ ಕಡೆಯಿಂದ ಕೇಳಿಸಿತು. 'ಕೊಳಾಯಾಗೆ ನೀರು ಬಂತೋ... ನಮ್ಮನಿ ಕೊಳಾಯಾಗೆ... ನಾರಿಹಳ್ಳದಿಂದ ನೀರು ಬಿಟ್ಟಾರೆ...' ಎಂದು ಸಂತೋಷಾತಿರೇಕದಲ್ಲಿ ಹೇಳಿದಳು. ನನಗೂ ಖುಷಿ ತಡಕೊಳ್ಳಲಾಗಲಿಲ್ಲ. 'ಹೌದೇನೆ?' ಎಂದ ನನ್ನ ಧ್ವನಿ ನಿರೀಕ್ಷಿಸಿದ್ದಕ್ಕಿಂತಲೂ ಎತ್ತರದಲ್ಲಿತ್ತು. ಎಲ್ಲರೂ ನನ್ನೆಡೆಗೆ ನೋಡಲಾರಂಭಿಸಿದರು. 'ಕೆಲಸದಾಗೆ ಇರ್ತೀಯೇನೋ... ಅಡ್ಡಿಯಾಗ್ತದೇನೋ ಅಂದ್ಕೊಂಡೆ... ಆದರೂ ತಡಕೊಳ್ಳಲಿಕ್ಕೆ ಆಗಲಿಲ್ಲ... ಅದಕ್ಕೇ...' ಎಂದಳು. 'ಮನಿ ಕೊಳಾಯಿನಾಗೆ ನೀರು ಬಂದದೆ ಅನ್ನೋ ಖುಷಿ ಸುದ್ದಿಗಿಂತ ಈ ಮೀಟಿಂಗ್ ದೊಡ್ಡದಲ್ಲ ಬಿಡು' ಎಂದು ಹೇಳಿ ಫೋನ್ ಮುಗಿಸಿದೆ.

ಸಂತೋಷದಿಂದ ನನ್ನ ಮುಖ ಇಷ್ಟಗಲ ಅರಳಿದ್ದು ಎಲ್ಲರ ಗಮನವನ್ನೂ ಸೆಳೆದಿತ್ತು. 'ಏನಾದರೂ ಸಂತೋಷದ ಸುದ್ದಿಯಾ?' ಎಂದರು – ಯಾವುದಾದರೂ ಮಿಲಿಯನ್ ಡಾಲರ್

ಪ್ರಾಜೆಕ್ಟ್ ಕೈಗೆ ಸಿಕ್ಕಿತೇನೋ ಎನ್ನುವ ನಿರೀಕ್ಷೆಯಲ್ಲಿ! 'ಹೌದು. ನಮ್ಮನಿ ಕೊಳಾಯಿನಾಗೆ ಈವತ್ತು ನೀರು ಬಂತು' ಎಂದು ಹೆಮ್ಮೆಯಿಂದ ಹೇಳಿದೆ. ಎಲ್ಲರೂ ನನ್ನನ್ನು ವಿಚಿತ್ರವಾದ ಪ್ರಾಣಿಯಂತೆ ನೋಡಲಾರಂಭಿಸಿದರು. ನನಗೆ ಖುಷಿ ತಡೆಯಲಾಗದೆ 'ನಿಮಗೆ ಅರ್ಥ ಆಗಲ್ಲ' ಎಂದು ಹೇಳಿದಾಗ ನನ್ನ ಕಣ್ಣಲ್ಲಿ ನಿಜಕ್ಕೂ ಆನಂದಭಾಷ್ಪಗಳಿದ್ದವು.

ಬಳ್ಳಾರಿ ಜಿಲ್ಲೆಯ ಒಂದು ತಾಲೂಕಿನ ಕೇಂದ್ರ ನನ್ನ ಹುಟ್ಟೂರು. ಅಲ್ಲಿಯೇ ಹದಿನೆಂಟು ವರ್ಷ ಬೆಳೆದು ದೊಡ್ಡವನಾಗಿ ಮತ್ತೆಲ್ಲೆಲ್ಲೋ ಹೋಗಿ ನೆಲೆಸಿದ್ದು. ಅಕ್ಕ ಮಾತ್ರ ಅಲ್ಲಿಯೇ ನನ್ನ ಮನೆಯಲ್ಲಿ ನೆಲೆಸಿದ್ದಾಳೆ. ವರ್ಷಕ್ಕೆ ಒಂದೆರಡು ಬಾರಿ ಊರಿಗೆ ಹೋಗಿ ಬರುವ ಪರಿಪಾಠವನ್ನು ಇನ್ನೂ ಪಾಲಿಸುತ್ತಿದ್ದೇನಾದ್ದರಿಂದ ಊರಿನ ಋಣ ಪೂರ್ತಿಯಾಗಿ ಕಳೆದಿಲ್ಲ. ಊರಿನ ಋಣವೆನ್ನುವದಕ್ಕಿಂತ ನೀರಿನ ಋಣವೆನ್ನುವುದು ಹೆಚ್ಚು ಅರ್ಥಪೂರ್ಣ.

ನಮ್ಮೂರೆಂದ ತಕ್ಷಣ ನನಗೆ ನೆನಪಾಗುವುದು ಹತ್ತಡಿ ಆಳದ ನೀರಿನ ಕುಣಿಗಳು, ಬಣ್ಣಗೆಟ್ಟ ಪ್ಲಾಸ್ಟಿಕ್ ಕೊಡಗಳು, ಅವುಗಳಿಂದ ರಣರಣ ಬಿಸಿಲಿನಲ್ಲಿ ನೀರು ತರುವ ಅದಕ್ಕೂ ಹೆಚ್ಚು ಬಣ್ಣಗೆಟ್ಟ ಜನರು! ನನಗೆ ಐದು ವರ್ಷ ತುಂಬುತ್ತಲೇ ನೀರು ತರಲು ಶುರುಮಾಡಿದ್ದು. ನಾನು ಮೊದಲನೇ ಸಲ ಸಣ್ಣ ಬಿಂದಿಗೆಯಲ್ಲಿ ನೀರನ್ನು ತಂದಾಗ 'ಮಗ ಕೈಗೆ ಬಂದನಲ್ಲವ್ವ' ಅಂತ ನಮ್ಮಮ್ಮನ ಗೆಳತಿಯೊಬ್ಬರು ಹೇಳಿದಾಗ ನಮ್ಮಮ್ಮ ಹೆಮ್ಮೆಯಿಂದ ಬೀಗಿದ್ದು ಮಸುಕು ಮಸುಕಾಗಿ ನೆನಪಿದೆ. ಮೊದಲನೆಯ ಕೊಡ ನೀರು ತಂದಾಗ ಇದ್ದ ಉತ್ಸಾಹ, ಅದೇ ಕಾಯಕ ದಿನನಿತ್ಯದ ಗೋಳಾದಾಗ ಎಂದೋ ಮಾಯವಾಗಿತ್ತು.

ಬೆಳಗಾಗುತ್ತಲೇ ಮನೆ ಮಂದಿಯೆಲ್ಲಾ ಕೊಳಾಯಿ ನೀರಿಗೆ ನಿಲ್ಲಬೇಕಿತ್ತು. ಮನೆಯಿಂದ ದೂರದಲ್ಲಿ ಎಲ್ಲೋ ಮಂದಿ ಮನೆಯ ಕೊಳಾಯಿಗಳು! ನೀರು ಐದು ಗಂಟೆಗೆ ಬರುತ್ತೆಂದರೆ ಬೆಳಿಗ್ಗೆ ಮೂರಕ್ಕೇ ಎದ್ದು ಅಮ್ಮ ಕೊಡಗಳನ್ನು ಸರದಿಗಿಡುತ್ತಿದ್ದಳು. ಆ ಕೊಡಗಳಿಗೆಲ್ಲಾ ನಮ್ಮನಿಯವೆಂದು ಗುರುತಿಸಲು ಬಣ್ಣದಿಂದ ಅಕ್ಷರಗಳನ್ನು ಬರೆದಿರುತ್ತಿದ್ದೆವು. ನೀರು ಬಂದ ಮೇಲೆ ಸರದಿಗಿಟ್ಟ ಕೊಡಗಳೆಲ್ಲಾ ಅಲ್ಲೋಲ ಕಲ್ಲೋಲವಾಗಿ, ಮನೆಯವರು ನೀರು ಹಿಡಿದು ಮುಗಿಸಿದ ಮೇಲೆ ಸಿಗುವ ಹತ್ತಾರು ಕೊಡ ನೀರಿಗೆ ಜಗಳವೋ ಜಗಳ. ಉಳಿದಂತೆ ಪ್ರೀತಿ–ಪ್ರೇಮದಿಂದ ಒಡನಾಡುವ ನೆರೆಹೊರೆಯವರೊಂದಿಗೂ ನೀರಿನ ವಿಷಯಕ್ಕೆ ಕಿತ್ತಾಡುವ ಪರಿಸ್ಥಿತಿ. ಅನುಕಂಪದಿಂದ ವರ್ತಿಸಲು ಹೋದರೆ ನಮಗೇ ನೀರಿಲ್ಲದ ಸ್ಥಿತಿ.

ಒಬ್ಬರು ಬಾಯಿಬಡುಕರು ಕೊಳಾಯಿಯ ಬಳಿ ನಿಂತು ಹೊಡೆದಾಡಿ, ಆಳವಾದ ಕುಣಿಯಲ್ಲಿ ಮೊಣಕಾಲು ಮಟ್ಟದ ನೀರಲ್ಲಿ ನಿಂತು, ಪಾತ್ರೆಯಿಂದ ತೋಡಿ ತೋಡಿ ನೀರನ್ನು ಕೊಡದಲ್ಲಿ ಹಾಕಿ, ಕೊಳಚೆಯ ನೀರು ಕೊಡದಲ್ಲಿ ತುಂಬುವ ನೀರಿನಲ್ಲಿ ಆದಷ್ಟು ಕಡಿಮೆ ಕಲಿಯುವಂತೆ ಜಾಗ್ರತೆ ವಹಿಸಿ, ಕೊಡವನ್ನು ಒಂದು ಕೈಯಿಂದ ಮೇಲೆ ಎತ್ತಿ ಕೊಡಬೇಕು, ಮತ್ತೊಂದು ಕೈಯಿಂದ ಇನ್ನೊಬ್ಬರ ಕೊಡವನ್ನಿಟ್ಟು ಕುಣಿಯಿಂದ ಎದ್ದು ಬರಬೇಕು. ಸ್ವಲ್ಪ ದೂರದವರೆಗೆ ಹೋಗಿ ಮತ್ತೊಬ್ಬರಿಗೆ ಕೊಡವನ್ನು ವರ್ಗಾಯಿಸಿ, ಅವರು ಮತ್ತಷ್ಟು ದೂರ ನಡೆದು ಇನ್ನೊಬ್ಬರಿಗೆ ವರ್ಗಾಯಿಸಿ, ಅವರಿಂದ ಖಾಲಿ ಕೊಡ ಪಡೆದು 'ಮೊದಲು ಕುಡಿಯೋದಕ್ಕೆ ಹಾಕಿ ಬಿಡು', 'ಹಂಡ್ಯಾ ತುಂಬಿತಾ?', 'ಇನ್ನ ಎರಡು ಕೊಡ ಸಿಕ್ಕರೆ ಹೆಚ್ಚು ಹೆಚ್ಚು' ಎಂದೆಲ್ಲಾ

ಕಳವಳ ಪಡುತ್ತಲೇ ಒಂದೆರಡು ತಾಸು ಕಳೆದುಹೋಗುತ್ತಿತ್ತು. ನೀರು ತರುವುದು ಮುಗಿಸಿ ಹೈರಾಣಾಗಿ ಅಮ್ಮ ಮಾಡಿ ಕೊಡುವ ಕಾಫಿ ಕುಡಿವಾಗ ಮನೆ ಮಂದಿಗೆಲ್ಲಾ 'ಬೇಡಪ್ಪಾ ಈ ಜೀವನ' ಅನ್ನಿಸಿಬಿಡೋದು. ಮೈ ಕೈಯೆಲ್ಲಾ ಬೆವರಿನಿಂದ ತೋಯ್ದು ಹೋಗಿ ಸ್ನಾನಕ್ಕೆ ಇಳಿದರೆ 'ನಾಲ್ಕು ತಂಬಿಗಿನಾಗೆ ಸ್ನಾನ ಮುಗಿಸ್ರೋ... ಹುಯ್ ಅಂತ ಮೈಮೇಲೆ ಸುರಿವ್ಕೋ ಬೇಡ್ರಿ...' ಎಂದು ಅಮ್ಮ ಇನ್ನಿಲ್ಲದಂತೆ ಬೇಡಿಕೊಳ್ಳುತ್ತಿದ್ದಳು.

ನಮ್ಮ ಮನೆಯ ಮುಂದೂ ಒಂದು ನಲ್ಲಿಯಿತ್ತು. ಪ್ರತಿ ತಿಂಗಳೂ ತಪ್ಪದೆ ಅಪ್ಪ ಮುನಿಸಿಪಾಲಿಟಿಯಲ್ಲಿ ಹಣ ತೆತ್ತು ಬರುತ್ತಿದ್ದರು. ಆದರೆ ನೀರು ಮಾತ್ರ ಇಲ್ಲ! ಊರಲ್ಲಿ ನೂರಕ್ಕೆ ತೊಂಬತ್ತರಷ್ಟು ಮನೆಯ ಪರಿಸ್ಥಿತಿ ಇದೇ ಆಗಿತ್ತು. ಮುಖ್ಯ ನೀರಿನ ಕೊಳವೆ ಯಾರ ಮನೆಯ ಅಂಗಳದಲ್ಲಿ ಹೋಗಿದೆಯೋ, ಅಲ್ಲಿಯೇ ಕುಣಿ ತೋಡಿದ ಕೆಲವು ಮನೆಗಳವರಿಗೆ ಮಾತ್ರ ನೀರು. ಉಳಿದವರು ಅವರಿಗೆ ದೇಹಿ ಎಂದು ಬದುಕಬೇಕು. ಸರಕಾರಿ ಕೊಳಾಯಿಯೆಂಬ ಮಾತೇ ಇಲ್ಲ. ಬಾವಿ, ಕೆರೆಗಳು ಎಂದೋ ಬತ್ತಿ ಹೋಗಿದ್ದವು.

ಮಳೆಗಾಲದಲ್ಲಿ ಸ್ವಲ್ಪಾದರೂ ಬರುತ್ತಿದ್ದ ನೀರು ಬೇಸಿಗೆಗೆ ಪೂರ್ತಿ ಮುನಿಸಿಕೊಂಡು ಬಿಡುತ್ತಿತ್ತು. ನೀರು ಬರುತ್ತಿದ್ದ ಮನೆಯವರೊಂದಿಗೆ 'ಎರಡು ಕೊಡ ಕುಡಿಲಿಕ್ಕನ್ನಾ ಬಿಡ್ರಿ' ಅಂತ ಅಳುಬುರುಕು ಧ್ವನಿಯಲ್ಲಿ ಬೇಡಿಕೊಂಡರೆ ಒಂದು ಕೊಡ ಸಿಗುತ್ತಿತ್ತು. ಮನೆಯ ಪ್ರತಿಯೊಬ್ಬರೂ ಬೇರೆ ಬೇರೆ ಮನೆಯವರ ಕೊಳಾಯಿಯಲ್ಲಿ ಸರದಿ ನಿಂತು, ಅವರ ಅನುಕಂಪಕ್ಕೆ ಪಾತ್ರರಾಗಿ ಹತ್ತು ಕೊಡ ನೀರು ಶೇಖರಿಸುವುದರಲ್ಲಿ ಸೋತುಹೋಗುತ್ತಿದ್ದೆವು. ನಮಗೆ ನೀರು ಬಿಡುವ ಮನೆಯವರೊಂದಿಗೆ ಎಂದಿಗೂ ಸಂಬಂಧ ಕೆಡದಂತೆ ಅಪ್ಪ-ಅಮ್ಮ ತುಂಬಾ ಎಚ್ಚರ ವಹಿಸುತ್ತಿದ್ದರು.

ಈ ರೀತಿ ಕಷ್ಟ ಪಟ್ಟು ಪಡೆದ ನೀರಿನ ಗುಣಮಟ್ಟ ಆ ದೇವರಿಗೇ ಪ್ರೀತಿ! ಮುಖ್ಯ ಕೊಳವೆಯ ತನಕ ಕುಣಿ ತೋಡಿ ಬಿಟ್ಟು, ಅದಕ್ಕೆ ಕೊರೆದ ರಂಧ್ರವನ್ನು ಹಾಗೇ ತೆರೆದುಬಿಟ್ಟಿರುತ್ತಿದ್ದರಿಂದ ಕೊಳಚೆ, ಮಣ್ಣು, ಧೂಳು ಎಲ್ಲಾ ಅದರಲ್ಲಿ ಸೇರಿರುತ್ತಿತ್ತು. ಕೊಳಾಯಿ ಕುಣಿಗಳ ಪಕ್ಕವೇ ಆದಿ ಅಂತ್ಯಗಳಿಲ್ಲದ ಕೊಳೆತು ನಾರುವ ಕಾಲುವೆ ಇರುತ್ತಿತ್ತು. ನೀರು ಬಂದ ತಕ್ಷಣ ಹಿಡಿದ ಮೊದಲ ಕೊಡದ ನೀರನ್ನು ಗಿಡಗಳಿಗೂ ಹಾಕಲು ಮನಸ್ಸಾಗುತ್ತಿರಲಿಲ್ಲ! ಎಷ್ಟೋ ಬಾರಿ ನೀರು ಆ ರಂಧ್ರದಲ್ಲಿಯೂ ಹೊರಬರದಷ್ಟು ಕಡಿಮೆ ಒತ್ತಡದಲ್ಲಿ ಹರಿಯುತ್ತಿತ್ತು. ಆಗ ಒಂದು ಪ್ಲಾಸ್ಟಿಕ್ ಪೈಪ್ ಇಟ್ಟು, ಯಾರಾದರೊಬ್ಬರು ಆ ಪೈಪಿಗೆ ಬಾಯಿ ಹಾಕಿ, ಗಂಟಲು ನೋವು ಬರುವಂತೆ ಉಸಿರೆಳೆದುಕೊಂಡಾಗ ಸಣ್ಣಗೆ ಹೌದೋ ಅಲ್ಲವೆನ್ನುವಂತೆ ಸ್ವಲ್ಪ ಹೊತ್ತು ಅದರಿಂದ ನೀರು ಬರುತ್ತಿತ್ತು. ಅವರು ಎಂಜಲು ಮಾಡಿದ್ದಾರೆಂಬ ಅರಿವೂ ಇಲ್ಲದಂತೆ ನೀರು ಚೆಲ್ಲದೆ ಹಿಡಿಯುತ್ತಿದ್ದೆವು. ಮಡಿ ಮೈಲಿಗೆಯ ಮಾತಂತೂ ದೂರ ಉಳಿಯಿತು! ಒಂದು ಕೊಡ ತುಂಬುವದಕ್ಕೂ ಮುಂಚೆ ನೀರು ನಿಂತು ಹೋಗಿ ಮತ್ತೊಮ್ಮೆ ಇನ್ನೊಬ್ಬರು ಬಾಯಿ ಹಚ್ಚಿ ನೀರೆಳೆಯಬೇಕಾಗುತ್ತಿತ್ತು.

ಬೇಸಿಗೆಯಲ್ಲಿ ಯಾವಾಗ ನೀರು ಬರುತ್ತೋ ಗೊತ್ತೇ ಆಗುತ್ತಿರಲಿಲ್ಲ. ಹಗಲು, ರಾತ್ರಿ, ಸಾಯಂಕಾಲ ಎಂಬ ಪರಿವೇ ಇಲ್ಲದೆ ಯಾವಾಗಲೋ ವಾರಕ್ಕೆ ಒಂದೆರಡು ಬಾರಿ ಅಚಾನಕ್ಕಾಗಿ

ನೀರು ಬಂದರೆ 'ನೀರು ಬಂತು... ನೀರು ಬಂತು...' ಎಂದು ಊರೆಲ್ಲಾ ಜನ ಮೈಮೇಲೆ ಬಂದವರಂತೆ ಕೂಗಾಡುತ್ತಿದ್ದರು. ಒಮ್ಮೆಯಂತೂ ನನ್ನ ಪಿ.ಯು.ಸಿ.ಯ ಅಂತಿಮ ಪರೀಕ್ಷೆಯ ಕಾಲ. ನಾಳೆ ಬೆಳಗಾದರೆ ಗಣಿತ ಪರೀಕ್ಷೆಯೆಂದರೆ, ರಾತ್ರಿ ಮೂರಕ್ಕೆ ನೀರು ಬಂತು. ಅಕ್ಕ ಒಬ್ಬಳೇ ದೂರದಿಂದ ನೀರು ಹೊತ್ತು ತರುತ್ತಿದ್ದರೆ ನಾನು ಸುಮ್ಮನೆ ಕೂಡುವುದಾದರೂ ಹೇಗೆ? ನಾನೂ ಕೊಡ ಹಿಡಿದು ಹೋಗಿದ್ದೆ. ನನ್ನ ಗಣಿತ ಉಪನ್ಯಾಸಕರೂ ತಮ್ಮ ಸಂಸಾರ ಸಮೇತ ನೀರಿಗೆ ನಿಂತಿದ್ದರು. ಪರೀಕ್ಷೆಯ ಹೊತ್ತಿನಲ್ಲಿ ನೀರಿಗೆ ಬಂದ ನನ್ನನ್ನು ನೋಡಿ ನನ್ನಕ್ಕನಿಗೆ 'ನಾಳೆ ಪರೀಕ್ಷಾ ಇಟಗೊಂಡು ಈವತ್ತು ನೀರಿಗೆ ನಿಲ್ಲಿಸಿಯಲ್ಲವ್ವಾ ನಿನ್ನ ತಮ್ಮನ್ನ?' ಎಂದು ಆಕ್ಷೇಪಿಸಿದ್ದಕ್ಕೆ ನನ್ನಕ್ಕ 'ಹೋಗೋ, ಓದಿಕೋ ಹೋಗು... ಸುಮ್ಮಸುಮ್ಮನೆ ನನ್ನ ಬೈಯಿಸಬೇಡ' ಎಂದು ನನ್ನನ್ನು ಕಳುಹಿಸಿದ್ದಳು. ಪುಣ್ಯಕ್ಕೆ ಆ ಪರೀಕ್ಷೆಯಲ್ಲಿ ನನಗೆ ನೂರಕ್ಕೆ ತೊಂಬತ್ತೊಂಬತ್ತು ಅಂಕಗಳು ಬಂದವು. ನಮ್ಮ ಉಪನ್ಯಾಸಕರು 'ನೀರಿಗೆ ನಿಲ್ಲಿಸಿ ಇನ್ನೊಂದು ಅಂಕ ಕಡಿಮಿ ಮಾಡಿಸಿಬಿಟ್ಟಿ ನೋಡವ್ವ' ಎಂದು ನನ್ನಕ್ಕನನ್ನು ತಮಾಷೆ ಮಾಡುತ್ತಿದ್ದರು.

ನೀರಿನ ಬರದಲ್ಲಿ ಜನ ಎಂತಹ ಕೀಳು ಮಟ್ಟಕ್ಕೂ ಇಳಿಯಲು ಹೇಸುತ್ತಿರಲಿಲ್ಲ. ತಮ್ಮ ಮನೆಯ ಅಂಗಳದಿಂದ ಮುಂದಕ್ಕೆ ಕೊಳವೆಯಲ್ಲಿ ನೀರು ಹರಿದು ಹೋಗಲು ಬಿಡದಂತೆ ಇನ್ನಿಲ್ಲದಂತೆ ಪ್ರಯತ್ನ ಪಡುತ್ತಿದ್ದರು. ಖಾಲಿ ಪ್ಲಾಸ್ಟಿಕ್‌ಚೀಲವನ್ನು ಸಣ್ಣ ರಂಧ್ರದ ಮೂಲಕ ತೂರಿಸಿ, ಅನಂತರ ಅದಕ್ಕೆ ಮೇಲಿನಿಂದ ಉಸುಕು ತುಂಬುತ್ತಿದ್ದರು. ಉಸುಕು ತುಂಬಿದ ಪ್ಲಾಸ್ಟಿಕ್ ಚೀಲ ಕೊಳವೆಗೆ ಅಡ್ಡವಾಗಿ ಕೂತಾಗ ನೀರು ಮುಂದಿನ ಮನೆಯವರಿಗೆ ಹೋಗುತ್ತಿರಲಿಲ್ಲ. ಎಲ್ಲಾ ನೀರು ಅವರ ಕೊಳಾಯಿಯ ಬಳಿಯೇ ಶೇಖರವಾಗಬೇಕೆಂಬ ಆಸೆ. ಆದರೆ ಊರಿನ ಎಲ್ಲರೂ ಅದೇ ರೀತಿ ಮಾಡದೆ ಸುಮ್ಮನಿರುತ್ತಾರೆಯೆ? ಪರಿಣಾಮವಾಗಿ ನೀರು ಬರುತ್ತಿದ್ದ ಕೊಳಾಯಿಗಳೂ ಬತ್ತಿ ಹೋಗುತ್ತಿದ್ದವು. ಯಾವಾಗಲೋ ಒಮ್ಮೆ ಮಳೆಗಾಲಕ್ಕೆ ಅಪರೂಪಕ್ಕೆ ನೀರು ಹೆಚ್ಚು ಒತ್ತಡದಲ್ಲಿ ಹರಿದು ಬಂದಾಗ ಈ ಪ್ಲಾಸ್ಟಿಕ್ ಚೀಲಗಳೆಲ್ಲಾ ಒಡೆದು ನೀರಿನ ಜೊತೆ ಉಸುಕು ಮತ್ತು ಖಾಲಿ ಪ್ಲಾಸ್ಟಿಕ್ ಚೀಲಗಳು ಬರುತ್ತಿದ್ದವು.

ಇಷ್ಟೆಲ್ಲಾ ನೀರಿನ ದರಿದ್ರವಿದ್ದರೂ ನನ್ನಪ್ಪನಿಗೆ ಹಿತ್ತಲಿನಲ್ಲಿ ಗಿಡಗಳನ್ನು ಬೆಳೆಯುವ ಆಸೆ. ಕರಿಬೇವು, ಕನಕಾಂಬರ, ದಾಳಿಂಬೆ ಮುಂತಾದವುಗಳನ್ನು ಹಾಕಿದ್ದರು. ಆದರೆ ಕೊಳಾಯಿಯಿಂದ ನೇರವಾಗಿ ಬರುವ ನೀರನ್ನು ಗಿಡಗಳಿಗೆ ಹಾಕಿದ್ದು ಗೊತ್ತಾದರೆ ಜನ ಜಗಳಾಡಿಬಿಡುತ್ತಿದ್ದರು. ಅದಕ್ಕಾಗಿ ನೀರು ನಿಂತ ಮೇಲೆ, ಕೊಳಾಯಿ ಕುಣಿಗಳಲ್ಲಿ ಚೆಲ್ಲಿ ನಿಂತ ಕೆಂಪನೆಯ ಕೊಳಕು ನೀರನ್ನು ಕೊಡದಲ್ಲಿ ಹೊತ್ತು ಹೊತ್ತು ತಂದು ಹಾಕುತ್ತಿದ್ದೆವು. ಊರಿನ ಜನವೆಲ್ಲಾ ನೀರು ತರುವುದನ್ನು ನಿಲ್ಲಿಸಿದಾಗ ನಾವು ಹೀಗೆ ಕೊಳಕು ನೀರನ್ನು ಹೊರುವ ಪರಿಸ್ಥಿತಿಗೆ ರೋಸಿ 'ನಿಂದೊಂದು ಇಲ್ಲದ ಸಂಭ್ರಮ ನೋಡಪ್ಪ' ಎಂದು ಅಪ್ಪನನ್ನು ಹಂಗಿಸಿದರೂ ಅವರು ಕೇಳುತ್ತಿರಲಿಲ್ಲ. ನಾವು ತರುವುದಿಲ್ಲವೆಂದು ಹಠ ಮಾಡಿ ಕುಳಿತರೆ ಅವರೇ ಒದ್ದಾಡುತ್ತಾ ತರುವುದು ನೋಡಲಾಗುತ್ತಿರಲಿಲ್ಲ.

ಮನೆಗೆ ಯಾರಾದರೂ ನೆಂಟರು ಬರುತ್ತಾರೆಂದರೆ ಸಂತೋಷಕ್ಕಿಂತ ದಿಗಿಲಾಗುತ್ತಿದ್ದುದೇ ಹೆಚ್ಚು. ಅವರೂ ನಮ್ಮಂತೆ ನೀರಿನ ಬರದ ಊರಿನವರಾದರೆ ಖುಷಿ. ನೀರು ತರಲು

ಸಹಾಯ ಮಾಡುತ್ತಾರೆಂಬ ಖಾತ್ರಿ. ನಮ್ಮೊಡನೆ ತಮ್ಮೂರಿನ ನೀರಿನ ಬರದ ವೈಭವವನ್ನು ಹೇಳಿಕೊಳ್ಳುತ್ತಾ ತಮ್ಮೂರು ನಮ್ಮೂರಿಗಿಂತಲೂ ನೀರಿನ ಬರದಲ್ಲಿ ಒಂದು ಕೈ ಮೇಲೆ ಎಂದು ಸಾಧಿಸುತ್ತಿದ್ದರು. ನಾವು ಹಾಗೆ ಸುಮ್ಮನೆ ನಮ್ಮೂರನ್ನು ಬಿಟ್ಟು ಕೊಡುತ್ತೇವೆಯೆ? ನಾವೂ ಲಾ ಪಾಯಿಂಟ್ ಹಾಕಿ ನಮ್ಮೂರೇ ನೀರಿನ ಬರಕ್ಕೆ ಶ್ರೇಷ್ಠವೆಂದು ವಾದಿಸುತ್ತಿದ್ದೆವು. ನೀರಿನ ಬರದ ಪರಿಚಯವಿಲ್ಲದ ಕೋಮಲಾಂಗಿ ಊರುಗಳಿಂದ ನೆಂಟರು ಬಂದಾಗ, ಅವರು ನಮ್ಮ ಕಷ್ಟವನ್ನು ನೋಡಿ ಸಹಾಯ ಮಾಡಲು ಬಂದರೆ ಹೆದರಿಕೊಂಡ ನಾವು ಬೇಡ ಬೇಡವೆಂದು ವಾಪಾಸು ಕಳುಹಿಸಿಬಿಡುತ್ತಿದ್ದೆವು. ಅಪ್ಪಿತಪ್ಪಿ ಅವರು ನಾಲ್ಕು ಕೊಡ ನೀರು ತಂದರೆ, ಸಂಜೆಗೆಲ್ಲಾ ಬೇಧಿ ಹಿಡಿದು ನಾವು ಹತ್ತು ಕೊಡ ಜಾಸ್ತಿ ನೀರು ತರುವ ಪರಿಸ್ಥಿತಿ ತಂದುಕೊಳ್ಳುವುದು ನಮಗೆ ಸರ್ವಥಾ ಇಷ್ಟವಿರಲಿಲ್ಲ.

ನೀರು ತರುವ ಈ ಕಾಯಕ ನಮ್ಮ ನಿತ್ಯ ಜೀವನದ ಏನೇನೋ ನಿರ್ಧಾರಗಳಿಗೆ ಕಾರಣವಾಗುತ್ತಿತ್ತು. ನಮ್ಮ ಪಕ್ಕದ ಮನೆಯ ಗೃಹಿಣಿಗೆ ಗರ್ಭಕೋಶವನ್ನು ತೆಗೆಸಬೇಕೆಂದು ಡಾಕ್ಟರರು ಸಲಹೆಯಿತ್ತಿದ್ದರು. ಹೆಚ್ಚು ದಿನ ತಡ ಮಾಡಿದರೆ ಅದು ಕ್ಯಾನ್ಸರಿಗಿಟ್ಟುಕೊಳ್ಳುತ್ತದೆಂದು ಹೆದರಿಸಿಯೂ ಇದ್ದರು. ಆದರೆ ಅವರ ಮನೆಯಲ್ಲಿ ಮಕ್ಕಳಿರಲಿಲ್ಲ. ಗಂಡ ಬೆಳಿಗ್ಗೆಯೆದ್ದು ಕೆಲಸಕ್ಕೆ ಹೋಗುತ್ತಿದ್ದರೆ ಮರಳುತ್ತಿದ್ದುದು ರಾತ್ರಿಗೆ. ಆಪರೇಷನ್ ಮಾಡಿಸಿಕೊಂಡು ತಿಂಗಳಾನುಗಟ್ಟಲೆ ವಿಶ್ರಾಂತಿ ತೆಗೆದುಕೊಳ್ಳಬೇಕೆಂದರೆ ನೀರು ತರುವವರಾರು? ಈ ಕಾರಣಕ್ಕಾಗಿ ಆಕೆ ವಿಷಯ ತೀರಾ ಉಲ್ಬಣಾವಸ್ಥೆ ತಲುಪುವ ತನಕ ಸುಮ್ಮನಿದ್ದಳು! ಮತ್ತಿನ್ನು ಮದುವೆ, ಮುಂಜಿ ಮುಂತಾದ ಶುಭ ಕಾರ್ಯಗಳನ್ನು ಊರಲ್ಲಿ ಮನೆಯ ಮುಂದೆ ಮಾಡುವದೆಂದರೆ ನೀರನ್ನು ಹೇಗಪ್ಪಾ ಒದಗಿಸುವುದು ಎಂದು ತಲೆ ಕೆಟ್ಟುಹೋಗುತ್ತಿತ್ತು. ಹಣ ಖರ್ಚಾದರೂ ಚಿಂತೆಯಿಲ್ಲ ಎಂದು ಹೊಸಪೇಟೆಗೆ ಹೋಗಿ ಕಾರ್ಯಗಳನ್ನು ಮುಗಿಸಿ ಬಂದ ಉದಾಹರಣೆಗಳು ಕಡಿಮೆಯೇನಿಲ್ಲ. ಆದರೆ ಅಂತಹ ನಿರ್ಧಾರಗಳೇನಿದ್ದರೂ ಹಣ ಬಲವಿದ್ದವರಿಗೆ ಮಾತ್ರ! ನಮ್ಮ ಮನೆಯಲ್ಲಿ ಬೆಳಿಗ್ಗೆ ಮತ್ತು ಸಂಜೆ ಎರಡೂ ಹೊತ್ತು ಅಂಗಳಕ್ಕೆ ನೀರು ಹಾಕಿ ರಂಗೋಲಿ ಇಕ್ಕುವ ಸಂಪ್ರದಾಯವಿತ್ತು. ಅದು ಕ್ರಮೇಣ ಬರೀ ಬೆಳಿಗ್ಗೆಗೆ ಮಾತ್ರ ಸೀಮಿತವಾಯ್ತು!

ಮನೆಯಲ್ಲಿಯೇ ನೀರಿಲ್ಲವೆಂದಮೇಲೆ ಶಾಲೆಯಲ್ಲಿ ಅದನ್ನು ನಿರೀಕ್ಷಿಸುವುದೂ ತಪ್ಪು. ಕುಡಿಯುವದಕ್ಕೂ ನಮಗೆ ನೀರಿರುತ್ತಿರಲಿಲ್ಲ. ಶೌಚಾಲಯಗಳಿದ್ದರೂ ನೀರಿಲ್ಲದ ಕಾರಣ ಅವುಗಳ ಹತ್ತಿರ ಹೋದರೂ ವಾಂತಿ ಬರುವಷ್ಟು ಕೆಟ್ಟ ವಾಸನೆ ಬರುತ್ತಿತ್ತು. ವಿದ್ಯಾರ್ಥಿಗಳ ಶೌಚಾಲಯದಷ್ಟೇ ಕೆಟ್ಟ ವಾಸನೆ ಮಾಸ್ತರರ ಶೌಚಾಲಯದ ಬಳಿಯೂ ಬರುತ್ತದೆಂಬುದು ನಮಗೆ ನೆಮ್ಮದಿ ತರುವ ಸಂಗತಿಯಾಗಿತ್ತು. ಸುತ್ತ ಮುತ್ತ ಬಯಲಿದ್ದರಿಂದ, ಅಲ್ಲಿಯೇ ಹೋಗಿ ಮೂತ್ರ ವಿಸರ್ಜಿಸುತ್ತಿದ್ದೆವು. ಮಾಸ್ತರರೂ ಬಯಲಿನಲ್ಲೇ ನಿಲ್ಲುತ್ತಿದ್ದರಾದರೂ, ಮೇಡಂಗಳ ಪರಿಸ್ಥಿತಿ ನಿಜಕ್ಕೂ ಶೋಚನೀಯವಾಗಿತ್ತು. ಶಾಲೆಯ ಸಮಯದಲ್ಲಿ ಶೌಚಕ್ಕೇನಾದರೂ ಅವಸರವಿಟ್ಟರಂತೂ ದೇವರೇ ಗತಿ. ಒಂದು ತಂಬಿಗೆ ನೀರಿನಿಂದ ಆಗುವ ಕಾರ್ಯಕ್ಕೆ, ಚಡ್ಡಿಯಲ್ಲಿಯೇ ಗಲೀಜು ಮಾಡಿಕೊಂಡು ಹತ್ತಾರು ತಂಬಿಗೆ ನೀರು ಚೆಲ್ಲಬೇಕಾದ ಪರಿಸ್ಥಿತಿಯನ್ನು ಸೃಷ್ಟಿಸಿ ಅಮ್ಮಂದಿರಿಂದ ಬೈಯಿಸಿಕೊಳ್ಳುತ್ತಿದ್ದೆವು.

ಶಾಲೆಯ ಆಟದ ಬಯಲಿಗಂಟಿಕೊಂಡು ಒಂದು ಅಜ್ಜಿಯ ಮನೆಯಿತ್ತು. ನಾವು ಹುಡುಗರು ರಾಶಿ ರಾಶಿಯಾಗಿ ಆಕೆಯ ಮನೆಗೆ ಹೋದರೂ ಇಲ್ಲವೆನ್ನದಂತೆ ಆ ಅಜ್ಜಿ ನಮಗೆ ಕುಡಿಯಲು ನೀರು ಕೊಡುತ್ತಿದ್ದಳು. ದೊಡ್ಡ ಗಡಿಗೆಯಲ್ಲಿ ಹಾಕಿದ ನೀರು ತಣ್ಣಗಿರುತ್ತಿತ್ತು. ಬಳ್ಳಾರಿಯ ಆ ರಣರಣ ಬಿಸಿಲಿಗೆ ಒಂದು ತಂಬಿಗೆ ನೀರು ಕುಡಿದರೂ ದಾಹ ಇಂಗುತ್ತಿರಲಿಲ್ಲ. ಒಮ್ಮೆ ನಮ್ಮ ತಾಯಿ ಆ ಅಜ್ಜಿಯೊಡನೆ ಮಾತನಾಡುತ್ತಾ 'ಮೊದಲೇ ನಿಮಗೆ ಕೈಲಾಗಲ್ಲ. ಅದರ ಮೇಲೆ ಹುಡುಗರಿಗೆ ನೀರು ಕೊಡೋ ಅಭ್ಯಾಸ ಹಾಕ್ಕೊಂಡೀರಿ. ಎಷ್ಟಂತ ನೀರು ಹೊತ್ತು ಹೊತ್ತು ಒದ್ದಾಡ್ತೀರ?' ಅಂತ ಕೇಳಿದ್ದಕ್ಕೆ ಆ ಅಜ್ಜಿ 'ಯಾವ ಜನ್ಮದಾಗೆ ನೀರು ಕೇಳಿದಾಗ ಕೊಡದಿದ್ದಕ್ಕೆ ದೇವರು ಈ ಸುಡುಗಾಡು ಊರಿನಾಗೆ ಬದುಕು ಮಾಡು ಅಂತ ಶಾಪ ಕೊಟ್ಟಾನೋ ಅಂತ ಅನ್ನಿಸ್ತದೆ. ಈ ಜನ್ಮದಾಗೂ ನೀರು ಕೊಡಲಿಲ್ಲ ಅಂದ್ರೆ ಮುಂದಿನ ಜನ್ಮಕ್ಕೆ ಮತ್ತಿದೇ ಊರಾಗೆ ಹುಟ್ಟುತೀನೇನೋ ಅಂತ ಹೆದರಿಕಿ ಆಗ್ತದೆ' ಅಂತ ಹೇಳಿದ್ದಳು!

ಹೊಸದಾಗಿ ನಮ್ಮೂರಿಗೆ ವರ್ಗವಾಗಿ ಬಂದ ನೌಕರರ ಹಿಂದೆ ನಿಸ್ಸಂಶಯವಾಗಿ ಒಂದು ಆರೋಪವಿರುತ್ತಿತ್ತು. ಲಂಚ ತೊಗೊಳ್ಳಬೇಕಾಲಕ್ಕೆ ಸಿಕ್ಕಿ ಬಿದ್ದನಂತೆ, ಲೆಕ್ಕಾ ಎಲ್ಲಾ ಹೆಚ್ಚು ಕಮ್ಮಿ ಮಾಡಿದ್ದನಂತೆ ಎಂದು ಏನೇನೋ ಕತೆ ಹೇಳುತ್ತಿದ್ದರು. ಆದ್ದರಿಂದಲೇ ಶಿಕ್ಷೆಯಾಗಿ ನಮ್ಮೂರಿಗೆ ವರ್ಗ ಮಾಡಿದ್ದಾರೆಂದು ಜನ ಮಾತನಾಡುತ್ತಿದ್ದರು. ನಮ್ಮೂರೆಂದರೆ 'ಪನಿಶ್‌ಮೆಂಟ್ ಪ್ಲೇಸ್' ಎಂದು ಕೆಲವರು ಹೆಮ್ಮೆಯಿಂದ ಹೇಳಿಕೊಳ್ಳುತ್ತಿದ್ದರು! ಅದರ ಜೊತೆಗೆ 'ನಾವು ಏನೇ ತಪ್ಪು ಮಾಡಿದ್ರೂ ಪರವಾಗಿಲ್ಲ. ಪನಿಶ್‌ಮೆಂಟ್ ಆಗಿ ಮತ್ತೆ ನಮ್ಮೂರಿಗೇ ವರ್ಗ ಮಾಡ್ತಾರೆ' ಎಂಬ ಹಾಸ್ಯ ಬೇರೆ!

ಹದಿನೆಂಟು ವರ್ಷಗಳ ಅಲ್ಲಿನ ಬವಣೆಯನ್ನು ಅನುಭವಿಸಿ ಓದಿಗಾಗಿ ಬೇರೆ ಊರಿಗೆ ಹೋದಾಗ, ನಾನು ಮಾತ್ರ ಸಮಸ್ಯೆಯಿಂದ ತಪ್ಪಿಸಿಕೊಂಡೆ ಎಂಬ ಅಳುಕು ನನಗಿದ್ದೇ ಇತ್ತು. ಮನೆಯವರ ನೀರಿನ ಗೋಳಂತೂ ಎಂದಿಗೂ ತಪ್ಪಲಿಲ್ಲ. ಪ್ರತಿ ಬಾರಿ ನಾನು ಊರಿಗೆ ಹೋಗುವ ಹಿಂದಿನ ದಿನ ನನ್ನ ತಾಯಿ ಫೋನ್ ಮಾಡಿ 'ನರಸಿಂಗಣ್ಣನ ಮನಿ ಅಂಗಳದಾಗೆ ಹೊಸಾದು ಕುಣಿ ತೋಡ್ಯಾರೆ, ಕಾಸಿಂ ಅಣ್ಣನ ಮನಿ ಮುಂದೆ ಇನ್ನೊಂದು ಕುಣಿ...' ಎಂದೆಲ್ಲಾ ಹೊಸದಾಗಿ ಸೃಷ್ಟಿಯಾದ ನೀರಿನ ಕುಣಿಗಳ ವಿವರ ಕೊಡುತ್ತಿದ್ದರು. ನನ್ನ ಬಸ್ಸು ಬೇರೆ ಬೆಳಕು ಹರಿಯುವ ಮುಂಚೆಯೇ ಊರು ಸೇರುತ್ತಿದ್ದರಿಂದ ಅಂತಹ ಎಚ್ಚರಿಕೆ ಅವಶ್ಯವಾಗಿತ್ತು. ಊರ ತುಂಬಾ ಹತ್ತಡಿ ಆಳದ ನೀರಿನ ಕುಣಿಗಳು ಒಳ್ಳೆ ಸ್ಮಶಾನದಲ್ಲಿ ಹೆಣಕ್ಕಾಗಿ ಕಾದ ಗೋರಿಗಳಂತೆ ಕಾಣುತ್ತಿದ್ದವು.

ಊರಿಗೆ ಥಳುಕು ಬಳುಕಿನ ಸೌಕರ್ಯಗಳಾದ ಕಂಪ್ಯೂಟರ್, ಇಂಟರ್‌ನೆಟ್, ಮೊಬೈಲ್ ಫೋನ್, ಕೇಬಲ್ ಟಿ.ವಿ. ಮುಂತಾದ ಎಲ್ಲಾ ಸುಡುಗಾಡುಗಳು ಬಂದವಾದರೂ ಮೂಲಭೂತ ಆವಶ್ಯಕತೆಯಾದ ನೀರು ಮಾತ್ರ ಬರಲಿಲ್ಲ. ಜನರ ನೀರಿನ ಹಾಹಾಕಾರ ತಗ್ಗಲಿಲ್ಲ. ಚುನಾವಣೆಯಲ್ಲಿ ಯಾರು ಯಾರೋ ಆಯ್ಕೆಯಾಗಿ ಹೋಗುತ್ತಿದ್ದರು – ಕೇಂಬ್ರಿಡ್ಜಿನಲ್ಲಿ ಓದಿದ ಬುದ್ಧಿಜೀವಿಗಳು, ನಮ್ಮೂರಿನಲ್ಲಿಯೇ ಓದಿ ಫೇಲಾದ ಉಂಡಾಡಿ ಗುಂಡರು – ಎಲ್ಲಾ ಬಗೆಯವರನ್ನೂ ಜನ ಆಯ್ಕೆ ಮಾಡಿ ಕಾದರು. ನೀರು ಮಾತ್ರ ಬರಲಿಲ್ಲ.

ನಾನು ನೋಡುತ್ತಿರುವಂತೆಯೇ ಮೂವತ್ತು ವರ್ಷಗಳಿಂದಲೂ ಅದೇ ತಾಪತ್ರಯ. ಮೂವತ್ತು ವರ್ಷಗಳಿಂದಲೂ ನಾರಿಹಳ್ಳ ಊರ ಹತ್ತಿರದಲ್ಲೇ ಇತ್ತು. ಮೂವತ್ತು ಕಿಲೋಮೀಟರುಗಳ ದೂರದಲ್ಲಿ ತುಂಗಭದ್ರಾ ನದಿಯೂ ಹರಿಯುತ್ತಿತ್ತು. ನನ್ನಪ್ಪ ಅಮ್ಮ ನೀರಿಗಾಗಿ ಕಾದು ಕಾದು ಕಣ್ಣು ಮುಚ್ಚಿದ್ದೂ ಆಯ್ತು. ನೀರಿನ ಬವಣೆ ಮಾತ್ರ ತಪ್ಪಲಿಲ್ಲ.

ಈಗ....

ನಲ್ಲಿಯಲ್ಲಿ ನೀರು ಬಂದಿದೆಯಂತೆ! ಹಿಗ್ಗಾಗದೆ ಇರುತ್ತದೆಯೆ? ಅದು ಈ ಬ್ರಿಟೀಷ್ ಜನಗಳಿಗೆ ಹೇಗೆ ವಿವರಿಸಲಿ ಹೇಳಿ? ಬ್ರಿಟೀಷರ ಮಾತು ಬಿಡಿ. ನಮ್ಮ ಬೆಂಗಳೂರಿನ ಬೆಚ್ಚನೆಯ ಬಡಾವಣೆಗಳಲ್ಲಿ ಸಂಪು, ಟ್ಯಾಂಕುಗಳ ಮನೆಯಲ್ಲಿರುವ ನನ್ನ ಎಷ್ಟೋ ಸಾಹಿತಿ ಗೆಳೆಯರು, ಕುಂವೀಯವರ 'ಬರಿಗೊಡಗಳು' ಎಂಬ ನೀರಿನ ಬವಣೆಯ ಕತೆಯನ್ನು ಓದಿ 'ಬರೀ ಉತ್ಪ್ರೇಕ್ಷೆ' ಎಂದು ಅಗ್ಗದ ವಿಮರ್ಶೆ ಮಾಡಿ ಕೈ ತೊಳೆದುಕೊಂಡಿದ್ದರು. ನಿಜವಾದ ಅನುಭವ ಇಲ್ಲದ ಓದುಗನ ಕಣ್ಣಲ್ಲಿ ಉತ್ತಮ ಸಾಹಿತ್ಯ ಕೃತಿಯೂ ಬೆಲೆ ಕಳೆದುಕೊಂಡುಬಿಡುತ್ತದಲ್ಲಾ ಎಂದು ಕಸಿವಿಸಿಯಾಗಿತ್ತು.

ಬೇಸಿಂಗ್‌ಸ್ಟೋಕ್, 04ನೇ ಜನವರಿ 2003

ಲಂಕೆಗೆ ಸೇತುವೆ ಕಟ್ಟಿದ್ದು ಯಾರು?

ರಾಮಾಯಣ ಒಂದು ಮಹಾಕಾವ್ಯ ಎಂದು ಅದನ್ನು ಬರೆದ ವಾಲ್ಮೀಕಿಯೇ ಹೇಳಿಬಿಟ್ಟಿದ್ದಾರೆ. (ಕಾವ್ಯವೆಂದರೆ ಕಾಲ್ಪನಿಕ ಕತೆ ಎಂದು ವಿದ್ವಾಂಸರು ಅರ್ಥ ಹೇಳುತ್ತಾರೆ) ಅಂದಮೇಲೆ ಅದರ ಘಟನೆಗಳ ವಾಸ್ತವತೆಯ ಬಗ್ಗೆ ಮಾತನಾಡುವುದು ತಪ್ಪಾದೀತೇನೋ! ಆದರೆ ಭಾರತೀಯ ಜನಮನದಲ್ಲಿ ರಾಮಾಯಣ ನಿಜಘಟನೆಯೇ ಸರಿ. ಪ್ರತಿ ಊರಿನಲ್ಲಿಯೂ ರಾಮ ಸೀತೆಯರು ಓಡಾಡಿದ ಸ್ಥಳಪುರಾಣಗಳಿವೆ. ಜನರ ನಂಬಿಕೆ ಕವಿಯ ಹೇಳಿಕೆಗಳಿಗಿಂತ ದೊಡ್ಡದು. ಬರೀ ಒಂದು ಕಲ್ಪನೆಯ ಕಾವ್ಯವನ್ನು ಯಾರೂ ಸಾವಿರಾರು ವರ್ಷಗಳಿಂದ ಪ್ರೀತಿಯಿಂದ, ಭಕ್ತಿಯಿಂದ ಕಾಯ್ದುಕೊಂಡು ಬರಲು ಸಾಧ್ಯವಿಲ್ಲ. ರಾಮಾಯಣ ಈವತ್ತಿನ ದಿನ ನಮ್ಮ ನಿಮ್ಮ ಮನಸ್ಸಿನಲ್ಲಿ ಚಿತ್ರಿತವಾಗಿರುವಂತೆ ನಡೆದಿಲ್ಲದಿದ್ದರೂ, ಹೆಚ್ಚು ಕಡಿಮೆ ಅದರ ಮುಖ್ಯ ಘಟನೆಗಳು ನಡೆದಿರಲೇಬೇಕು.

ಶರಧಿಗೆ ಸೇತುವೆಯನ್ನು ಕಟ್ಟಿ ಲಂಕೆಗೆ ಹೋಗುವುದು ರಾಮಾಯಣದ ಪ್ರಮುಖ ಅಧ್ಯಾಯ. ಇದು ರಾವಣನನ್ನು ಕೊಂದದ್ದಕ್ಕಿಂತಲೂ ಹೆಚ್ಚಿನ ಸಾಹಸದ್ದೆನ್ನಿಸುತ್ತದೆ. ಅಮೇರಿಕಾದ ನಾಸಾದವರು ಹಳೆಯ ಸೇತುವೆಯ ಕುರುಹುಗಳನ್ನು ಉಪಗ್ರಹದ ಮೂಲಕ ಈ ಸಮುದ್ರದಲ್ಲಿ ಪತ್ತೆ ಹಚ್ಚಿರುವುದು ಸೇತುವೆಯೊಂದು ಬಳಕೆಯಲ್ಲಿತ್ತು ಎಂಬ ನಂಬಿಕೆಯನ್ನು ಮತ್ತಷ್ಟು ಬಲಗೊಳಿಸುತ್ತದೆ. ಇಂತಹ ಸೇತುವೆಯನ್ನು ಕಟ್ಟಿದ್ದು ನಿಜಕ್ಕೂ ರಾಮನೆ ಅಥವಾ (ಉಸಿರು ಬಿಗಿ ಹಿಡಿದುಕೊಳ್ಳಿ) ರಾವಣನೆ ಎನ್ನುವದನ್ನು ವಿಚಾರ ಮಾಡುವುದು ನನ್ನ ಲೇಖನದ ಉದ್ದೇಶವಾಗಿದೆ. ಈಗಲೇ ಹೇಳಿಬಿಡುತ್ತೇನೆ – ನನ್ನ ರಾಮಾಯಣದ ವಿದ್ವತ್ತು ನಿಮ್ಮದಕ್ಕಿಂತ ಹೆಚ್ಚೇನೂ ಇಲ್ಲ. ಅಜ್ಜಿಯಿಂದ ಕೇಳಿದ ರಾಮಾಯಣವನ್ನೇ ಸ್ವಲ್ಪ ತರ್ಕದಿಂದ

ಯೋಚಿಸುವ ಕೆಲಸವನ್ನಷ್ಟೇ ನಾನಿಲ್ಲಿ ಮಾಡಿರುವುದು. ಆದ್ದರಿಂದ ನಿಮಗೆ ಒಪ್ಪಿಗೆಯಾಗದಿದ್ದರೆ ಈ ಲೇಖನವನ್ನು ಗಾಳಿಗೆ ತೂರಿ ಬಿಡಿ.

ಮೊದಲ ಸಲ ನೀವು ಸಮುದ್ರದ ಎದುರು ನಿಂತ ಘಟನೆಯನ್ನು ಊಹಿಸಿಕೊಳ್ಳಿ. ಅದರ ಬ್ರಹ್ಮಾಂಡ ಶಕ್ತಿಯ ಪರಿಚಯದಿಂದ ಕೈಕಾಲಲ್ಲಿ ಸಣ್ಣಗೆ ನಡುಕ ಹುಟ್ಟಿತ್ತಲ್ಲವೆ? ಭಗವಂತನ ವಿಶ್ವರೂಪ ದರ್ಶನವಾದಂತೆ ಮೂಕ ವಿಸ್ಮಿತರಾಗಿದ್ದಿರಲ್ಲವೆ? ನಾವು ಅದೆಷ್ಟು ಕುಬ್ಜರೆನ್ನುವ ವಿಚಾರ ಮನಸ್ಸಿನಲ್ಲಿ ಮೂಡಿ ನಮ್ಮ ಅಹಂಕಾರಗಳು ನಮ್ಮಿಂದ ದೂರಸರಿದು ನಿಂತ ಅಪರೂಪದ ಘಟನೆಯದಲ್ಲವೆ? ಆದರೆ ಈ ಅನುಭವವೇನಿದ್ದರೂ ಬಳ್ಳಾರಿಯಂತಹ ಊರಿನಲ್ಲಿ ಹುಟ್ಟಿ ಬೆಳೆದವರಿಗೆ ಮಾತ್ರ. ಸಮುದ್ರದ ತಟದಲ್ಲಿಯೇ ಹುಟ್ಟಿ ಬೆಳೆದ ಜನರನ್ನು ಕೇಳಿ. ಅವರಿಗೆ ಇಂತಹ ಅನುಭವವಾಗಿರುವದಿಲ್ಲ. ಅವರ ಪಾಲಿಗೆ ಸಮುದ್ರ ಪೈಲ್ವಾನ್ ಅಪ್ಪನಿದ್ದಂತೆ. ಅದರೊಡನೆ ಸಲಿಗೆಯಿಂದ ಆಟವಾಡಿ ಮೀನು ಹಿಡಿಯುವವರವರು. ಎಂತಹ ಚಂಡಮಾರುತವಿದ್ದರೂ ಲೆಕ್ಕಿಸದೆ ಅದರ ನೆರಳಿನಲ್ಲಿಯೇ ಬದುಕು ಮಾಡುವವರು.

ಇದೆಲ್ಲಾ ಏಕೆ ಹೇಳಿದೆನೆಂದರೆ–

ರಾಮ ಸಮುದ್ರವಿಲ್ಲದ ಅಯೋಧ್ಯೆಯಲ್ಲಿ ಹುಟ್ಟಿ ಬೆಳೆದವ! ರಾವಣ ಸಮುದ್ರದ ಮಧ್ಯದಲ್ಲಿ ಹುಟ್ಟಿ ಬೆಳೆದವ!

ತನ್ನ ವನವಾಸದ ಕಾಲದಲ್ಲಿ ರಾಮ ಸಮುದ್ರ ದರ್ಶನ ಮಾಡಿರಬಹುದು. ಆದರೆ ಅದರ ಸಹವಾಸದಲ್ಲಿ ಬಾಳಿ ಬದುಕುವ ಅವಕಾಶ ಅವನಿಗೆ ಎಲ್ಲಿಯೂ ಸಿಕ್ಕ ವರದಿಗಳು ರಾಮಾಯಣದಲ್ಲಿ ಕಂಡು ಬರುವದಿಲ್ಲ. ಹೋಗಲಿ, ಕಪಿಸೈನ್ಯವೇ ಸೇತುವೆಯನ್ನು ಕಟ್ಟುವ ಕೆಲಸ ಮಾಡಿದ್ದು, ರಾಮ ಕೇವಲ ಅದರ ನಿರ್ವಹಣೆಯನ್ನು ಮಾಡಿದ ಎಂದು ಯೋಚಿಸಿದರೂ, ಕೇವಲ ಕಿಷ್ಕಿಂದೆಯನ್ನು (ಹಂಪಿಯ ಬಿಸಿಲನ್ನು ಊಹಿಸಿಕೊಳ್ಳಿ!) ಆಳಿದ ಈ ಕಪಿಸೈನ್ಯಕ್ಕೆ ಸಮುದ್ರದ ಅನುಭವವಾದರೂ ಎಲ್ಲಿಯದು? ಹೀಗೆ ಸಮುದ್ರದ ಅನುಭವವೇ ಇಲ್ಲದ ಎಷ್ಟೇ ದೊಡ್ಡ ಜನರ ಗುಂಪಿದ್ದರೂ ಸೇತುವೆ ಕಟ್ಟಲು ಸಾಧ್ಯವಾದೀತೆ?

ಸೇತುವೆ ಕಟ್ಟುವ ಆವಶ್ಯಕತೆ ಯಾರಿಗೆ ಹೆಚ್ಚಿತ್ತು ಎನ್ನುವದನ್ನು ವಿಚಾರ ಮಾಡೋಣ. ರಾಮನಿಗೆ ಕೇವಲ ಸೀತೆಯನ್ನು ಬಿಡಿಸಿ ತರುವದಕ್ಕಷ್ಟೇ ಈ ಸೇತುವೆ ಬೇಕಾಗಿತ್ತು. ಆದರೆ ರಾವಣನಿಗೆ ದಿನನಿತ್ಯದ ವ್ಯಾಪಾರ–ವ್ಯವಹಾರ ಮಾಡಬೇಕಾದರೆ ಜನರು ಭಾರತಕ್ಕೆ ಬರಬೇಕಾದ ಪರಿಸ್ಥಿತಿಯಿರುವ ಸಾಧ್ಯತೆಯಿದೆ. ಸೀತೆಯ ಸ್ವಯಂವರಕ್ಕೆ ರಾವಣ ಬಂದಿರುವ ಘಟನೆ ಯಾವುದೇ ಮಹತ್ವದ್ದಲ್ಲವೆಂಬಂತೆ ನಿರೂಪಿತವಾಗಿದೆ. ರಾವಣ ಚಕ್ರವರ್ತಿ; ಸ್ವಯಂವರಕ್ಕೆ ಬಂದಾಗ ಅವನೊಬ್ಬನೇ ಬಂದಿರಲು ಸಾಧ್ಯವಿಲ್ಲ. ಅವನ ಹಿಂದೆ ದೊಡ್ಡದೊಂದು ಪರಿವಾರವೇ ಬಂದಿರಬೇಕು. (ಪುಷ್ಪಕ ವಿಮಾನದ ವಿಚಾರವನ್ನು ಬದಿಗಿಡೋಣ. ಅದಿತ್ತೆಂದು ತೆಗೆದು ಕೊಂಡರೂ ರಾವಣ ಮತ್ತವನ ಆಪ್ತರು ಅದರಲ್ಲಿ ಹತ್ತಿರಬಹುದೇ ಹೊರತು, ಇಡೀ ಪರಿವಾರ ಅದರಲ್ಲಿ ಬಂದಿರಲಿಕ್ಕಿಲ್ಲ) ಆ ಪರಿವಾರದ ಜತೆ ಆಹಾರ ಸಾಮಾಗ್ರಿಗಳು, ಡೇರೆಗಳು, ದಿನನಿತ್ಯದ ಬಳಕೆಯ ವಸ್ತುಗಳು, ಪೋಷಾಕುಗಳ ದೊಡ್ಡ ಉಗ್ರಾಣವೇ ಜೊತೆಯಲ್ಲಿರಬೇಕು. ಇಷ್ಟೆಲ್ಲಾ ಸಾಗಿಸಲು ಸೇತುವೆ ತುಂಬಾ ಉಪಯೋಗಿ.

ಬರೀ ಸೀತೆಯ ಸ್ವಯಂವರವೊಂದೇ ಅಲ್ಲ. ರಾಮಾಯಣದುದ್ದಕ್ಕೂ ಲಂಕೆಯ ಜನ ಭಾರತಕ್ಕೆ ಅಡಿಗೆ ಮನೆ ಪಡಸಾಲೆಯೆಂಬಂತೆ ಓಡಾಡಿದ ವಿವರಗಳು ಬಂದಿವೆ. ಸೂರ್ಪಣಿಕೆ, ಮಾರೀಚ, ಸುಬಾಹು ಎಲ್ಲರೂ ಭಾರತಕ್ಕೆ ಬಂದವರೇ! ಹೋಗಲಿ ಅವರೆಲ್ಲಾ ಹಡಗಿನಲ್ಲಿ ಬರುತ್ತಿದ್ದರೆಂದುಕೊಂಡರೂ, ಅದೇ ತರ್ಕ ರಾಮನಿಗೇಕೆ ಒಪ್ಪುವದಿಲ್ಲ? ಸೇತುವೆಯನ್ನು ಕಟ್ಟುವದಕ್ಕೆ ಬದಲು ನೂರಾರು ಹಡಗನ್ನು ಕಟ್ಟುವುದು ಸುಲಭದ ಮಾರ್ಗವಲ್ಲವೆ? ಅಷ್ಟೆಲ್ಲಾ ಕಷ್ಟಪಟ್ಟು ಕಟ್ಟಿದ ಸೇತುವೆಯನ್ನು ರಾಮ ಬಳಸಿದ್ದು ಒಂದೇ ಬಾರಿ. ಅದೂ ಲಂಕೆಗೆ ಹೋಗುವಾಗ ಮಾತ್ರ. ಅಲ್ಲಿಂದ ವಾಪಾಸಾಗುವಾಗ ಪುಷ್ಪಕ ವಿಮಾನದಲ್ಲಿ ಹಾರಿ ಹೋದ ಪ್ರಸ್ತಾಪವಿದೆ. ಒಮ್ಮೆ ಮಾತ್ರ ಹೋಗುವದಕ್ಕೆ ಸೇತುವೆ ಕಟ್ಟುವ ಕಷ್ಟವೇಕೆ?

ಮತ್ತೊಂದು ಮುಖ್ಯ ವಿಚಾರವೆಂದರೆ ರಾಮ ಮತ್ತವನ ಕಪಿಸೈನ್ಯ ಸೇತುವೆಯನ್ನು ಯಶಸ್ವಿಯಾಗಿ ಕಟ್ಟಿ ಮುಗಿಸುವ ತನಕ ರಾವಣನೇನು ಮಾಡುತ್ತಿದ್ದ? ಭಾರತದ ಮೂಲೆಯಲ್ಲೆಲ್ಲೋ ಇರುವ ಮಿಥಿಲೆಯಲ್ಲಿ ನಡೆಯುವ ಸ್ವಯಂವರದ ವಿಚಾರವನ್ನು ತಿಳಿದುಕೊಂಡು ಅದರಲ್ಲಿ ಭಾಗವಹಿಸಲು ಸಾಧ್ಯವಾಗುವ ರಾವಣನಿಗೆ ತನ್ನ ರಾಜ್ಯಕ್ಕೆ ಸೇತುವೆಯನ್ನು ಶತ್ರುಗಳು ಕಟ್ಟುತ್ತಿರುವ ವಿಚಾರ ತಿಳಿಯಲಿಲ್ಲವೆ? ಸೇತುವೆ ಕಾರ್ಯ ಶುರುವು ಮಾಡಿದಾಗಲೇ ಶತ್ರುಗಳ ಮೇಲೆ ದಾಳಿ ಮಾಡಬಹುದಿತ್ತಲ್ಲವೆ? ತನ್ನ ರಾಜ್ಯದ ದಂಡೆಗೆ ಶತ್ರುಗಳು ಬಂದು ಡೇರೆ ಹಾಕುವ ತನಕ ರಾವಣನಿಗೆ ಸುಮ್ಮನಿರಲು ಬೇರೆ ಯಾವ ಮಹತ್ವದ ಕಾರ್ಯವಿತ್ತು?

ರಾಮಾಯಣದಲ್ಲಿ ಲಂಕೆಯನ್ನು ಅತ್ಯಂತ ಸುಂದರ ದೇಶವೆಂದು ವರ್ಣಿಸಲಾಗಿದೆ. ಸೀತೆ, ರಾಮ ಮತ್ತು ಹನುಮಂತನಾದಿಯಾಗಿ ಎಲ್ಲರೂ ಲಂಕೆಯನ್ನು ಕಂಡು ಬೆರಗಾಗುತ್ತಾರೆ. ಅಲ್ಲಿಯ ಕಟ್ಟಡಗಳು, ರಾಜಮಾರ್ಗಗಳು, ಉದ್ಯಾನವನಗಳು- ಎಲ್ಲವೂ ಶ್ರೇಷ್ಠ ಶಿಲ್ಪಿಗಳಿಂದ ನಿರ್ಮಿಸಲಾಗಿತ್ತೆಂಬುದು ತಿಳಿದು ಬರುತ್ತದೆ. ರಾಮಾಯಣದಲ್ಲಿ ಮಾತ್ರವಲ್ಲ, ಮಹಾಭಾರತದಲ್ಲಿಯೂ ಲಂಕೆಯ ಸುಂದರ ವರ್ಣನೆಯಿದೆ. ರಾಜಸೂಯಯಾಗದ ಸಲುವಾಗಿ ಸಹದೇವ ದಕ್ಷಿಣ ದಿಕ್ಕಿಗೆ ಪ್ರಯಾಣ ಮಾಡುತ್ತಾನೆ. ಎಲ್ಲಾ ರಾಜರಿಂದಲೂ ಕಪ್ಪ ಕಾಣಿಕೆ ವಸೂಲಿ ಮಾಡುತ್ತಾನೆ. ಆದರೆ ಅವನು ವಿಭೀಷಣನ ಬಳಿ ಘಟೋತ್ಕಚನನ್ನು ಕಳುಹಿಸಿಕೊಡುತ್ತಾನೆ. ಘಟೋತ್ಕಚನೂ ಸೇತುವೆಯ ಮೇಲೇ ನಡೆದುಹೋಗಿ ವಿಭೀಷಣನನ್ನು ಭೇಟಿಯಾಗಿ ರಾಶಿರಾಶಿ ಕಪ್ಪ-ಕಾಣಿಕೆಗಳನ್ನು ಹೊತ್ತು ತರುತ್ತಾನೆ. ಮಾಯಾನಗರವನ್ನೇ ನಿರ್ಮಿಸುವ ಶಕ್ತಿಯುಳ್ಳ ಘಟೋತ್ಕಚ, ಲಂಕೆಯನ್ನು ಕಂಡು ಬೆರಗಾಗುತ್ತಾನೆ. ಅಲ್ಲಿಯ ಅರಮನೆಯನ್ನು ಕಂಡು ವಿಸ್ಮಯಗೊಳ್ಳುತ್ತಾನೆ. ಈ ವಿವರಗಳಿಂದ ನಮಗೆ ಲಂಕೆಯಲ್ಲಿ ರಾವಣನ ಬಳಿ ಅತ್ಯಂತ ಚಾಣಾಕ್ಷ ಶಿಲ್ಪಿಗಳಿದ್ದಿರಬಹುದೆಂಬ ವಿಚಾರ ಖಾತ್ರಿಯಾಗುತ್ತದೆ. ರಾವಣ ಅವರನ್ನು ಬಳಸಿಕೊಂಡು ಸೇತುವೆ ಕಟ್ಟಿರಬಹುದಲ್ಲವೆ? ಹಾಗಿದ್ದರೆ ಅದೇಕೆ ಎಲ್ಲಾ ರಾಮಾಯಣಗಳು ರಾಮನೇ ಸೇತುವೆಯನ್ನು ಕಟ್ಟಿದನೆಂದು ತಿಳಿಸುತ್ತವೆ? ರಾವಣನೇ ಅದರ ಸೃಷ್ಟಿಕರ್ತನಾಗಿದ್ದರೆ ಕೆಲವು ರಾಮಾಯಣಗಳಾದರೂ ಅದರ ಬಗ್ಗೆ ಪಿಸುಮಾತನ್ನಾಡಬಹುದಿತ್ತಲ್ಲವೆ?

ನನ್ನ ಅನುಮಾನವೇನೆಂದರೆ ಒಮ್ಮೆ ರಾವಣ ಸೋತು ಸತ್ತ ಮೇಲೆ ರಾಮ ಅತ್ಯಂತ ಪ್ರಸಿದ್ಧಿಯಾದ ರಾಜನಾಗಿದ್ದಾನೆ. ಈ ಪ್ರಸಿದ್ಧಿಯು ವ್ಯಕ್ತಿಪೂಜೆಯ ಹಂತದವರೆಗೆ ಹೋಗಿ

ನಿಂತಿದೆ. ರಾಮನನ್ನು ಇನ್ನಷ್ಟು ಶಕ್ತಿಶಾಲಿಯನ್ನಾಗಿ ಮಾಡಲು ಹೊಸಹೊಸ ಕತೆ–ಉಪಕತೆಗಳು ಹುಟ್ಟಿಕೊಂಡಿವೆ. ಪ್ರಚಲಿತದಲ್ಲಿರುವ ಶ್ರೇಷ್ಠ ಸಾಧನೆಗಳನ್ನು ಅವನ ಕಿರೀಟಕ್ಕೆ ಗರಿಯಾಗಿ ಬಳಸಲಾಗಿದೆ. ಶರಧಿಗೆ ಕಟ್ಟಿದ ಸೇತುವೆ ಈ ದಿನಗಳಲ್ಲೂ ದೊಡ್ಡ ಸಾಧನೆಯೆನ್ನಿಸುವಂತಹದು. ಅಂದಮೇಲೆ ಆಗ ಅದರ ಜನಪ್ರಿಯತೆ ಸಾಧಾರಣವಿರಲಿಕ್ಕಿಲ್ಲ. ಸಹಜವಾಗಿ ಸೇತುವೆ ನಿರ್ಮಾಣ ಕಾರ್ಯವನ್ನು ರಾಮನ ಸಾಧನೆಯಾಗಿ ಬಳಸಿಕೊಂಡಿರಬಹುದು.

ಹಾಗಾದರೆ ನಿಜಕ್ಕೂ ಈ ಸೇತುವೆಯನ್ನು ಕಟ್ಟಿದ್ದು ಯಾರು? ರಾಮನೆ– ರಾವಣನೆ– ವಾಲ್ಮೀಕಿಯೆ? ನಿರ್ಧಾರ ನಿಮ್ಮ ಮನೋಭಾವಕ್ಕೆ ಸಂಬಂಧಿಸಿದ್ದು!

ಬೆಂಗಳೂರು, 28ನೇ ಜೂನ್ 2003

ದೇಶ ಸುತ್ತಿ ಬಂದವರು

ಬಳ್ಳಾರಿ ಜಿಲ್ಲೆಯ ಒಂದು ಚಿಕ್ಕ ಊರಿನಲ್ಲಿ, ಕೆಳ ಮಧ್ಯಮ ವರ್ಗದ ಕುಟುಂಬದಲ್ಲಿ ನಾನು ಹುಟ್ಟಿ ಬೆಳೆದಿದ್ದು. ಬಿಸಿಲು, ಬಡತನ, ಖಾರದೂಟ, ಅನಕ್ಷರತೆ, ನಿರುದ್ಯೋಗ ಆ ಊರಿನ ಮುಖ್ಯ ಆಕರ್ಷಣೆಗಳು! ನಾನು ಏಳೆಂಟು ವರ್ಷದವನಿದ್ದಾಗ ನಮ್ಮೂರಿನಲ್ಲಿ ನಡೆದ ಒಂದು ಮೆರವಣಿಗೆ ನನಗೆ ಈಗಲೂ ನೆನಪಿದೆ. ಆಗ ನಮ್ಮೂರಿನ ಶ್ರೀಮಂತರ ಹುಡುಗನೊಬ್ಬ ಲಕ್ಷಗಟ್ಟಲೆ ಹಣ ಖರ್ಚು ಮಾಡಿ ಇಂಗ್ಲೆಂಡಿಗೆ ಹೋಗಿ ಬಂದಿದ್ದ. ಊರವರೆಲ್ಲಾ ತಮ್ಮ ಊರಿಗೆ ಆ ಹುಡುಗ ಕೀರ್ತಿಯನ್ನೇ ತಂದಿದ್ದಾನೆಂಬ ಉತ್ಸಾಹದಲ್ಲಿ ಮೆರವಣಿಗೆ ಮಾಡಿದ್ದರು. ಆ ಹುಡುಗನ ಅಪ್ಪ ಊರಿನೆಲ್ಲರಿಗೂ ಸಿಹಿಯೂಟವನ್ನು ಹಾಕಿಸಿದ್ದ. ಗಲಾಟೆಯ ಮಧ್ಯದಲ್ಲಿ ಹೇಗೋ ತಲೆ ತೂರಿಸಿಕೊಂಡು ಆ ಹುಡುಗನ ಮುಖವನ್ನು ನೋಡಲು ನಾನು ಶತಪ್ರಯತ್ನ ಪಟ್ಟು ಸೋತುಹೋಗಿದ್ದೆ. ಕುರುಬರ ತಾಯಣ್ಣ ಹಾರ ಹಾಕುವಾಗ, ಆ ಶ್ರೀಮಂತರ ಹುಡುಗ ಅವನ ಕೆನ್ನೆ ಸವರಿದನೆಂಬ ಏಕೈಕ ಕಾರಣದಿಂದ ಕ್ಲಾಸಿನಲ್ಲಿ ಹೀರೋ ಆಗಿಬಿಟ್ಟಿದ್ದ.

ನಾನು ಮುಂದೆ ಓದಿ, ಸಾಫ್ಟ್‌ವೇರ್ ಉದ್ಯೋಗ ಸಂಪಾದಿಸಿ, ಇಂಗ್ಲೆಂಡ್, ಡೆನ್ಮಾರ್ಕ್ ಮುಂತಾದ ದೇಶಗಳಲ್ಲಿ ಕೆಲಸ ಮಾಡಿ ನಮ್ಮೂರಿಗೆ ಹೋದಾಗ, ಯಾವುದೇ ವ್ಯತ್ಯಾಸವಿಲ್ಲದಂತೆ ಆಳುದ್ದದ ಕೊಳಾಯಿ ಕುಣಿಯಲ್ಲಿ ನಿಂತು ಪ್ಲಾಸ್ಟಿಕ್ ಕೊಡದಲ್ಲಿ ನೀರು ತುಂಬಿಸಿ, ನನ್ನಕ್ಕಂದಿರಿಗೆ ಎತ್ತಿ ಕೊಟ್ಟಾಗ ನಮ್ಮ ಕೆಲಸದ ಅಜ್ಜಿಗೆ ಎಂಥದೋ ಕಸಿವಿಸಿಯಾಗಿತ್ತು. 'ಅಲ್ಲೋ ನನ್ನಪ್ಪ,

ಖರೇವಂದ್ರೂ ಫಾರಿನ್‌ಗೆ ಹೋಗಿ ಬಂದೀಯೇನೋ?' ಅಂತ ಎರಡೆರಡು ಬಾರಿ ನನ್ನನ್ನು ಪ್ರಶ್ನಿಸಿದ್ದಳು. 'ಯಾಕಬೆ, ನಂಬಿಕಿ ಬರವಲ್ದೇನು?' ಅಂತ ನಕ್ಕು ಉತ್ತರಿಸಿದ್ದೆ.

ಸಾಫ್ಟ್‌ವೇರ್ ಪ್ರಪಂಚದಿಂದ ಆದ ಅತ್ಯಂತ ಮುಖ್ಯ ಲಾಭವೆಂದರೆ ನಮ್ಮ ಯುವಜನತೆಗೆ ದೇಶಗಳನ್ನು ನೋಡುವ ಅವಕಾಶ ಸಿಕ್ಕಿದ್ದು. ಅದೂ ಬರೀ ಶ್ರೀಮಂತ ವರ್ಗದವರಿಗಲ್ಲ. ಮಧ್ಯಮ, ಕೆಳ ಮಧ್ಯಮ, ಬಡತನದ ಕುಟುಂಬದ ಸದಸ್ಯರೂ ಬೇರೆ ಬೇರೆ ದೇಶ ಸುತ್ತಿ ಬಂದಿದ್ದಾರೆ. ಅವರ ದೆಸೆಯಿಂದ ಅವರ ತಂದೆ–ತಾಯಿ, ಅಕ್ಕ–ತಮ್ಮಂದಿರೂ ಹೊರ ಪ್ರಪಂಚ ನೋಡಿ ಬಂದಿದ್ದಾರೆ. ಇತ್ತೀಚೆಗಂತೂ ದೇಶ ಸುತ್ತುವುದನ್ನು ಕೆಲಸದ ಒಂದು ಅವಿಭಾಜ್ಯ ಅಂಗವಾಗಿ ಎಲ್ಲರೂ ಸ್ವೀಕರಿಸುತ್ತಾರೆಯೆ ವಿನಃ, ಯಾವುದೇ ವಿಶೇಷವೆಂದಲ್ಲ. 'ದೇಶವನ್ನಾದರೂ ನೋಡು, ಕೋಶವನ್ನಾದರೂ ಓದು' ಎಂಬ ಸರ್ವಜ್ಞನ ಮಾತಿನಲ್ಲಿ ಯಾವುದೇ ಅನುಮಾನವಿಲ್ಲ. ಒಂದು ಹೊಸ ದೇಶವನ್ನು ನೋಡಿದಾಗ ವ್ಯಕ್ತಿಯಲ್ಲಿ ಆಗುವ ಬದಲಾವಣೆ ಸಾಮಾನ್ಯವಾದದ್ದಲ್ಲ. ಗಾಂಧೀಜಿ ದೇಶ ಸುತ್ತಿ ಬರದಿದ್ದರೆ ನಿಜಕ್ಕೂ ನಾಯಕರಾಗುತ್ತಿದ್ದರೆ ಎಂಬುದು ನನ್ನ ಅನುಮಾನ.

ನಮ್ಮ ಬಿಸಿರಕ್ತದ ಯುವಜನತೆ ಹೊಸ ದೇಶ ಸುತ್ತುವದನ್ನು ಪ್ರಾರಂಭಿಸಿದ ಆರಂಭದಲ್ಲಿ ನಿಜಕ್ಕೂ ದಂಗುಬಡಿದುಹೋಗಿದ್ದರು. ಕೂಪಮಂಡೂಕವಾಗಿದ್ದವರಿಗೆ ಸಮುದ್ರ ದರ್ಶನವಾದಾಗ ನಿಜಕ್ಕೂ ಕಣ್ಣು ತೆರೆದು ನೋಡಲಾರಂಭಿಸಿದರು. ಮೊದಮೊದಲು ಅಲ್ಲಿ ರಸ್ತೆ ಎಷ್ಟೊಂದು ಚೆನ್ನಾಗಿವೆ, ಕೆಲಸ ಎಷ್ಟು ಬೇಗನೆ ಆಗುತ್ತೆ, ಕಾರು ಎಷ್ಟೊಂದಿವೆ ಎನ್ನುವ ಬಾಲಿಶ ಆಲೋಚನೆಗಳಿಗೆ ಸಿಲುಕಿದರೂ, ನಂತರ ತರ್ಕಬದ್ಧವಾಗಿ ನಮ್ಮ ದೋಷಗಳೇನು, ಅದಕ್ಕೂ ಹೆಚ್ಚಾಗಿ ನಮ್ಮ ಶಕ್ತಿಗಳೇನು ಎಂಬುದನ್ನು ಅರಿತುಕೊಳ್ಳಲಾರಂಭಿಸಿದರು.

ದೇಶ ಸುತ್ತುವ ಕಾಯಕದಿಂದ ಯುವಜನತೆಯಲ್ಲಿ ಆದ ಬದಲಾವಣೆ ಹಲವಾರು ದೃಷ್ಟಿಯಿಂದ ಸ್ವಾಗತಾರ್ಹವಾದದ್ದು. ಮುಖ್ಯವಾಗಿ ಸ್ವತಂತ್ರವಾಗಿ ಆಲೋಚಿಸುವ ಕ್ರಮ, ಧೈರ್ಯದಿಂದ ನಿರ್ಧಾರ ತೆಗೆದುಕೊಳ್ಳುವ ಶಕ್ತಿ, ಪ್ರಾಮಾಣಿಕತೆಯನ್ನು ಮೆಚ್ಚುವ ಗುಣ ಅವರಲ್ಲಿ ಎದ್ದು ಕಾಣುತ್ತಿದೆ. ಆಫೀಸಿನ ವಾತಾವರಣದಲ್ಲಿ ಅದೆಷ್ಟು ಬದಲಾವಣೆಯೆಂದರೆ, ಯಾರೂ ಕೆಲಸವನ್ನು ಮಾಡಲು ಹಿಂಜರಿಯುವದಿಲ್ಲ. ಆವಶ್ಯಕತೆಯಿದ್ದಾಗ ರಾತ್ರಿ ಹತ್ತು–ಹನ್ನೆರಡರವರೆಗೆ ಕುಳಿತು ಕೆಲಸ ಮಾಡುವ ಗುಣ ಭಾರತೀಯರಲ್ಲಿ ಹೊಸತು (ಸಾಫ್ಟ್‌ವೇರ್ ಕಂಪನಿಗಳಲ್ಲಿ ಹೆಚ್ಚು ಕೆಲಸ ಮಾಡಿದ್ದಕ್ಕೆ ಓ.ಟಿ. ಸಿಗುವದಿಲ್ಲ). ಜೊತೆಗೆ ಪ್ರತಿಯೊಂದು ಕೆಲಸದಲ್ಲಿಯೂ ಹೆಚ್ಚಿನ ಗುಣಮಟ್ಟವನ್ನು ಸಾಧಿಸುವದಕ್ಕೆ ಪ್ರಯತ್ನ ಮಾಡುವದು ಕಂಡುಬರುತ್ತಿದೆ. ವಿದ್ಯೆಯನ್ನು ಗುರುತಿಸಿ ಅದನ್ನು ಗೌರವಿಸುವ ರೀತಿ ಹೆಚ್ಚಾಗಿದೆ. ನಮಗಿಂತಲೂ ಕಡಿಮೆ ಗ್ರೇಡ್‌ನಲ್ಲಿರುವ ವ್ಯಕ್ತಿಯೊಬ್ಬನಿಂದ ಟ್ರೇನಿಂಗ್ ತೆಗೆದುಕೊಳ್ಳುವದು ಅದೆಷ್ಟು ಸಾಮಾನ್ಯವೆಂದರೆ, ಕಂಪನಿಯ ಡೈರೆಕ್ಟರ್‌ಗಳು ಅದೀಗ ತಾನೆ ಹೊಸದಾಗಿ ಸೇರಿದ ಜೂನಿಯರ್ ನಿರ್ವಹಿಸುವ ಟ್ರೇನಿಂಗ್‌ನಲ್ಲಿಯೂ ಬಂದು ಕುಳಿತುಕೊಳ್ಳುತ್ತಾರೆ.

ಅಂತರ್‌ರಾಷ್ಟ್ರೀಯ ವ್ಯಾಪಾರ ಮಟ್ಟದಲ್ಲಿ ಭಾರತೀಯರ ಹೆಸರು ಪ್ರಥಮ ಬಾರಿ ಕೇಳಿ ಬಂದಿದ್ದು ಸಾಫ್ಟ್‌ವೇರ್‌ನಲ್ಲಿಯೇ! ಅದು ಎಷ್ಟೊಂದು ಆತ್ಮವಿಶ್ವಾಸವನ್ನು ಭಾರತೀಯರಲ್ಲಿ ತುಂಬಿತೆಂದರೆ ಹದಿಹರೆಯದ ವಯಸ್ಸಿನಲ್ಲಿಯೇ ಕಂಪನಿಯನ್ನು ಹುಟ್ಟು ಹಾಕುವ ಆಲೋಚನೆ

ಮಾಡಲಾರಂಭಿಸಿದರು. ದರ್ಶಿನಿ ಹೋಟೇಲುಗಳಂತೆ ಹಾದಿಬೀದಿಗೊಂದು ಸಾಫ್ಟ್‌ವೇರ್ ಕಂಪನಿ ಶುರುವಾಗಿದ್ದು ಈಗ ಇತಿಹಾಸ. ಭಾರತೀಯ ತನ್ನಲ್ಲಿರುವ ಶಕ್ತಿಯನ್ನು ಗುರುತಿಸಿಕೊಂಡು, ತಾನೇ ಅಚ್ಚರಿಗೊಂಡಿದ್ದಾನೆ. ಹೆಚ್ಚಿನ ಬಂಡವಾಳದ ಆವಶ್ಯಕತೆಯೂ ಇಲ್ಲದ್ದರಿಂದ, ಮಧ್ಯಮವರ್ಗದ ಜನತೆಯೂ ಸ್ವತಂತ್ರ ಕಂಪನಿ ಶುರು ಮಾಡಿಬಿಟ್ಟರು. ಆದ್ದರಿಂದಲೋ ಏನೋ, ಬರೀ ಬಂಡವಾಳಶಾಹಿ ದುರಾಸೆ ಕಂಡುಬರದೆ, ಬಂದ ಆದಾಯವನ್ನು ಉದ್ಯೋಗಿಗಳೊಡನೆ ಹಂಚಿಕೊಳ್ಳುವ ಗುಣ ಕಂಡು ಬಂದಿದ್ದು.

ಭಾರತ ದೇಶ ನಿಜವಾದ ಜಾತ್ಯಾತೀತತೆಯನ್ನು ಕಂಡಿದ್ದು ಸಾಫ್ಟ್‌ವೇರ್ ರಂಗದಲ್ಲಿ. ಯಾವುದೇ ಸಾಫ್ಟ್‌ವೇರ್ ಕಂಪನಿಯೂ ಉದ್ಯೋಗಕ್ಕೆ ಸಲ್ಲಿಸಿದ ಅರ್ಜಿಯಲ್ಲಾಗಲಿ, ನಂತರದ ಸಂದರ್ಶನದಲ್ಲಾಗಲಿ 'ನಿನ್ನ ಜಾತಿ ಯಾವುದು?' ಎಂಬ ಪ್ರಶ್ನೆ ಕೇಳಿದ ನಿದರ್ಶನಗಳಿಲ್ಲ. ಪ್ರಮೋಷನ್‌ಗಳೂ ಜಾತಿಯಿಂದ ಮುಕ್ತ! ಬಹುಶಃ ಈ ಕಾರಣಕ್ಕಾಗಿಯೋ ಏನೋ, ಸಾಫ್ಟ್‌ವೇರ್ ಕಂಪನಿಗಳಲ್ಲಿ ಯಾರೂ ಯಾರ ಜಾತಿಯ ಬಗ್ಗೆ ತಲೆ ಕೆಡಿಸಿಕೊಳ್ಳುವದಿಲ್ಲ. ಅಲ್ಲಿ ಅಂತರ್‌ಜಾತೀಯ ವಿವಾಹಗಳು ಈಗ ಸರ್ವೆಸಾಮಾನ್ಯ. ಮಹಿಳೆಯರಿಗೂ ಪುರುಷರಿಗೆ ಸಮಾನವಾಗಿ ಸ್ಥಾನಮಾನ ಸಿಕ್ಕಿದ್ದು ಸಾಫ್ಟ್‌ವೇರ್ ಪ್ರಪಂಚದಲ್ಲಿಯೇ! ಪುರುಷರಿಗೆ ಸರಿ ಸಮಾನವಾಗಿ ನಾನೂ ದುಡಿಯಬಲ್ಲೆ ಎಂಬ ಆತ್ಮವಿಶ್ವಾಸ ಮಹಿಳೆಯರಿಗೆ ಬಂದಿದೆ. ಕಂಪನಿಯ ದೊಡ್ಡ ದೊಡ್ಡ ಹುದ್ದೆಗಳಲ್ಲಿ ಮಹಿಳೆಯರನ್ನು ನೋಡಿದಾಗ ಖುಷಿಯಾಗುತ್ತದೆ. ಶತಮಾನಗಳಿಂದ ಪುರುಷರ ದೌರ್ಜನ್ಯಕ್ಕೆ ಒಳಗಾಗಿದ್ದ ಮಹಿಳೆ ಈಗಲಾದರೂ ಎದ್ದುನಿಲ್ಲುವಂತಾಯಿತಲ್ಲ ಎಂದು ಸಮಾಧಾನವಾಗುತ್ತದೆ.

ದೇಶ ಸುತ್ತುವುದರಿಂದ ಬಂದ ಮತ್ತೊಂದು ಬಳುವಳಿಯೆಂದರೆ 'ದೇಶಪ್ರೇಮ'! ಹೊರದೇಶದಲ್ಲಿ ನೆಲೆಸಿದ್ದರೂ ನಮ್ಮ ದೇಶದ ಸಮಸ್ಯೆಗಳಿಗೆ ಸ್ಪಂದಿಸುವ ಗುಣ ಎಲ್ಲೆಲ್ಲಿಯೂ ಕಂಡುಬರುತ್ತಿದೆ. ಭೂಕಂಪ, ಕಾರ್ಗಿಲ್ ಯುದ್ಧಗಳ ಸಮಯದಲ್ಲಿ ಹೊರ ದೇಶದಲ್ಲಿ ಬೇರೂರಿದ ಭಾರತೀಯರಿಂದ ಮತ್ತು ಇಲ್ಲಿರುವ ಸಾಫ್ಟ್‌ವೇರ್ ವೃತ್ತಿಪರರಿಂದ ಹರಿದು ಬಂದ ಧನಸಹಾಯಕ್ಕಿಂತ ಬೇರೆಯ ನಿದರ್ಶನ ಬೇಕಿಲ್ಲ. ಬಹುಶಃ ಇತರ ದೇಶಗಳಲ್ಲಿ ಜನರು ತಮ್ಮ ದೇಶದ ಬಗ್ಗೆ ತೋರಿಸುವ ಪ್ರೇಮವನ್ನು ಕಂಡಾಗ ನಮ್ಮ ಭಾರತೀಯನಲ್ಲೂ ಅಳುಕು ಉಂಟಾಗಿರಬೇಕು. ಅದೇ ಇಂದು ದೇಶದ ಬಗ್ಗೆ ಚಿಂತಿಸುವದಕ್ಕೆ ಪ್ರೇರಣೆಯಾಗಿರಬೇಕು.

ಬರೀ ಇಷ್ಟೇ ಹೇಳಿಬಿಟ್ಟರೆ ಗುಲಾಬಿ ಹೂವನ್ನು ವರ್ಣಿಸಿ, ಮುಳ್ಳನ್ನು ಮರೆತಂತಾದೀತು. ಸಾಫ್ಟ್‌ವೇರ್ ಪ್ರಪಂಚ ನಿರ್ಮಿಸಿರುವ, ನಿರ್ಮಿಸುತ್ತಿರುವ ಮುಳ್ಳುಗಳ ಮೊನೆಗಳನ್ನು ಗಮನಿಸೋಣ.

'ಏನಯ್ಯಾ ಇದು, ಎಲ್ಲೆಲ್ಲೂ ಬರೀ ಸಾಫ್ಟ್‌ವೇರ್ ಇಂಜಿನಿಯರುಗಳು' ಅಂತ ಬೊಬ್ಬೆ ಹೊಡೆದರೂ, ಭಾರತೀಯ ಜನಸಂಖ್ಯೆಗೆ ಹೋಲಿಸಿದರೆ ಇದು ಏನೇನೂ ಅಲ್ಲ. ಆದರೆ ಅದರ ಬಗ್ಗೆ ಗುಲ್ಲೋ ಗುಲ್ಲಾಗಿದ್ದಕ್ಕೆ ಮುಖ್ಯ ಕಾರಣವೆಂದರೆ ಅಲ್ಲಿ ಹರಿಯುತ್ತಿರುವ ಹಣ. ಅಪ್ಪಂದಿರು ತಮ್ಮ ನಿವೃತ್ತಿಯ ಸಮಯದಲ್ಲೂ ಕಂಡಿರದ ಸಂಬಳವನ್ನು ಮಕ್ಕಳು ತಮ್ಮ ಮೊದಲ ಸಂಬಳದಲ್ಲಿಯೇ ಕಂಡುಬಿಟ್ಟಿದ್ದಾರೆ. ವರುಷ ಮೂವತ್ತೈದಾದರೂ ಸರಿಯಾದ ಕೆಲಸವಿಲ್ಲದೆ –

ಅದೇ ಕಾರಣಕ್ಕಾಗಿ ಮದುವೆಯಾಗಲು ಹೆಣ್ಣೂ ಸಿಗದೆ ಒದ್ದಾಡುವ ಯುವಜನಾಂಗ ಒಂದು ಕಡೆ ಕಂಡುಬಂದರೆ, ಈ ಸಾಫ್ಟ್‌ವೇರ್ ಪೋರರು ಮದುವೆಗೆ ಮುಂಚೆಯೆ ಲಕ್ಷಗಟ್ಟಲೆ ಹಣ ಸುರಿದು ಮನೆ, ಕಾರು ಎಲ್ಲಾ ಮಾಡಿಕೊಂಡುಬಿಟ್ಟಿದ್ದಾರೆ.

ಅಸಮಾನತೆ ಯಾವುದೇ ಸಮಾಜಕ್ಕೂ ಒಳ್ಳೆಯದಲ್ಲ. ಅಸಮಾನತೆಯ ದಳ್ಳುರಿ ಯಾವುದೇ ಅಣುಬಾಂಬಿಗೂ ಕಡಿಮೆಯಲ್ಲ. ಬೇರೆ ವೃತ್ತಿಯಲ್ಲಿರುವವರು ಹಗಲಿರುಳು ದುಡಿದರೂ ಸಾಧಿಸಲಾಗದ್ದನ್ನು ಸಾಫ್ಟ್‌ವೇರ್ ಮಂದಿ ಚಿಟಿಕೆ ಹೊಡೆಯುವಷ್ಟರಲ್ಲಿ ಮುಗಿಸಿಬಿಡುತ್ತಿರುವದನ್ನು ಕಂಡ ಮೇಲೆ ಒಳಗೊಳಗೇ ದ್ವೇಷದ ಕಿಡಿ ಹತ್ತಿ ಉರಿಯುತ್ತಿದೆ. ಅದು ಅಸಹಜವೇನಲ್ಲ. ಆದರೆ ಈ ದ್ವೇಷದ ಕಿಡಿಯೇ ನಮ್ಮ ಸಮಾಜವನ್ನು ಧ್ವಂಸ ಮಾಡಿಬಿಡುತ್ತದೆಯೋ ಎಂಬ ಹೆದರಿಕೆಯಾಗುತ್ತದೆ.

ಸಾಫ್ಟ್‌ವೇರ್ ಪ್ರಪಂಚದಲ್ಲಿರುವವರು ತಮ್ಮದೇ ಲೋಕದಲ್ಲಿ ಮುಳುಗಿ ತೇಲುವ ಮಂದಿ. ಬೆಳಿಗ್ಗೆ ಎಂಟಕ್ಕೆ ಹೋದರೆ ರಾತ್ರಿ ಹತ್ತು ಹನ್ನೆರಡಕ್ಕೆ ವಾಪಾಸಾಗುತ್ತಿದ್ದಾರೆ. ತಮ್ಮ ಕುಟುಂಬದ ಜೊತೆಯೇ ಸಾಕಷ್ಟು ಸಮಯ ಕಳೆಯಲಾಗದಂತಹ ಪರಿಸ್ಥಿತಿ ನಿರ್ಮಿಸಿಕೊಂಡಿದ್ದಾರೆ. ಇನ್ನು ಅವರು ಸಮಾಜದ ಇತರ ಚಟುವಟಿಕೆಗಳಲ್ಲಿ ಭಾಗವಹಿಸುವದಂತೂ ದೂರದ ಮಾತು. ಕನ್ನಡ ಸಾಹಿತ್ಯವನ್ನೇ ಉದಾಹರಣೆ ತೆಗೆದುಕೊಳ್ಳಿ. ಹೊಸದಾಗಿ ಬರೆಯುವ (ಚೆನ್ನಾಗಿ ಬರೆಯುವ) ಲೇಖಕರ ಸಂಖ್ಯೆ ಅದೆಷ್ಟು ಕಡಿಮೆಯಾಗಿ ಹೋಗಿದೆಯೆಂದರೆ, ಸೃಜನಶೀಲತೆ ಬೇರೊಂದು ರಂಗಕ್ಕೆ ವಲಸೆ ಹೋಗಿದೆಯೇನೋ ಎಂಬ ಅನುಮಾನವಾಗುತ್ತದೆ. ಬರೀ ಇಷ್ಟೇ ಅಲ್ಲ. ಈ ಸಾಫ್ಟ್‌ವೇರ್ ಮಂದಿ ದಿನನಿತ್ಯದ ವ್ಯವಹಾರದಲ್ಲಿ ಹಣವನ್ನು ನೀರಿನಂತೆ ಸುರಿಯುತ್ತಿದ್ದಾರೆ. ಇದರಿಂದಾಗಿ ಮನೆ ಬಾಡಿಗೆ, ಹೋಟೆಲಿನ ಬೆಲೆ, ನೆಲದ ಬೆಲೆಯೆಲ್ಲಾ ಗಗನಕ್ಕೇರಿ ಕುಳಿತುಬಿಟ್ಟಿವೆ. ಸಾಮಾನ್ಯ ಗುಮಾಸ್ತೆಯ ಉದ್ಯೋಗದಲ್ಲಿರುವವರು ಬೆಂಗಳೂರಿನಲ್ಲಿ ನೆಲೆಯೂರುವುದೇ ಕಠಿಣವಾಗಿಹೋಗುತ್ತಿದೆ.

ದೇಶ ಸುತ್ತಿ ಬಂದಿದ್ದರಿಂದ ಒಳ್ಳೆಯ ಆಲೋಚನೆಗಳು ಬಂದಿವೆಯೆಂಬುದು ಎಷ್ಟು ನಿಜವೋ, ಅಷ್ಟೇ ಪ್ರಮಾಣದಲ್ಲಿ ದುರಭ್ಯಾಸಗಳೂ ನುಸುಳುತ್ತಿರುವುದು ಸತ್ಯ. ಆಲ್ಕೋಹಾಲ್ ಸೇವನೆ, ಧೂಮಪಾನ, ವಿವಾಹೇತರ ಸಂಬಂಧ, ವಿನಾಕಾರಣ ಜಗಳಾಡಿ ಬೇರೆಯಾಗುವ ದಂಪತಿಗಳು, ವೃತ್ತಿಯ ಮೇಲಿನ ವ್ಯಾಮೋಹದಿಂದ ಅವಿವಾಹಿತರಾಗುಳಿದುಬಿಡುವುದು ಇಂದು ಸಾಮಾನ್ಯವಾಗುತ್ತಿದೆ.

ಇರಲಿ. ಇವೆಲ್ಲಕ್ಕೂ ಮುಖ್ಯವಾಗಿ ನಾವಿಂದು ಸಾಫ್ಟ್‌ವೇರ್ ಪ್ರಪಂಚ ದಿನದಿನಕ್ಕೆ ಕುಸಿದು ಹೋಗುತ್ತಿರುವುದನ್ನು ಕಾಣುತ್ತಿದ್ದೇವೆ. ಸಮಾಜ ಅವರೆಡೆ ಅಸೂಯೆಯ ಕಣ್ಣಿಂದ ನೋಡುವದಿರಲಿ, ಅನುಕಂಪ ಸೂಸುವ ಕಾಲ ದೂರವಿಲ್ಲವೇನೋ ಎಂಬ ಅನುಮಾನ ಶುರುವಾಗುತ್ತಿದೆ. ದಿನ ಬೆಳಗಾದರೆ ಯಾವುದೋ ಕಂಪನಿ ಮುಚ್ಚಿಹೋದ ಸುದ್ದಿ, ಇಲ್ಲವೆ ಮತ್ತಿನ್ನಾವುದೋ ಕಂಪನಿಯಲ್ಲಿ ನೂರಾರು ಜನರನ್ನು ಹೊರಹಾಕಿದ ಸುದ್ದಿ ಕೇಳಿ ಕೇಳಿ ನಮ್ಮೆಲ್ಲರ ಎದೆಯಲ್ಲಿ ಸಣ್ಣಗೆ ನಡುಕ ಹುಟ್ಟುತ್ತಿದೆ.

ಬೆಂಗಳೂರು, 14ನೇ ಅಕ್ಟೋಬರ್ 2001

‘ಇಲ್ಲಿದೆ’ ಕನ್ನಡ!

ನವೆಂಬರ್ ತಿಂಗಳಿನ ಈ ಹೊತ್ತಿನಲ್ಲಿ, ನಾನೊಬ್ಬ ‘ಕನ್ನಡಾಭಿಮಾನಿ’ ಅಂತ ಹೇಳಿಕೊಂಡರೆ ನಿಮ್ಮ ಮನಸ್ಸಿನಲ್ಲಿ ಅದೇನು ಚಿತ್ರ ಮೂಡಿಬಿಡುತ್ತದೋ ಎಂದು ದಿಗಿಲಾಗುತ್ತದೆ. ಕನ್ನಡ ಬಾವುಟವನ್ನು ಹಾರಿಸುತ್ತಾ, ಕನ್ನಡಪರ ಘೋಷಣೆಗಳನ್ನು ಕೂಗುತ್ತಾ, ರಾಜ್ಯೋತ್ಸವದ ದಿನ ನೂರಾರು ಕನ್ನಡಿಗರ ಮುಂದೆ ಆವೇಶದಿಂದ ಮಾತನಾಡುತ್ತಾ... ಕ್ಷಮಿಸಿ, ಅದೊಂದೂ ಅಲ್ಲ.

ಹತ್ತು ವರ್ಷಗಳ ಹಿಂದೆ ನನ್ನ ಗೆಳೆಯನೊಬ್ಬ ನನ್ನನ್ನು ತನ್ನ ಕಛೇರಿಗೆ ಕರೆಸಿಕೊಂಡು ಅದೇ ಹೊಸತಾಗಿ ಬಂದಿದ್ದ ಇಂಟರ್‌ನೆಟ್ ತಂತ್ರಜ್ಞಾನವನ್ನು ಪರಿಚಯಿಸಿದ್ದ. ಜಗತ್ತಿನ ಯಾವ ವಿಷಯವನ್ನಾದರೂ ಅದರಲ್ಲಿ ಹುಡುಕಬಹುದೆಂದು ಹೇಳಿ, ನನಗೆ ಉಪಯೋಗಿಸಲು ಕೊಟ್ಟಿದ್ದ. ನಾನು ಮೊದಲು ಅದರಲ್ಲಿ ಹುಡುಕಿದ ಶಬ್ದ ‘ಕನ್ನಡ’! ಮೌಸ್ ಕ್ಲಿಕ್ಕಿಸಿ ಫಲಿತಾಂಶಕ್ಕಾಗಿ ಕಾಯುವಾಗ ನನ್ನಲ್ಲಿ ಅದೆಂತಹದೋ ಆತಂಕ ಶುರುವಾಗಿತ್ತು. ಆದರೆ ನನ್ನ ನಿರೀಕ್ಷೆಯನ್ನು ಹುಸಿ ಮಾಡದಂತೆ, ಹತ್ತಾರು ವೆಬ್ ಸೈಟುಗಳು ‘ಕನ್ನಡ’ ಪದವನ್ನು ಹೊತ್ತು ಬಂದಾಗ ‘ಹೇ...’ ಎಂದು ಸಂತೋಷದ ಉದ್ಗಾರವನ್ನು ಮಾಡಿದ್ದೆ.

ಕಲ್ಕತ್ತಾದಲ್ಲಿ ಒಂದು ವರ್ಷ ಇದ್ದಾಗ ಕನ್ನಡವೆಂದರೆ ಬಾಯಿಬಾಯಿ ಬಿಡುವ ಪರಿಸ್ಥಿತಿ ಬಂದಿತ್ತು. ಒಂದು ದಿನ ಚೌರಂಗಿ ರಸ್ತೆಯಲ್ಲಿ ಸಂಜೆಯ ಹೊತ್ತು ನಡೆಯುತ್ತಿರುವಾಗ, ಒಂದು ರೂಪಾಯಿ ಕೊಟ್ಟು ಕಡಲೆಕಾಯಿ ಕೊಂಡಿದ್ದೆ. ಅದನ್ನು ತಿನ್ನುತ್ತಾ ತುಂಬಾ ದೂರ ನಡೆದ ಮೇಲೆ ಅದನ್ನು ಕಟ್ಟಿಕೊಟ್ಟ ಪೊಟ್ಟಣದತ್ತ ಕಣ್ಣು ಹಾಯಿಸಿದರೆ ಮೈ ಜುಂ ಎಂದಿತ್ತು! ಕನ್ನಡದ ದಿನಪತ್ರಿಕೆಯ ಪುಟವದಾಗಿತ್ತು! ತಕ್ಷಣ ಆ ಕಡಲೆಕಾಯಿ ಮಾರುವವನನ್ನು ಹುಡುಕಿಕೊಂಡು ಹೋಗಿದ್ದೆ. ಈ ಕಾಗದ ಎಲ್ಲಿಂದ ಬಂತು ಅಂತ ಅವನನ್ನು ಪೀಡಿಸಿದರೆ ‘ಮಾಲೂಮ್ ನಹೀ

ಸಾಬ್...' ಎಂದು ಉತ್ತರಿಸಿದ್ದ. ಕಡೆಗೆ ಅವನ ಬಳಿಯಲ್ಲಿದ್ದ ಎಲ್ಲಾ ಕಾಗದದ ತುಂಡುಗಳನ್ನು ಪಡೆದುಕೊಂಡು, ಅದಕ್ಕೆ ಬದಲಾಗಿ ಅವನಿಗೆ ಆ ದಿನದ ಇಂಗ್ಲೀಷ್ ಪತ್ರಿಕೆಯೊಂದನ್ನು ಕೊಡಿಸಿದ್ದೆ. ಮನೆಗೆ ಬಂದು ಆ ಎಲ್ಲಾ ತುಂಡು ಕಾಗದಗಳನ್ನು ಜೋಡಿಸಿ, ಕನ್ನಡವನ್ನು ಓದಿದಾಗ ಏನೋ ಖುಷಿ! ಆ ದಿನವೆಲ್ಲಾ ಉಲ್ಲಾಸದಿಂದಿದ್ದೆ.

ಇಂಗ್ಲೆಂಡಿನಲ್ಲೊಮ್ಮೆ ಡೇವಿಡ್ ಮೆಕ್‌ಡೊನಾಲ್ಡ್ ಎನ್ನುವ ಉನ್ನತ ಅಧಿಕಾರಿಯನ್ನು ಭೇಟಿಯಾಗಲು ಲಂಡನ್ನಿಗೆ ಹೋಗಿದ್ದೆ. ಅವರಿಂದ ದೊಡ್ಡದೊಂದು ಪ್ರಾಜೆಕ್ಟ್ ನನ್ನ ಕಂಪನಿಗೆ ಸಿಗುವ ನಿರೀಕ್ಷೆಯಿತ್ತು. ಆದರೆ ಡೇವಿಡ್‌ಗೆ ನನ್ನ ಪ್ರೆಜೆಂಟೇಶನ್, ಪರಿಹಾರ, ಯೋಜನೆ, ವೆಚ್ಚಗಳೊಂದೂ ತೃಪ್ತಿಯನ್ನು ಕೊಡಲಿಲ್ಲ. ಪ್ರಾಜೆಕ್ಟ್ ಕೊಡುವದಿಲ್ಲವೆಂದು ನೇರವಾಗಿ ಹೇಳಿಬಿಟ್ಟ. ಆದರೂ ಮರ್ಯಾದೆಗಾಗಿ ಮಧ್ಯಾಹ್ನದ ಊಟಕ್ಕೆ ಆಹ್ವಾನಿಸಿದ. ನಾನು ಒಲ್ಲದ ಮನಸ್ಸಿನಿಂದ ಒಪ್ಪಿಕೊಂಡೆ. ಊಟ ಮುಗಿದ ಮೇಲೆ ಸಿಗರೇಟ್ ಸೇದುವುದು ಇಂಗ್ಲೀಷ್ ಜನಗಳ ಅಭ್ಯಾಸ. ನಾನು ಸಿಗರೇಟ್ ಸೇದುವದಿಲ್ಲವಾದರೂ ಅವನು ಸೇದುತ್ತಾನಾದ್ದರಿಂದ ಒಂದು ಪ್ಯಾಕೆಟ್ ಕೊಂಡು ತಂದು ಅವನ ಮುಂದೆ ಹಿಡಿದೆ. 'ಬೇಡ ಬೇಡ, ನನ್ನ ಬಳಿ ಬೇರೆ ಸ್ಟ್ರಾಂಗ್ ಸಿಗರೇಟಿದೆ...' ಎಂದು ಹೇಳಿ ಜೇಬಿನಿಂದ ಮಂಗಳೂರು ಗಣೇಶ ಬೀಡಿಯ ಕಟ್ಟನ್ನು ಹೊರತೆಗೆದ!

ಬೀಡಿಯ ಕಟ್ಟಿನ ಮೇಲೆ ಕನ್ನಡ ಅಕ್ಷರಗಳನ್ನು ಕಂಡಿದ್ದೇ ಕುಣಿಯುವಷ್ಟು ಖುಷಿಯಾಗಿತ್ತು. 'ಇದೆಲ್ಲಿ ನಿಂಗೆ ಸಿಗ್ತು?' ಅಂತ ಕೇಳಿದ್ದಕ್ಕೆ 'ವೆಂಬ್ಲಿ ಇಂಡಿಯನ್ ಶಾಪ್‌ಗಳಲ್ಲಿ ಸಿಗ್ತದೆ. ಸಿಗರೇಟಿಗಿಂತಾ ಇದು ಜಾಸ್ತಿ ಕಿಕ್ ಕೊಡ್ತದೆ. ಇತ್ತೀಚೆಗೆ ಇದಕ್ಕೇ ಅಡಿಕ್ಟ್ ಆಗಿದೀನಿ' ಅಂತ ಹೇಳಿ ಬೀಡಿ ಸೇದಲು ಶುರುವಿಟ್ಟ. ಅವನನ್ನು ಕೇಳಿ ಆ ಬೀಡಿ ಕಟ್ಟಿನ ಕಾಗದವನ್ನು ಪಡೆದುಕೊಂಡು ಬಂದಿದ್ದೆ. ಪ್ರಾಜೆಕ್ಟ್ ಕೊಟ್ಟಿಲ್ಲವೆಂದು ಡೇವಿಡ್‌ನ ಮೇಲೆ ಸಿಟ್ಟಿದ್ದರೂ ನಮ್ಮ ಗಣೇಶ ಬೀಡಿಯನ್ನು ಸೇದುತ್ತಾನಲ್ಲ ಅಂತ ಸ್ನೇಹಭಾವ ಮೂಡಿತ್ತು. ಮುಂದಿನ ಸಲ ಅವನನ್ನು ಭೇಟಿಯಾದಾಗ ಒಂದೆರಡು ಕಟ್ಟು ಗಣೇಶ ಬೀಡಿಗಳನ್ನು ಕಾಣಿಕೆಯಾಗಿ ಕೊಟ್ಟು 'ನಮ್ಮ ನಾಡಿನಲ್ಲಿ ತಯಾರಿಸ್ತಾರೆ' ಎಂದು ಹೆಮ್ಮೆಯಿಂದ ಹೇಳಿದ್ದೆ. ಖುಷಿಯಾದ.

ಕೆಲವು ವರ್ಷಗಳ ಹಿಂದೆ ಅಂತರ್‌ಜಾಲದಲ್ಲಿ ಕತೆ, ಲೇಖನಗಳ ಒಂದು ಪತ್ರಿಕೆಯನ್ನು ನಡೆಸುತ್ತಿದ್ದೆ. ಅದಕ್ಕೆ ಲೇಖನಗಳನ್ನು ಆಹ್ವಾನಿಸಿ 'ಇಲ್ಲಿದೆ ಲೇಖಕರಿಗೊಂದು ಸುವರ್ಣಾವಕಾಶ' ಅಂತ ಒಂದು ಮನವಿಯನ್ನು ಇಂಟರ್‌ನೆಟ್‌ನಲ್ಲಿ ಹಾಕಿದ್ದೆ. ಇಂಗ್ಲೀಷ್ ಲಿಪಿಯಲ್ಲಿ ಬರೆದ ಕನ್ನಡದ ಮನವಿಯದು. ಯಾರೋ ಒಬ್ಬ ಕಿಡಿಗೇಡಿ ಎನ್.ಆರ್.ಐ. ಅದನ್ನು ಗೇಲಿ ಮಾಡಿ ತಲೆಹರಟೆಯ ಪ್ರತಿಕ್ರಿಯೆ ವ್ಯಕ್ತಪಡಿಸಿದ್ದ. ಬೇಸರವಾಗಿತ್ತು. ಆದರೆ ಸುಮಾರು ಆರು ತಿಂಗಳ ನಂತರ 'ಇಲ್ಲಿದೆ ಲ್ಯಾಂಬರ್ಟ್' ಎಂಬ ಫ್ರೆಂಚ್ ಮಹಿಳೆಯಿಂದ ನನಗೊಂದು ವಿಶೇಷ ಇ-ಮೇಲ್ ಬಂತು. 'ಇತ್ತೀಚೆಗೆ ನನ್ನ ಹೆಸರನ್ನು ಇಂಟರ್‌ನೆಟ್‌ನಲ್ಲಿ ಹುಡುಕುತ್ತಿದ್ದಾಗ ನಿನ್ನ ಪೋಸ್ಟಿಂಗ್ ಸಿಕ್ಕಿತು. ನಿನ್ನ ಭಾಷೆ ಯಾವುದೋ ನನಗೆ ಗೊತ್ತಿಲ್ಲ. ಆದರೆ ಅದರಲ್ಲಿ ನನ್ನ ಹೆಸರನ್ನು ನಮೂದಿಸಿದ್ದೀಯ. 'ಇಲ್ಲಿದೆ' ಎಂದರೆ ನಿಮ್ಮ ಭಾಷೆಯಲ್ಲಿ ಏನರ್ಥ?' ಎಂದು ಆ ಪತ್ರದ ಒಕ್ಕಣೆಯಿತ್ತು.

'ಇಲ್ಲಿದೆ' ಅಂದರೆ ಏನರ್ಥ? ಹೆಸರಿಟ್ಟುಕೊಳ್ಳುವಂತಹ ನಾಮಪದವೂ ಅದಲ್ಲ. ಹಾಗಂತ ಏನೂ ಬರೆಯದೆ ಹೋದರೆ ಆ ಮಹಿಳೆ ಬೇಸರ ಮಾಡಿಕೊಳ್ಳಬಹುದು ಎಂದೆನ್ನಿಸಿತು. ನನಗೆ ತೋಚಿದಂತೆ ಉತ್ತರ ಬರೆದೆ – 'ಇಲ್ಲಿದೆಯೆಂದರೆ 'ಇಟ್ ಈಸ್ ಹಿಯರ್' ಎಂದರ್ಥ. ಅಂದರೆ 'ಸತ್ಯ', 'ವಾಸ್ತವ' ಎಂದೂ ಹೇಳಬಹುದು. ನನ್ನ ಭಾಷೆ ಕನ್ನಡ. ದಕ್ಷಿಣ ಭಾರತದ ರಾಜ್ಯವೊಂದರ ಸುಂದರ ಭಾಷೆ' ಎಂದು ಬರೆದೆ. ಅದಕ್ಕೆ ಆ ಮಹಿಳೆ ತುಂಬಾ ಖುಷಿಯಿಂದ ಉತ್ತರ ಬರೆದಳು. 'ನಮ್ಮ ದೇಶದಲ್ಲಿ 'ಇಲ್ಲಿದೆ' ಎಂಬ ಸಂತನಿದ್ದ. ಹದಿನೆಂಟನೆಯ ಶತಮಾನದಲ್ಲಿ ಜೀವಿಸಿದ್ದ. ಅಂತಹ ಮಹಾನ್ ಸಂತನ ಹೆಸರು ನನ್ನದು. ದೂರದ ನಿನ್ನ ಕನ್ನಡ ಭಾಷೆಯಲ್ಲಿಯೂ 'ಸತ್ಯ' ಎಂದು ಅದಕ್ಕೆ ಒಳ್ಳೆಯ ಅರ್ಥವಿರುವುದು ನನಗೆ ತುಂಬಾ ಖುಷಿ ಕೊಟ್ಟಿದೆ. ಸಾಧ್ಯವಾದರೆ ನಿನ್ನ ದೇಶಕ್ಕೊಮ್ಮೆ ಭೇಟಿ ಮಾಡಿ ನಿನ್ನ ಭಾಷೆಯನ್ನು ಕೇಳುತ್ತೇನೆ' ಎಂದು ಬರೆದಳು. 'ದಯವಿಟ್ಟು ಒಮ್ಮೆ ಬಾ. ನನ್ನ ಭಾಷೆಯಲ್ಲಿ ನಿನ್ನ ದೇಶದ ಮತ್ತಷ್ಟು ಮಹನೀಯರು ಸಿಕ್ಕಾರು' ಎಂದು ಉತ್ತರಿಸಿದ್ದೆ. ಅನಿರೀಕ್ಷಿತವಾಗಿ ನಡೆದ ಈ ಪತ್ರ ವ್ಯವಹಾರ ನನ್ನಲ್ಲಿ ಒಂದು ವಿಚಿತ್ರ ಖುಷಿಯನ್ನು ಕೊಟ್ಟಿತ್ತು.

ನಾನು ಕನ್ನಡದಲ್ಲಿ ಸಹಿ ಮಾಡುತ್ತೇನೆ. ಬರೀ ಇಂಗ್ಲೀಷಿನ ವಾತಾವರಣದಲ್ಲಿ ಬದುಕುವ ನನಗೆ ಕನ್ನಡದಲ್ಲಿ ಏನಾದರೂ ಬರೆಯಲು ಸಿಗುವ ಅವಕಾಶ ಇದೊಂದೇ! ಆದರೆ ಈ ಕನ್ನಡದ ಸಹಿ ಕಲ್ಕತ್ತಾದಲ್ಲಿ ಒಂದು ದೊಡ್ಡ ಗೊಂದಲವನ್ನು ಸೃಷ್ಟಿಸಿತ್ತು. ನಾನು ಕೆಲಸ ಮಾಡುತ್ತಿದ್ದ ಕಂಪನಿಯವರು ನಮ್ಮ ಸಂಬಳವನ್ನು ಅದೇ ಬಿಲ್ಡಿಂಗ್‌ನಲ್ಲಿರುವ ಸ್ಟೇಟ್ ಬ್ಯಾಂಕ್ ಆಫ್ ಇಂಡಿಯಾದಲ್ಲಿ ಜಮಾ ಮಾಡುತ್ತಿದ್ದರು. ನನಗೂ ಆ ಬ್ಯಾಂಕಿನಲ್ಲಿ ಖಾತೆ ತೆರೆಯಲು ಹೇಳಿದರು. ಆದರೆ ಅಲ್ಲಿಯ ಮ್ಯಾನೇಜರ್ ನನ್ನ ಕನ್ನಡ ಸಹಿಯನ್ನು ನಿರಾಕರಿಸಿಬಿಟ್ಟ. ನೀವು ಇಂಗ್ಲೀಷಿನಲ್ಲಾದರೂ ಸಹಿ ಮಾಡಿ, ಇಲ್ಲವೆ ಬೆಂಗಾಲಿ-ಹಿಂದಿಯಲ್ಲಿ ಸಹಿ ಮಾಡಿ, ಆದರೆ ಈ ಮದ್ರಾಸಿ ಭಾಷೆಯ ಸಹಿಯನ್ನು ನಾವು ಸ್ವೀಕರಿಸುವದಿಲ್ಲ ಎಂದು ಹಠ ಹಿಡಿದ. ಮದ್ರಾಸಿ ಅಲ್ಲ, ಕನ್ನಡ ಅಂತ ತಿದ್ದಿ ಹೇಳಿದೆ. ಬ್ಯಾಂಕಿನ ನಿಯಮಗಳೇನಿವೆಯೋ ನನಗೆ ಗೊತ್ತಿಲ್ಲ, ಆದರೆ ಈ ಮ್ಯಾನೇಜರ್ ಕೇವಲ ಭಾಷಾದ್ವೇಷದಿಂದ ನಿರಾಕರಿಸುತ್ತಿದ್ದಾನೆಂದು ನನಗೆ ಗೊತ್ತಾಯ್ತು. 'ಜಪಾನ್ ದೇಶದ ವ್ಯಾಪಾರಿಯೊಬ್ಬ ನಿಮ್ಮ ಬ್ಯಾಂಕಿನಲ್ಲಿ ಹಣ ಇಡಲು ಬಂದರೆ ಏನು ಮಾಡ್ತೀರ?' ಅಂತೆಲ್ಲಾ ವಾದಿಸಿದೆನಾದರೂ ಅವನು ಕೇಳಲಿಲ್ಲ. 'ನಿಮಗೆ ಇಂಗ್ಲೀಷಿನಲ್ಲಿ ಸಹಿ ಮಾಡಲು ಏನು ಕಷ್ಟ? ಇಂಜಿನಿಯರಿಂಗೆಲ್ಲಾ ಮಾಡಿ ಈ ತರಹ ಹಳ್ಳಿಯವರಂತೆ ಕನ್ನಡದಲ್ಲಿ ಸಹಿ ಮಾಡೋದೇಕೆ?' ಅಂತೆಲ್ಲಾ ವಿಚಿತ್ರ ವಾದವನ್ನು ಶುರುವಿಟ್ಟು 'ಬೇಕಿದ್ದರೆ ಹೆಬ್ಬೆಟ್ಟೊತ್ತಿ ಸಹಿ ಮಾಡಿ. ನಾನು ಖಾತೆ ತೆರೆಯಲು ಅವಕಾಶ ಕೊಡುತ್ತೇನೆ' ಎಂದ. ಮೈ ಉರಿದುಹೋಯ್ತು. 'ನೋಡಯ್ಯ, ನಿನ್ನ ಬ್ಯಾಂಕಿನಲ್ಲಿ ಖಾತೆ ತೆರೆಯಲು ನೀನು ಒಪ್ಪದಿದ್ದರೆ ಕುದುರೆಜುಟ್ಟು, ಕತ್ತೆಬಾಲ. ನಾನಂತೂ ನನ್ನ ಸಹಿಯನ್ನು ಬದಲಾಯಿಸುವದಿಲ್ಲ. ಎಂಟನೇ ಕ್ಲಾಸಿನಲ್ಲಿ ಅಭ್ಯಾಸ ಮಾಡಿಕೊಂಡ ಸಹಿ ಇದು' ಎಂದು ಹೇಳಿಬಿಟ್ಟೆ.

ಆದರೆ ನನ್ನ ಕಂಪನಿಯವರಿಗೆ ಫಜೀತಿಗಿಟ್ಟುಕೊಂಡಿತು. ಸಂಬಳವನ್ನು ಕೈಯಲ್ಲಿ ಕೊಡುವಂತಿಲ್ಲ. ನನಗೆ ಬ್ಯಾಂಕಿನಲ್ಲಿ ಖಾತೆ ತೆರೆಯಲು ಮ್ಯಾನೇಜರ್ ಒಪ್ಪುತ್ತಿಲ್ಲ. ಕಡೆಗೆ

ನಾನು ಹತ್ತು ಕಿಲೋ ಮೀಟರ್ ದೂರದಲ್ಲಿರುವ ಸಿಂಡಿಕೇಟ್ ಬ್ಯಾಂಕಿನ ಶಾಖೆಯೊಂದನ್ನು ಹುಡುಕಿಕೊಂಡು ಹೋದೆ. ಕನ್ನಡದ ಮ್ಯಾನೇಜರರು ಖುಷಿಯಿಂದ ಖಾತೆ ತೆರೆಯಲು ಸಹಾಯ ಮಾಡಿದರು. ಆದರೆ ನಮ್ಮ ಕಂಪನಿಯ ಅಕೌಂಟೆಂಟ್‌ಗಳು ಗೊಣಗಾಡುತ್ತಲೇ ಇದ್ದರು. ನಿಮ್ಮ ಸಂಬಳವೊಂದೇ ಬೇರೆ ಬ್ಯಾಂಕಿಗೆ ವರ್ಗಾಯಿಸಲು ನಮಗೆ ಎಷ್ಟೊಂದು ಕಷ್ಟವಾಗುತ್ತದೆ ಗೊತ್ತಾ? ಎಂದು ನಾನೇ ತಪ್ಪಿತಸ್ಥ ಎನ್ನುವಂತೆ ಮಾತನಾಡುತ್ತಿದ್ದರು.

ನಾನು ಮಾತ್ರ ಮಿಸುಕಾಡಲಿಲ್ಲ. ಆದರೆ ನನ್ನ ಕನ್ನಡದ ಸಹಿ ನನಗೆ ಹಲವು ಗೆಳೆಯರನ್ನು ಮಾಡಿಕೊಟ್ಟಿದೆ. ಡೆನ್ಮಾರ್ಕಿನ ಬಿಲುಂದ್ ಎನ್ನುವ ಗ್ರಾಮದಲ್ಲಿದ್ದಾಗ ಒಂದು ದಿನ ಹಿರಿಯರೊಬ್ಬರು ನನ್ನನ್ನು ಹುಡುಕಿಕೊಂಡು ಕೊಪನ್‌ಹ್ಯಾಗನ್‌ನಿಂದ ಬಂದಿದ್ದರು. ಬ್ಯಾಂಕೊಂದರಲ್ಲಿ ಕೆಲಸ ಮಾಡುವ ಅವರಿಗೆ ನಾನು ಸಹಿ ಮಾಡಿದ ಕ್ರೆಡಿಟ್‌ಕಾರ್ಡಿನ ರಸೀತಿಯೊಂದು ಸಿಕ್ಕು, ಅದರ ವಿವರಗಳನ್ನೆಲ್ಲಾ ಕೆದಕಿ ನೋಡಿ, ನನ್ನ ಮನೆಗೆ ಬಂದಿದ್ದರು. ನನ್ನ ಕೈಯನ್ನು ಹಿಡಿದುಕೊಂಡು 'ನಮ್ಮವರನ್ನ ನೋಡಿ ಎಷ್ಟೊಂದು ವರ್ಷ ಆಗಿತ್ತು ನೋಡಪ್ಪ. ನೀನು ಪಟಪಟ ಅಂತ ಕನ್ನಡ ಮಾತಾಡೋದು ನೋಡಿದ್ರೆ ಎಂಥದೋ ಖುಷಿ ಆಗ್ತಾ ಅದೆ' ಅಂತ ಗದ್ಗದಿತರಾಗಿದ್ದರು. ನಾನು ಡೆನ್ಮಾರ್ಕಿನಲ್ಲಿ ಇರುವವರೆಗೆ ನನ್ನನ್ನು ಅವರ ಮಗನೆಂಬಂತೆ ನೋಡಿಕೊಂಡರು.

ಅನಿರೀಕ್ಷಿತ ಸ್ಥಳಗಳಲ್ಲಿ ಕನ್ನಡ ಕಂಡಾಗ ಹೇಗೆ ಖುಷಿ ಆಗುತ್ತದೆಯೋ ಅದೇ ರೀತಿ ನಿರೀಕ್ಷಿತ ಸ್ಥಳಗಳಲ್ಲಿ ಅದು ಕಾಣದಿದ್ದಾಗ ಬೇಸರವಾಗುತ್ತದೆ. ಇತ್ತೀಚೆಗಂತೂ ಅಂತಹ ಬೇಸರ ತರುವ ಘಟನೆಗಳು ಹೆಚ್ಚೇ ಆಗುತ್ತಿವೆ. ಕೆಲವೊಂದನ್ನು ನಿಮ್ಮೊಡನೆ ಹಂಚಿಕೊಳ್ಳುತ್ತೇನೆ.

ಬೆಂಗಳೂರು ಕರ್ನಾಟಕದ ಹೆಮ್ಮೆಯ ರಾಜಧಾನಿ. ಕಂಪ್ಯೂಟರ್ ಕ್ಷೇತ್ರದಲ್ಲಿ ಅದು ಸಾಧಿಸಿರುವ ಶ್ರೇಯಸ್ಸು ಇಡೀ ಜಗತ್ತಿನ ಗಮನ ಸೆಳೆದಿದೆ. ಆದರೆ ಈ ಸಾಫ್ಟ್‌ವೇರ್ ಕಂಪನಿಗಳಲ್ಲಿ ಒಮ್ಮೆ ಕಾಲಿಕ್ಕಿ. ಬರೀ ತಮಿಳು, ತೆಲುಗು, ಮಲೆಯಾಳಂಗಳ ಗಲಾಟೆಯಲ್ಲಿ ನಮ್ಮ ಕನ್ನಡ ಎಲೆಮರೆಯ ಕಾಯಾಗಿ ಕುಳಿತಿರುತ್ತದೆ! ನನ್ನ ಮೂವತ್ತು ಜನರ ಟೀಮಿನಲ್ಲಿ ನನ್ನನ್ನು ಬಿಟ್ಟರೆ ಬೇರೆ ಕನ್ನಡಿಗನಿಲ್ಲ. ನಾನು ಸ್ವಲ್ಪ ನೀರು ಕುಡಿಯಲೆಂದು ಮೀಟಿಂಗ್ ರೂಂನಿಂದ ಹೊರಗೆ ಬಂದರೂ ಸಾಕು, ತಮಿಳು-ತೆಲುಗುಗಳು ಶುರುವಾಗುತ್ತವೆ. (ಮಾಸ್ತರರು ಕ್ಲಾಸಿನಿಂದ ಹೊರಬಂದ ತಕ್ಷಣ ಗಲಾಟೆ ಶುರುವಾಗುತ್ತದಲ್ಲ, ಹಾಗೆ!)

ಈ ಸಮಸ್ಯೆ ಬರೀ ನನ್ನ ಕಂಪನಿಯದಲ್ಲ, ಮುಕ್ಕಾಲು ಪಾಲು ಸಾಫ್ಟ್‌ವೇರ್ ಕಂಪನಿಗಳ ಪರಿಸ್ಥಿತಿ ಇದೇ ಆಗಿದೆ. ಅದೇ ಪಕ್ಕದ ಚೆನ್ನೈಗೆ ಹೋದರೆ, ಸಾಫ್ಟ್‌ವೇರ್ ಕಂಪನಿಗಳಲ್ಲಿ ತಮಿಳರನ್ನು ಬಿಟ್ಟರೆ ಬೇರೊಬ್ಬರಿಲ್ಲ. ತಾಂತ್ರಿಕ ಚರ್ಚೆಗಳನ್ನು, ಸಂದರ್ಶನವನ್ನು ತಮಿಳಿನಲ್ಲಿ ಮಾಡಿ 'ಉಂಗಳ್ ತಮಿಳ್ ಕಲಿತ್ತನು' ಎಂದು ಉಪದೇಶ ಮಾಡುತ್ತಾರೆ.

ಸಾಫ್ಟ್‌ವೇರ್ ಕಂಪನಿಗಳ ಮಾತನ್ನು ಅತ್ತ ತಳ್ಳಿ. ನಮ್ಮ ಬೆಂಗಳೂರಿನ ರೈಲ್ವೇ ನಿಲ್ದಾಣಕ್ಕೆ ಬನ್ನಿ. ನಮ್ಮ ಕರ್ನಾಟಕದ ಊರುಗಳಿಗೆ ಹೋಗುವ ರೈಲುಗಳನ್ನು ದೂರದಲ್ಲಿ ಒಂಬತ್ತು, ಹತ್ತು ಪ್ಲಾಟ್ ಫಾರ್ಮ್‌ಗಳಲ್ಲಿ ನಿಲ್ಲಿಸುತ್ತಾರೆ. ಮುದುಕರು-ಮಕ್ಕಳನ್ನು ಅಲ್ಲಿಯವರೆಗೆ ನಡೆಸಿಕೊಂಡು ಹೋಗುವದರಲ್ಲಿ ಸುಸ್ತಾಗುತ್ತದೆ. ಆದರೆ ಚೆನ್ನೈ ಗಾಡಿಗೆ ಸಿಗುವ ಮರ್ಯಾದೆಯೇ ಬೇರೆ. ಒಂದನೇ ನಂಬರಿನ ಪ್ಲಾಟ್‌ಫಾರ್ಮಿನ ರಾಜಸಿಂಹಾಸನ ಅದರ ಪಾಲು!

ರಾಷ್ಟ್ರೀಯ ಮತ್ತು ಅಂತರ್ರಾಷ್ಟ್ರೀಯ ಮಟ್ಟದಲ್ಲಿಯೂ ಇಂತಹ ಬೇಧಭಾವ ಮನಸ್ಸಿಗೆ ನೋವನ್ನು ತರುತ್ತಿದೆ. ಗೂಗಲ್ ವೆಬ್‌ಸೈಟಿನವರು ಮೊನ್ನೆ ತಮಿಳು ತೆಲುಗು ಹಿಂದಿಗಳಲ್ಲಿ ವೆಬ್‌ಸೈಟ್ ತಂದರು. ಕನ್ನಡದ ಮಾತಿಲ್ಲ! ಇಂಡಿಯಾ ಟುಡೆಯವರು ಕನ್ನಡವನ್ನು ಬಿಟ್ಟು ದಕ್ಷಿಣ ಭಾರತದ ಎಲ್ಲಾ ಭಾಷೆಗಳಲ್ಲಿ ತಮ್ಮ ಪತ್ರಿಕೆಯ ಆವೃತ್ತಿಯನ್ನು ತಂದರು! ಮೈಕ್ರೋಸಾಫ್ಟ್‌ನವರೂ ಅದೇ ಮಲತಾಯಿ ಧೋರಣೆಯನ್ನು ಮಾಡಿ ಈಗ 'ತುಂಗಾ' ಫಾಂಟಿನ ಬಗ್ಗೆ ಮಾತನಾಡುತ್ತಿದ್ದಾರೆ! ಇದು ಹೀಗೇಕೆ? ನಮಗೇಕೆ ಇಂತಹ ಅನ್ಯಾಯವನ್ನು ವಿರೋಧಿಸಲಾಗುತ್ತಿಲ್ಲ?

ನಾನು ಸಾಮಾನ್ಯವಾಗಿ ದುಬಾಯಿಯ ಎಮಿರಾಯಿಟ್ಸ್ ವಿಮಾನದಲ್ಲಿ ವಿದೇಶಕ್ಕೆ ಪ್ರಯಾಣ ಮಾಡುತ್ತೇನೆ. ಎಮಿರಾಯಿಟ್ಸ್‌ನ ಶೌಚಾಲಯಗಳಲ್ಲಿ 'ಫ್ಲಷ್ ಮಾಡುವದಕ್ಕೆ ಈ ಗುಂಡಿಯನ್ನು ಅದುಮಿ' ಎಂದು ತೆಲುಗು, ತಮಿಳು, ಹಿಂದಿ, ಮಲೆಯಾಳಂ ಭಾಷೆಗಳಲ್ಲಿ ಬರೆದಿದ್ದಾರೆ. ಕನ್ನಡದ ಮಾತಿಲ್ಲ. ಗಗನಸಖಿಯನ್ನು ಕರೆದು 'ಕನ್ನಡದಲ್ಲಿ ಏಕೆ ಬರೆದಿಲ್ಲ?' ಎಂದು ಕೇಳಿದೆ. 'ಹೌದಾ? ಇದೆಲ್ಲಾ ಬೇರೆ ಭಾಷೆನಾ?' ಎಂದು ಹುಬ್ಬು ಹಾರಿಸಿ 'ಬಹುಶಃ ಕನ್ನಡಿಗರಿಗೆ ಇಂತಹ ಕ್ಷುಲ್ಲಕ ಸಹಾಯ ಬೇಕಾಗುವದಿಲ್ಲ ಎಂದಿರಬಹುದು' ಎಂದು ಕಣ್ಣು ಮಿಟುಕಿಸಿದಳು. 'ಮುಂದಿನ ಸಲ ನಾನು ಪ್ರಯಾಣ ಮಾಡುವಾಗ ಕನ್ನಡದಲ್ಲಿಯೂ ಬರೆದಿರುವಂತೆ ನಿನ್ನ ಮೇಲಿನ ಅಧಿಕಾರಿಗಳಿಗೆ ಹೇಳು' ಎಂದು ವಿನಂತಿಸಿಕೊಂಡೆ. ಆಮೇಲೆ ಹತ್ತು ಬಾರಿ ಪ್ರಯಾಣ ಮಾಡಿದರೂ ಕನ್ನಡವಂತೂ ಕಾಣಲಿಲ್ಲ.

ಕನ್ನಡದ ಸಿನಿಮಾದ ವಿಷಯ ಬಂದರಂತೂ ತೀರಾ ಸಂಕೋಚವಾಗುತ್ತದೆ. ಆಫೀಸಿನಲ್ಲಿ ಕನ್ನಡ ಸಿನಿಮಾಕ್ಕೆ ಹೋಗಿದ್ದೆನೆಂದು ಹೇಳಿದರೆ ಸಾಕು, ಎಲ್ಲರೂ ಗೇಲಿ ಮಾಡಿ ಮಾತನಾಡಲು ಶುರು ಮಾಡುತ್ತಾರೆ. ಬೇರೆ ಭಾಷೆಯವರ ಮಾತು ಬಿಡಿ, ಕನ್ನಡ ಸಹೋದ್ಯೋಗಿಗಳೂ ಅದನ್ನು ಜೋಕ್ ಎಂಬಂತೆ ಪರಿಗಣಿಸುತ್ತಾರೆ. ಬೆಂಗಳೂರಿನ ಬಹುತೇಕ ಕನ್ನಡಿಗರು ಈ ಮುಜುಗರದಿಂದ ಒದ್ದಾಡುತ್ತಾರೆ. ಆದರೆ ತಮಿಳು, ತೆಲುಗು ಸಿನಿಮಾಗಳ ವಿಮರ್ಶೆ ತಿಂಗಳುಗಟ್ಟಲೆ ನಡೆಯುತ್ತದೆ. ಕನ್ನಡ ಸಿನಿಮಾಗಳ ಗುಣಮಟ್ಟ ಕಡಿಮೆಯಿರಬಹುದು, ಒಪ್ಪಿಕೊಳ್ಳೋಣ. ಆದರೆ ಆಗೊಮ್ಮೆ ಈಗೊಮ್ಮೆ ಬಂದ ಒಳ್ಳೆಯ ಸಿನಿಮಾ ಕೂಡಾ ನಮ್ಮ ನಡುವೆ ಸುದ್ದಿಯಾಗದಿರುವುದು ದುಃಖವನ್ನುಂಟು ಮಾಡುತ್ತದೆ.

ಕನ್ನಡಿಗರು ಮೆತ್ತನೆಯವರು ಎಂದು ಕನ್ನಡೇತರರು ಹೇಳುತ್ತಾರೆ. ಇದು ಹೊಗಳಿಕೆಯೋ, ವ್ಯಂಗ್ಯವೋ ಗೊತ್ತಿಲ್ಲ. ಆದರೆ ಕನ್ನಡದ ಹಕ್ಕಿನ ಪ್ರಶ್ನೆ ಬಂದಾಗ ನಾವು ಮೆತ್ತಗಿರುವುದು ಬೇಕಿಲ್ಲ. ಕನ್ನಡಿಗರು ಗಟ್ಟಿಗರು ಎಂದು ಹೇಳುವಂತೆ ಮಾಡುವುದು ನಮಗೇನೂ ಕಷ್ಟದ ಕೆಲಸವಲ್ಲ. ಹೊರಗಿನವರು ಕನ್ನಡದವರನ್ನು ಕಂಡಾಗ 'ಟೇಕನ್ ಫಾರ್ ಗ್ರಾಂಟಡ್' ಎಂಬ ಮನೋಭಾವದಿಂದ ವರ್ತಿಸುವದಕ್ಕೆ ಕಡಿವಾಣ ಹಾಕಬೇಕಿದೆ. ಈ ರಾಜ್ಯೋತ್ಸವವೇ ಅದಕ್ಕೆ ನಾಂದಿಯಾಗಲಿ.

ಬೆಂಗಳೂರು, 27ನೇ ಅಕ್ಟೋಬರ್ 2003

ಇಲಿಗಳನ್ನು ಕೊಲ್ಲುವುದು ಹೇಗೆ?

ನಾನು ಪ್ರತಿಬಾರಿ ಇಂಗ್ಲೆಂಡಿನಿಂದ ವಾಪಸ್ಸಾಗುವಾಗ ಯಾರಾದರು ಕಳ್ಳರು ನನ್ನ ಮನೆ ದೋಚಿಕೊಂಡು ಹೋಗಿರುತ್ತಾರೇನೋ? ಎಂಬ ಅನುಮಾನದಲ್ಲಿಯೇ ಮನೆಯ ಕದವನ್ನು ತೆರೆಯುತ್ತೇನೆ. ಪುಣ್ಯಕ್ಕೆ ಇಲ್ಲಿಯವರೆಗೆ ಹಾಗಾಗಿಲ್ಲವಾದರೂ, ಈ ಬಾರಿ ಅನಿರೀಕ್ಷಿತವೊಂದು ಕಾದಿತ್ತು.

ಕದ ತೆರೆದು ಒಳಗೆ ಹೆಜ್ಜೆ ಇಟ್ಟ ತಕ್ಷಣ ಮೂಗು ಮುಚ್ಚಿಕೊಳ್ಳುವಷ್ಟು ಕೆಟ್ಟ ವಾಸನೆ ಬಂತು. ಅಡಿಗೆ ಮನೆಗೆ ಕಾಲಿಟ್ಟೆನೋ ಇಲ್ಲವೋ, ದಬದಬನೆ ಹತ್ತಾರು ಸ್ಟೀಲ್ ಪಾತ್ರೆಗಳು ನೆಲಕ್ಕೆ ಬಿದ್ದು ನನ್ನ ಎದೆ ಬಡಿತವನ್ನು ನಿಲ್ಲಿಸಿಬಿಟ್ಟವು. ಬೆಳಕಿನಲ್ಲಿ ನಾನು ನಂಬದ ದೆವ್ವ-ಭೂತದ ವಿಚಾರಗಳೆಲ್ಲಾ ಮನಸ್ಸಿನಲ್ಲಿ ಮಿಂಚಿ ಮಾಯವಾಗುವದರೊಳಗೆ ದಪ್ಪನೆಯ ಇಲಿಯೊಂದು ಕಣ್ಣಿಗೆ ಬಿತ್ತು. ಇದೆಲ್ಲಿಂದ ಬಂತು? ಅಂತ ಸುತ್ತಲೂ ಕಣ್ಣಾಡಿಸಿದಾಗ ಇನ್ನೊಂದೆರಡು ಇಲಿಗಳು ಕಣ್ಣಿಗೆ ಬಿದ್ದವು. 'ಒಟ್ಟಾರೆ ಮೂರು ಇಲಿ!' ಅಂತ ನಾನು ಉದ್ಗಾರ ಎತ್ತುವದರೊಳಗೆ ಕೋಣೆಯಲ್ಲಿ ಬಾಟಲಿಯೊಂದು ಬಿದ್ದ ಸದ್ದಾಯ್ತು. ಎರಡು ನುಣುಪಾದ ಬಾಲಗಳು ಅಟ್ಟದಿಂದ ನೇತು ಬಿದ್ದಿದ್ದು ಕಂಡು ಬಂದವು. ಮೈಯಲ್ಲೆಲ್ಲಾ ಮುಳ್ಳು ಎದ್ದಂತಾಗಿ ಅಲ್ಲಿ ನಿಲ್ಲಲಾಗದೆ ಪಡಸಾಲೆಗೆ ಬಂದು ಕುರ್ಚಿಯ ಮೇಲೆ ಕುಳಿತೆ. ಕಾಲುಗಳನ್ನು ನೆಲಕ್ಕೆ ತಾಕಿಸದೆ ಮೇಲಕ್ಕೆತ್ತಿಟ್ಟುಕೊಂಡೆ.

ಎಲ್ಲಿ ನೋಡಿದರಲ್ಲಿ ಎಳ್ಳು ತೂರಾಡಿದಂತೆ ಇಲಿಯ ಹಿಕ್ಕೆಗಳು, ಚೆಲ್ಲಾಪಿಲ್ಲಿಯಾಗಿ ಬಿದ್ದಿದ್ದ ಮನೆಯ ಸಾಮಾನುಗಳು, ಚೂರುಚೂರಾಗಿ ಬಿದ್ದಿದ್ದ ಬಟ್ಟೆಯ ಚಿಂದಿಗಳು ಕಣ್ಣಿಗೆ ಒಂದೊಂದಾಗಿ ಗೋಚರಿಸತೊಡಗಿದಾಗ, ಇದಕ್ಕೆ ಬದಲಾಗಿ ಕಳ್ಳರು ಬಂದು ಮನೆ ದೋಚಿಕೊಂಡು ಹೋಗಿದ್ದರೆ ಪರವಾಗಿರಲಿಲ್ಲ ಅಂತ ಅನ್ನಿಸಿಬಿಟ್ಟಿತು.

ಹಳ್ಳಿಯ ಪರಿಸರದಲ್ಲಿ ಹುಟ್ಟಿ ಬೆಳೆದ ನನಗೆ ಇಲಿಗಳು ಅಪರಿಚಿತವೇನೂ ಅಲ್ಲ. ಚಿಕ್ಕಂದಿನಲ್ಲಿ ನಮ್ಮ ಮನೆಯಲ್ಲಿ ರಾಶಿ ರಾಶಿ ಇಲಿಗಳಿದ್ದವು. ರಾತ್ರಿ ನಾವು ಮಲಗಿದಾಗ ಸದ್ದು ಮಾಡುತ್ತಿದ್ದವಾದರೂ ಅದರ ಖಬರಿಲ್ಲದಂತೆ ಮಲಗಿ ಗೊರಕೆ ಹೊಡೆಯುತ್ತಿದ್ದೆವು. ಮನೆಯಲ್ಲಿ ಒಂದೆರಡು ಬೆಕ್ಕು ಸಾಕಿದ್ದೆವಾದರೂ ಅವುಗಳ ಹೊಟ್ಟೆ ತುಂಬಿ ಜಾಸ್ತಿಯಾಗುವಂತೆ ಇಲಿಗಳ ಸಂಖ್ಯೆಯಿತ್ತು. ದೇವರ ದೀಪದ ಬತ್ತಿ ಮಾಯವಾದಾಗ, ಎಣ್ಣೆ ಮಿಳ್ಳಿ ಬಚ್ಚಲ ಮೋರೆಯಲ್ಲಿ ಸಿಕ್ಕಾಗ ಮಾತ್ರ ಅಮ್ಮ 'ಈ ಇಲಿಗಳ ಮನೆ ಹಾಳಾಗ' ಅಂತ ಜೋರಾಗಿ ಬಯ್ದು, ಅದರ ಹಿಂದೆಯೇ ಅವುಗಳಿರುವುದು ನಮ್ಮ ಮನೆಯಲ್ಲಿಯೇ ಎಂದು ಅರಿವಾಗಿ 'ತಪ್ಪಾಯ್ತು ತಪ್ಪಾಯ್ತು' ಅಂತ ಗಲ್ಲ ಬಡಿದುಕೊಳ್ಳುತ್ತಿದ್ದಳು.

ಇಲಿಗಳ ಹಾವಳಿ ತುಂಬಾ ಜಾಸ್ತಿಯಾಯ್ತು ಅನ್ನಿಸಿದಾಗ ಅಥವಾ ಅಮ್ಮನ ಗೊಣಗಾಟ ಅದಕ್ಕೂ ಹೆಚ್ಚಾಯ್ತು ಅನ್ನಿಸಿದಾಗ ಅಪ್ಪ ಇಲಿ ಬೇಟೆಗೆ ಸಿದ್ಧನಾಗುತ್ತಿದ್ದ. ಇಲಿಬೋನನ್ನು ಬಿಸಿನೀರಿನಲ್ಲಿ ಚೆನ್ನಾಗಿ ತೊಳೆದು, ಕೆಂಪಮ್ಮನ ಅಂಗಡಿಯಲ್ಲಿ ಪಕೋಡ ಅಥವಾ ಹಿಟ್ಟು ಹಚ್ಚಿದ ಮೆಣಸಿನಕಾಯಿ (ಬೋಂಡಾ) ತರಲು ಹೋಗುತ್ತಿದ್ದ. 'ಒಂದು ನಾಲ್ಕು ಜಾಸ್ತಿನೇ ಕಟ್ಟಿಸಿಕೊಂಡು ಬರ್ರಿ' ಅಂತ ಅಮ್ಮ ಅಪ್ಪಣೆ ಕೊಡುತ್ತಿದ್ದಳು. ಎಲ್ಲರ ಊಟವಾದ ಮೇಲೆ ಅಪ್ಪ ಘಮಘಮಿಸುವ ಕರಿದ ತಿಂಡಿಯನ್ನು ಬೋನಿಗೆ ಸಿಕ್ಕಿಸಿ ಅಟ್ಟದ ಮೇಲೆ ಇಲಿಗಳು ಹೆಚ್ಚಾಗಿ ಓಡಾಡುವ ಜಾಗದಲ್ಲಿ ಇಡುತ್ತಿದ್ದ. ಮಲಗಿ ನಿದ್ದೆಹೊಡೆಯುವಾಗ 'ಪಟ್!' ಎನ್ನುವ ಸದ್ದು ಬಂದು ನಮ್ಮೆಲ್ಲರಿಗೂ ಎಚ್ಚರವಾಗಿ 'ಇಲಿ ಬಿತ್ತು, ಇಲಿ ಬಿತ್ತು' ಅಂತ ಸಂಭ್ರಮದಿಂದ ಹೇಳಿಕೊಳ್ಳುತ್ತಿದ್ದೆವು.

ಬೆಳಿಗ್ಗೆ ನಾವು ಏಳುವದರೊಳಗೆ ಬೆಕ್ಕುಗಳು ಇಲಿ ಬೇಟೆಯನ್ನು ಪತ್ತೆ ಹಚ್ಚಿ 'ಮಿಯಾಂವ್, ಮಿಯಾಂವ್' ಸುಪ್ರಭಾತವನ್ನು ಶುರು ಮಾಡಿಬಿಟ್ಟಿರುತ್ತಿದ್ದವು. ರಾತ್ರಿಯೆಲ್ಲಾ ಬೋನಿನಿಂದ ಹೊರ ಬರುವ ಸರ್ವಪ್ರಯತ್ನವನ್ನೂ ಮಾಡಿ, ಈಗ ಬೆಕ್ಕಿನ ಸದ್ದಿಗೆ ಜೀವ ಭಯದಿಂದ ಇಲಿಗಳು ಗಡಗಡನೆ ನಡುಗುತ್ತಾ ಸದ್ದಡಗಿಸಿಕೊಂಡಿರುತ್ತಿದ್ದವು. ನಾವು ಹುಡುಗರು ಬೋನಿನ ಬಳಿ ಹೋಗಿ ಪರೀಕ್ಷಿಸಿ 'ದೆವ್ವನಂಥಾ ಇಲಿ', 'ಎರಡೆರಡು ಇಲಿ' ಅಂತೆಲ್ಲಾ ಕಿರುಚಿಕೊಳ್ಳುತ್ತಿದ್ದೆವು. ಕಾಫಿ ಕುಡಿಯುವ ಕಾರ್ಯಕ್ರಮ ಮುಗಿದಿದ್ದೇ ಅಪ್ಪ ಬೋನನ್ನು ಕೈಯಲ್ಲಿ ಹಿಡಿದುಕೊಂಡು ಊರ ಹೊರಗೆ ಹೋಗುತ್ತಿದ್ದ. ಅವನ ಹಿಂದೆ-ಮುಂದೆ ನಂದಿ ಕೋಲು ಕುಣಿಸುವವರ ಸಂಭ್ರಮದಲ್ಲಿ ಬೆಕ್ಕುಗಳು ಹಿಂಬಾಲಿಸುತ್ತಿದ್ದವು. ನನ್ನಕ್ಕ 'ನನ್ನ ಕೈಯಾಗ ನೋಡಲಿಕ್ಕೆ ಆಗಲ್ಲಪ್ಪ' ಅಂತಂದಾಗ 'ಅಯ್, ಅಂಜುಪುಕ್ಕಿ...' ಅಂತ ಅವಳನ್ನು ಹೀಯಾಳಿಸುತ್ತಿದ್ದೆ. ಅವಳೂ ಜೊತೆಯಲ್ಲಿ ಬರುತ್ತಿದ್ದಳು.

ಅಪ್ಪ ಬೋನಿನ ಬಾಯನ್ನು ತೆರೆಯುವಾಗ ಅಕ್ಕ ನನ್ನ ಕೈಯನ್ನು ಗಟ್ಟಿಯಾಗಿ ಹಿಡಿದುಕೊಳ್ಳುತ್ತಿದ್ದಳು. ನನಗೂ ವಿಚಿತ್ರ ಸಂಕಟವಾಗಿ ಅಪ್ಪನ ಅಂಗಿಯನ್ನು ಹಿಡಿದುಕೊಳ್ಳುತ್ತಿದ್ದೆ. ಬೋನಿನ ಬಾಯಿ ತೆಗೆದರೂ ಹೊರಬರದೆ ಇಲಿ ಅದರಲ್ಲೇ ಅಂಜಿ ಕುಳಿತಿರುತ್ತಿತ್ತು. ಬೆಕ್ಕು ಬೋನಿನೊಳಗೇ ಕೈಯಿಕ್ಕಿ ಇಲಿಯನ್ನು ಎಳೆದುಕೊಂಡು ಓಡುತ್ತಿತ್ತು. ಇಲ್ಲದಿದ್ದರೆ ಅಪ್ಪನೇ ಬೋನನ್ನು ನೆಲಕ್ಕೆ ಕುಟ್ಟಿ ಇಲಿಯನ್ನು ಬೀಳಿಸುತ್ತಿದ್ದ. ಬೆಕ್ಕು ಇಲಿಯನ್ನು ಓಡಿಸಿಕೊಂಡು ಹೋಗುವಾಗ ಇಲಿ ನಮ್ಮ ಕಾಲುಗಳ ಮಧ್ಯ ಎಲ್ಲಿ ನುಸುಳುತ್ತದೋ ಎಂಬ ಅಂಜಿಕೆ

ನಮ್ಮ ಮೂವರಲ್ಲೂ ಇರುತ್ತಿತ್ತು. ಮತ್ತೆ ಮರಳಿ ಮನೆಗೆ ಬರುವಾಗ ನಾವು ಯಾರೂ ಮಾತನಾಡುತ್ತಿರಲಿಲ್ಲ. ಬೆಕ್ಕುಗಳು ಎತ್ತಲೋ ಓಡಿ ಹೋಗಿರುತ್ತಿದ್ದವು. ಮನೆಗೆ ಬಂದ ಅಪ್ಪ ಮತ್ತೆ ಬಿಸಿನೀರಿನಲ್ಲಿ ಬೋನನ್ನು ತೊಳೆದು, ಬಿಸಿಲಿಗೆ ಒಣಗಲು ಇಡುತ್ತಿದ್ದ.

ಬಾಲ್ಯದಲ್ಲಿ ಅಷ್ಟೆಲ್ಲಾ ಇಲಿಗಳನ್ನು ಕಂಡಿದ್ದರೂ ಈಗ ಈ ಇಲಿಗಳು ನಿಜಕ್ಕೂ ಹೆದರಿಕೆಯನ್ನು ಹುಟ್ಟಿಸುತ್ತಿದ್ದವು. ನಗರಜೀವನ ಪಂಚತಾರಾ ಹೋಟಲಿಗೆ ನುಗ್ಗುವ ಧೈರ್ಯವನ್ನು ಕೊಟ್ಟು, ಇಲಿಗಳನ್ನು ಕಂಡರೆ ಹೆದರಿಕೊಳ್ಳುವ ಅಧೈರ್ಯವನ್ನು ನಮಗೆ ಕೊಡುತ್ತಿದೆಯೆ?

ಆ ದಿನ ರಾತ್ರಿಯೆಲ್ಲಾ ನನಗೆ ನಿದ್ದೆ ಬರಲಿಲ್ಲ. ಇಲಿಗಳು ಮೈಮೇಲೆ ಓಡಾಡಿದಂತೆ ಕನಸಾಗಿ ಬೆಚ್ಚಿ ಏಳುತ್ತಿದ್ದೆ. ದೀಪವಾರಿಸಿದರೆ ಸಾಕು, ಏನೋ ಸದ್ದು ಮಾಡುತ್ತಿದ್ದವು. ದೀಪ ಹಾಕಿದರೆ ಸದ್ದು ಕಡಿಮೆಯಾಗುತ್ತಿತ್ತಾದರೂ ನನಗೆ ನಿದ್ದೆ ಬರುತ್ತಿರಲಿಲ್ಲ. ಕತ್ತಲಿನಲ್ಲಿಯೇ ಬದುಕು ಮಾಡಬೇಕಾದ ಇಲಿಗಳ ಬಗ್ಗೆ ಅನುಕಂಪವೂ ಆಯ್ತು. ಬೆಳಿಗ್ಗೆ ಎದ್ದವನೇ ಅಂಗಡಿಗೆ ಹೋಗಿ ಇಲಿಬೋನೊಂದನ್ನು ತಂದೆ. ದರ್ಶಿನಿಯಲ್ಲಿ ಮೆಣಸಿನಕಾಯಿ ಬೋಂಡಾವನ್ನು ಕೊಂಡು ತಂದು ಅಟ್ಟದ ಮೇಲೆ ಇಟ್ಟ ಎರಡೇ ಕ್ಷಣದಲ್ಲಿ ಎರಡು ಇಲಿಗಳು ಅದರಲ್ಲಿ ಸಿಕ್ಕಿಬಿದ್ದವು. ಏನೋ ಗೆದ್ದಂತೆ ಖುಷಿಯಾಯ್ತು. ಆದರೆ ಬೋನಿನಲ್ಲಿ ಸಿಕ್ಕಿ ಬಿದ್ದ ಇಲಿಗಳನ್ನು ಕೊಲ್ಲುವುದು ಹೇಗೆ?

ಮನೆಯ ಸುತ್ತಾಮುತ್ತಾ ಬೆಕ್ಕು ಓಡಾಡಿದ ನೆನಪಾಗಲಿಲ್ಲ. ಆದರೆ ಪಕ್ಕದ ಓಣಿಯಲ್ಲಿ ಒಬ್ಬರ ಮನೆಯಲ್ಲಿ ಬೆಕ್ಕು ಸಾಕಿಕೊಂಡಿದ್ದು ನೆನಪಾಯ್ತು. ಅವರ ಮನೆಗೆ ಓಡಿದೆ. ಅಮ್ಮಾ ಅವರು ಇದ್ದರು. ನನ್ನ ಬೋನಿನ ಇಲಿಗಳ ವಿಚಾರ ತಿಳಿಸಿ 'ಒಂದು ಸ್ವಲ್ಪ ಹೊತ್ತು ಬೆಕ್ಕು ಕೊಡ್ತೀರ?' ಅಂತ ಕೇಳಿದ್ದಕ್ಕೆ ಆಕೆಗೆ ಸಿಟ್ಟು ಬಂತು. 'ನಮ್ಮ ಬೆಕ್ಕು ಹಾಗೆಲ್ಲಾ ಸುಟ್ಟು ಸುಡುಗಾಡು ತಿನ್ನಂಗಿಲ್ಲ' ಅಂತ ಮುಖಕ್ಕೆ ಹೊಡೆದಂತೆ ಹೇಳಿ 'ನೀವು ಇಂತಹ ಆಲೋಚನೆ ಮಾಡಬಹುದಾ?' ಎನ್ನುವ ರೀತಿಯಲ್ಲಿ ನನ್ನ ಮುಖ ನೋಡಿದಳು. 'ಸಾರಿ ರ್ರೀ...' ಹೇಳಿದೆ. ಬೆಕ್ಕು ನನ್ನ ಕಡೆ ನೋಡಿ 'ಮಿಯಾಂವ್...' ಅಂತು. ವಾಪಾಸಾದೆ. ಬೋನಿನಲ್ಲಿ ಇಲಿಗಳು ಎಗರಾಡುತ್ತಿದ್ದವು. ಇಲಿಗಳನ್ನು ಕೊಲ್ಲುವುದು ಹೇಗೆ?

ಗೆಳೆಯನೊಬ್ಬನಿಗೆ ಫೋನ್ ಮಾಡಿ ಪರಿಸ್ಥಿತಿ ವಿವರಿಸಿದೆ. 'ಅದಕ್ಯಾಕೆ ಅಷ್ಟು ಚಿಂತೆ ಮಾಡ್ತೀಯ. ಮನೆ ಮುಂದೆ ಬನ್ನೇರುಘಟ್ಟ ರಸ್ತೆ ಅದೆ. ಸಿಗ್ನಲ್ ಹಾಕಿ ಗಾಡಿಗಳು ಬರೋ ಹೊತ್ತಿಗೆ ಬಿಟ್ಟರೆ ಆಯ್ತು. ಲಾರಿ ಕೆಳಗೋ, ಬಿಟಿಎಸ್ ಬಸ್ಸಿನ ಕೆಳಗೋ ಬಿದ್ದು ಅಪ್ಪಚ್ಚಿ ಆಗ್ತಾವೆ' ಅಂತಂದ. ನನಗೆ ಅನುಮಾನ. 'ನಿಜವಾಗ್ಲೂ ಅಪ್ಪಚ್ಚಿ ಆಗ್ತಾವಾ?' ಎಂದೆ. 'ಅಯ್ಯೋ ಮಾರಾಯ, ಮನುಷ್ಯರೇ ಅಡ್ಡ ಬಂದರೆ ಅಪ್ಪಚ್ಚಿ ಆಗೋ ಹಂಗೆ ಗಾಡಿ ಓಡಿಸ್ತಾರೆ. ಇಲಿಗಳನ್ನು ಬಿಡ್ತಾರಾ?' ಅಂತ ವಿವರಣೆ ಕೊಟ್ಟ.

ಆದರೆ ಈ ವಿಧಾನವೂ ಯಶಸ್ವಿಯಾಗಲಿಲ್ಲ. ಸಿಗ್ನಲ್ ಬಿದ್ದ ತಕ್ಷಣ ನಾನು ಬೋನಿನ ಬಾಯನ್ನು ಅಂಜಿಕೆಯಂಜಿಕೆಯಿಂದ ತೆರೆದರೂ ಇಲಿಗಳು ಹೊರಬರಲೇ ಇಲ್ಲ. ಜನರೆಲ್ಲಾ ನನ್ನ ಕಡೆಯೇ ನೋಡಲಾರಂಭಿಸಿದರು. 'ಹೋಗು, ಹೋಗು...' ಅಂತ ಕೂಗಿದೆ. ಕೇಳುತ್ತವೆಯೆ? ಕೊನೆಗೆ ಅಪ್ಪನಂತೆ ಎರಡು ಬಾರಿ ಬೋನನ್ನು ನೆಲಕ್ಕೆ ಕುಟ್ಟಿದೆ. ಇಲಿಗಳು ಕೆಳಗೆ ಬಿದ್ದವು.

ಆದರೆ ಜಪ್ಪಯ್ಯ ಅಂದರೂ ಬಿದ್ದ ಜಾಗದಿಂದ ಕದಲದೆ ಲಾರಿ ಬಸ್ಸುಗಳ ಹಾವಳಿಯನ್ನು ಪಿಳಿ ಪಿಳಿ ಕಣ್ಣಿನಿಂದ ನೋಡುತ್ತಾ ನಿಂತವು. ಕೊನೆಗೆ ಕೆಂಪು ಸಿಗ್ನಲ್ ಬಂದು ವಾಹನ ಓಡಾಟ ಕಡಿಮೆಯಾದ ತಕ್ಷಣ ಪುಳುಪುಳು ಓಡಿ ಹೋಗಿ ಎದುರಿನ ಅಂಗಡಿಯನ್ನು ಸೇರಿಕೊಂಡವು. ಅಂಗಡಿಯಾತ ನೋಡಿ ಬಿಟ್ಟವನೇ ಕೆಂಡಾಮಂಡಲವಾಗಿ ನನ್ನ ಬಳಿ ಬಂದು ಕೂಗಾಡಿಬಿಟ್ಟ. 'ಊರ ಹೊರಗೆ ಹೋಗಿ ಬಿಡಬೇಕ್ರಿ' ಅಂದ. ಬೆಂಗಳೂರಲ್ಲಿ ಊರ ಹೊರಗೆ ಅಂದರೆ ಎಲ್ಲಿ? ನಂಗಂತೂ ಗೊತ್ತಿಲ್ಲ.

ನನ್ನಕ್ಕನಿಗೆ ಫೋನ್ ಮಾಡಿದೆ. 'ಒಂದು ಬಕೇಟ್ ತುಂಬಾ ಬಿಸಿ ನೀರು ಹಾಕು. ಭಲೋ ಮರಳೋ ಮರಳೋ ನೀರು, ಮತ್ತೆ ಉಗುರು ಬೆಚ್ಚಂದಲ್ಲ. ಅದರಾಗೆ ಒಂದು ಪಾಕೇಟು ಇಲಿ ಪಾಷಾಣ ಕಲಸು. ಬೋನಿನ ಸಮೇತ ಅದರಾಗೆ ಮುಳುಗಿಸು. ಎರಡು ನಿಮಿಷದಾಗೆ ಸಾಯ್ತಾವೆ. ನಾನು ಹಂಗೇ ಮಾಡೋದು' ಅಂತ ಪಟಪಟನೆ ಹೇಳಿದಳು. 'ಸಣ್ಣಾಕಿ ಇದ್ದಾಗ ಅಪ್ಪ ಇಲೀನ್ನ ಬೆಕ್ಕಿಗೆ ಕೊಟ್ಟರೆ ಹೆದರಿಕೊಂಡು ನನ್ನ ಕೈ ಹಿಡ್ಕೊಂತಿದ್ದಿಯಲ್ಲೆ' ಅಂದಿದ್ದಕ್ಕೆ, 'ನೀನು ಬರೀ ಇಂಥಾ ಕೆಲಸಕ್ಕೆ ಬಾರದ ಸಂಗತೀನೆಲ್ಲಾ ನೆನಪಿನಾಗೆ ಇಟ್ಟುಗೊಂತಿ ನೋಡು' ಎಂದು ನಕ್ಕಳು.

ಬೋನು ಕಟ್ಟಿಗೆಯದಾದ್ದರಿಂದ ನೀರೊಳಗೆ ಮುಳುಗಲಿಲ್ಲ. ನಾನೇ ಒತ್ತಡ ಹೇರಿ ಅದನ್ನು ನೀರೊಳಗೆ ಮುಳುಗಿಸಬೇಕಾಯ್ತು. ಆದರೆ ಇಲಿಗಳು ವಿಲವಿಲನೆ ಒದ್ದಾಡುವದನ್ನು ನನ್ನ ಕೈಯಿಂದ ನೋಡಲಾಗಲಿಲ್ಲ. ಕಣ್ಣು ಗಟ್ಟಿಯಾಗಿ ಮುಚ್ಚಿಕೊಳ್ಳುತ್ತಿದ್ದೆ. ಆಗ ಬೋನು ನನ್ನ ಹತೋಟಿಯಿಂದ ತಪ್ಪಿ ಮೇಲಕ್ಕೆ ತೇಲಿಬಿಡುತ್ತಿತ್ತು. ಇಲಿಗಳು ಕಿರುಚುತ್ತಿದ್ದವು. ಕೊನೆಗೆ ಆ ಇಲಿಗಳು ಸಾಯುವುದರೊಳಗೆ ನಾನು ಸಾವನ್ನು ಮುಟ್ಟಿ ಬಂದಂತಾಯ್ತು. ಈ ವಿಧಾನ ಬೇಡವೇ ಬೇಡವೆಂದು ನಿರ್ಧರಿಸಿ ಬಿಟ್ಟೆ. ಹಾಗಾದರೆ ಇಲಿಗಳನ್ನು ಕೊಲ್ಲುವುದು ಹೇಗೆ?

ನನ್ನ ಸಾಹಿತಿ ಗೆಳೆಯರಿಗೆ ಫೋನ್ ಮಾಡಿದೆ. ಮಾನವೀಯತೆಯನ್ನು ಮುಖ್ಯವಾಗಿಟ್ಟುಕೊಂಡು ಬರೆದ ಅವರ ಕತೆಗಳು ನನಗೆ ತುಂಬಾ ಇಷ್ಟ. ನನ್ನ ಸಾಹಿತ್ಯದ ಸಮಸ್ಯೆಗಳನ್ನು ಅತ್ಯಂತ ಸರಳವಾಗಿ ಪರಿಹರಿಸುವ ಅವರು ಈ ಚಿಕ್ಕ ಸಮಸ್ಯೆಯನ್ನು ಬಗೆಹರಿಸಲಾರರೆ? 'ತುಂಬಾ ಸುಲಭ. ಒಂದು ಗೋಣೀ ಚೀಲ ತೊಗೊಂಡು, ಅದರಾಗೆ ಇಲಿಗಳನ್ನು ಹಾಕಿ ಮೂತಿ ಕಟ್ಟು, ಆಮೇಲಕ್ಕೆ ಅಗಸರು ಬಟ್ಟೆ ಒಗೆದಂತೆ ಕಲ್ಲಿಗೆ ಗೋಣಿನ್ನ ಒಗಿ' ಎಂದು ಸಲಹೆಯಿತ್ತರು. ಎದೆ 'ಝಲ್...' ಅಂತು. 'ಇತ್ತೀಚೆಗೆ ಮತ್ತೇನು ಬರದಿ?' ಎಂದು ಮಾತಿನ ಮುಕ್ತಾಯವನ್ನು ಸೂಚಿಸಿದರು. 'ತುಂಬಾ ಬಿಜಿಯಿದ್ದೀನಿ. ಏನೂ ಬರೀಲಿಕ್ಕೆ ಆಗವಲ್ದು' ಅಂತ ಯಥಾಪ್ರಕಾರ ಮಾತು ಮುಗಿಸಿದೆ. ಅವರ ವಿಧಾನವನ್ನು ಕಾರ್ಯಾಚರಣೆಗೆ ತರಲು ಹೋಗಲಿಲ್ಲ. ಹಾಗಾದರೆ ಇಲಿಗಳನ್ನು ಕೊಲ್ಲುವುದು ಹೇಗೆ?

ಮನೆಯ ಪಕ್ಕದಲ್ಲಿ ಪರಿಸರ ಪ್ರೇಮಿಗಳೊಬ್ಬರಿದ್ದಾರೆ. ಯಾವಾಗಲೂ ಡಿಸ್ಕವರಿ ಛಾನಲ್ ನೋಡುತ್ತಾರೆ. ಅವರಿಗೆ ಫೋನ್ ಮಾಡಿ ಸಲಹೆ ಕೇಳಿದೆ. 'ಕಾರಿನೊಳಗಿಂದ ಒಂದು ಲೀಟರ್ ಪೆಟ್ರೋಲ್ ಹೊರಗೆ ತೆಗೆದು ಒಂದು ಬಾಟಲಿನಾಗೆ ಹಾಕಿಕೊಳ್ರಿ, ಬೋನಿನ ಕಿಟಕಿ ಹತ್ತಿರ ಇಲಿ ಮೂತಿ ಇಟ್ಟಾಗ, ಅದನ್ನು ಅದರ ಮೈಮೇಲೆ ಸುರುವಿರಿ. ಮತ್ತೆ ಬೋನೇ ಸುಟ್ಟು ಹೋಗೋ

ಹಂಗೆ ಪೆಟ್ರೋಲ್ ಸುರುವುಬ್ಯಾಡ್ರಿ. ಲೈಟರ್ ತೊಗೊಂಡು ಒಳಗೆ ತೂರಿಸಿ ಬೆಂಕಿ ಹಚ್ಚಿ, ಬೋನಿನ ಬಾಗಿಲು ತೆಗೀರಿ. ಕಿರುಚಿಕೊಳ್ತಾ ಹೊರಗೆ ಓಡಿ ಬರ್ತದೆ. ಸ್ವಲ್ಪ ದೂರ ಓಡಿ ಹೋಗಿ ಸತ್ತು ಹೋಗ್ತದೆ. ಆಮೇಲಕ್ಕೆ ಕಾಗೆ ಅದನ್ನ ಕಚ್ಚಿ ಕೊಂಡು ಹೋಗ್ತದೆ. ಆಹಾರ ಸರಪಳಿ ಗೊತ್ತದಲ್ಲ ನಿಮಗೆ?' ಎಂದರು. ನನಗೆ ಮೈ ಬೆವರತೊಡಗಿತು. 'ಥಾಂಕ್ಸ್' ಹೇಳಿ ಮಾತು ಮುಗಿಸಿದೆ. ಅವರ ವಿಧಾನವನ್ನು ನಾನು ಕನಸಿನಲ್ಲಿಯೂ ಮಾಡಲು ಸಾಧ್ಯವಿರಲಿಲ್ಲ.

ಕೊನೆಗೂ ಇಲಿಗಳನ್ನು ಸಂಹರಿಸಿದೆ. ಹೇಗೆ ಎಂದು ಮಾತ್ರ ಹೇಳುವದಿಲ್ಲ. ನನ್ನ ಸ್ನೇಹಿತರ ಬಗ್ಗೆ, ಅಕ್ಕನ ಬಗ್ಗೆ ನನ್ನೊಳಗೆ ಮೂಡಿದಂತಹ ಭಾವ ನಿಮ್ಮಲ್ಲಿ ನನ್ನ ಮೇಲೆ ಮೂಡಬಾರದಲ್ಲವೆ?

ಬೆಂಗಳೂರು, 14ನೇ ಜೂನ್ 2003

ನಿನ್ನ ಕಣ್ಣ ಕನ್ನಡಿಯಲ್ಲಿ, ಕಂಡೆ ನನ್ನ ಬಿಂಬ

ಆ ಊರಿನಲ್ಲಿ ಸಿನಿಮಾ ಬಂಡಿ ಊರಿನ ರಸ್ತೆಗಳಲ್ಲಿ ಹೋಗುವಾಗ ಸಾಮಾನ್ಯವಾಗಿ ತಪ್ಪಡಿ ಬಡಿಯುತ್ತಾ ಹೋಗುತ್ತಾರೆ. ಆದರೆ ಅಪರೂಪಕ್ಕೊಮ್ಮೆ ಬ್ಯಾಂಡು ಬಜಂತ್ರಿಗಳ ಸಮೇತ ಬಂಡಿ ಊರಲ್ಲಿ ಬಂತೆಂದರೆ ಸಾಕು, ಎಲ್ಲಾ ಜನಗಳಿಗೂ ಯಾವುದೋ ಭರ್ಜರಿ ಸಿನಿಮಾ ಬಂದ ವಿಷಯ ಗೊತ್ತಾಗಿಬಿಡುತ್ತದೆ. ಈ ರೀತಿಯ ಬ್ಯಾಂಡನ್ನು ಮದುವೆ, ಮುಂಜಿ ಮತ್ತು ಶವಸಂಸ್ಕಾರಗಳಿಗೂ ಬಾರಿಸುತ್ತಾರಾದರೂ, ಪ್ರತಿಯೊಂದಕ್ಕೂ ಒಂದೊಂದು ವಿಶಿಷ್ಟ ಬಗೆಯ ನಾದವಿದ್ದು, ಸದ್ದು ಕೇಳಿದ ತಕ್ಷಣ ಅದು ಮದುವೆಯದೋ, ಶವದ ಮೆರವಣಿಗೆಯದೋ ಅಥವಾ ಸಿನಿಮಾ ಬಂಡಿಯದೋ ಎಂದು ಜನರು ತಕ್ಷಣ ಗುರುತಿಸಿ ಬಿಡುವುದನ್ನು ಅವರ ಚಾಣಾಕ್ಷತನವೆನ್ನಬೇಕೋ, ಇಲ್ಲವೇ ಆ ರೀತಿ ಸ್ಪಷ್ಟತೆ ಗೊತ್ತಾಗುವಂತೆ ಬ್ಯಾಂಡು ಬಾರಿಸುವ ಕೊರಚರ ವಿದ್ವತ್ತೆನ್ನಬೇಕೋ ಹೇಳುವುದು ಕಷ್ಟ.

ಆ ದಿನವೂ ಹಾಗೇ ಆಯಿತು. ಬ್ಯಾಂಡಿನ ಸದ್ದು ಕೇಳಿದ್ದೇ ದೊಡ್ಡಿಗೆಂದು ಪಾಯಿಖಾನೆಯಲ್ಲಿ ಕುಳಿತಿದ್ದ ಪುಟ್ಟ ಮೈಮೇಲೆ ಆವೇಶ ಬಂದವನಂತೆ ಕುಂಡಿ ತೊಳೆದುಕೊಂಡು, ಚಡ್ಡಿ ಏರಿಸಿದ್ದೇ ಎದ್ದೆನೋ ಬಿದ್ದೆನೋ ಎಂದು ರಸ್ತೆಗೆ ಓಡಿ ಬಂದಿದ್ದ. ದೂರದಲ್ಲಿ ಬಂಡಿ ಬರುವುದು ಕಂಡಾಗ, ಅದು ಬರುವ ತನಕವೂ ಕಾಯುವ ವ್ಯವಧಾನವಿಲ್ಲದೆ ಅಲ್ಲಿಗೇ ಓಡಿಹೋದ. ಹೊಸ ಚಿತ್ರವ್ಯಾವುದೆಂದು ನೋಡುತ್ತಾನೆ–

ನಟಸಾರ್ವಭೌಮ ಡಾಕ್ಟರ್ ರಾಜ್‌ಕುಮಾರ್ ಸಿನಿಮಾ!

ಹೃದಯ ಹಿಗ್ಗಿ ಹೀರೇಕಾಯಿ ಆಗಿಹೋಯ್ತು. ಬಂಡಿಯ ಆಚೆ–ಈಚೆ ರಾಜ್‌ಕುಮಾರ್ ಹತ್ತಾರು ಭಂಗಿಯಲ್ಲಿ ನಿಂತ ಚಿತ್ರಗಳಿರುವ ಪೋಸ್ಟರ್‌ಗಳನ್ನು ಅಂಟಿಸಿದ್ದರು. ಒಂದರಲ್ಲಿ

ಸಿಟ್ಟಿನಿಂದ ಎರಡೂ ಕೈಯಲ್ಲಿ ಪಿಸ್ತೂಲ್ ಹಿಡಿದುಕೊಂಡು ಅಣ್ಣಾವ್ರು ನಿಂತಿದ್ದರೆ, ಮತ್ತೊಂದರಲ್ಲಿ ಎಡಗೈಯನ್ನು ಎಡ ತೊಡೆಯ ಮೇಲಿಟ್ಟುಕೊಂಡು, ಬಲಗೈಯನ್ನು ಆಕಾಶಕ್ಕೆತ್ತಿ ಹಾಡುತ್ತಿರುವ ಭಂಗಿ. ರಾಜ್‌ಕುಮಾರನ ಆ ಭಂಗಿಗೇ ಘಮಘಮಿಸುವ ಮಲ್ಲಿಗೆಯ ಹೂವಿನ ಹಾರವನ್ನು ಹಾಕಿ, ಬಣ್ಣ-ಬಣ್ಣದ ಬ್ಯಾಗಡಿ ಪೇಪರುಗಳಿಂದ ಇಡೀ ಬಂಡಿಯನ್ನೇ ಅಲಂಕರಿಸಿದ್ದರು.

ಹಿಗ್ಗು ತಡೆಯಲಾರದ ಪುಟ್ಟ ಆ ಬಂಡಿಯ ಜೊತೆಯಲ್ಲಿಯೇ ಕುಣಿಯುತ್ತಾ ನಡೆಯಲಾರಂಭಿಸಿದ. ಅವನಂತೆಯೇ ಹತ್ತಾರು ಹುಡುಗರು ಹೊಸ ರಾಜ್‌ಕುಮಾರ್ ಸಿನಿಮಾವೊಂದು ತಮ್ಮ ಊರಿನ ಟಾಕೀಸಿಗೆ ಬಂದ ಖುಷಿಯಲ್ಲಿ ಆ ಬಂಡಿಯ ಹಿಂದೆ ಹಿಂದೆಯೇ ಕುಣಿಯುತ್ತಾ ಬರುತ್ತಿದ್ದರು. ಕೊರಚರಂತೂ ಗಂಡಿ ನರಸಿಂಹಸ್ವಾಮಿಯ ಜಾತ್ರೆಗೆ ಮಾತ್ರ ಹಾಕಿಕೊಳ್ಳುವ ದಟ್ಟ ಹಳದಿ, ಕೆಂಪು, ನೀಲಿ, ಹಸಿರು ಬಣ್ಣದ ಬಟ್ಟೆಯಿಂದ ಹೊಲಿಸಿಕೊಂಡ ವಿಶೇಷ ಸಮವಸ್ತ್ರವನ್ನು ಧರಿಸಿ, ತಲೆಗೆ ಅಂತಹದೇ ಒಂದು ಟೊಪ್ಪಿಗೆಯನ್ನು ಹಾಕಿಕೊಂಡು, ಖುಷಿಯಿಂದ ಬ್ಯಾಂಡು ಬಾರಿಸುತ್ತಿದ್ದರು. ಕುರುಬರ ತಾಯಣ್ಣ ಬ್ಯಾಂಡಿನ ಮುಂದೆ ಮೈಮೇಲೆ ಪ್ರಜ್ಞೆಯೇ ಇಲ್ಲದವನಂತೆ ನರ್ತಿಸುತ್ತಿದ್ದ. ಬಂಡಿಯನ್ನು ಎಳೆಯುತ್ತಿದ್ದ ಬಿಳಿಯ ಎತ್ತಿನ ಕೋಡುಗಳಿಗೆ ಅಲಂಕಾರ ಮಾಡಿ, ಮೈಮೇಲೆ ಚಿತ್ತಾರಗಳಿಂದ ಕೂಡಿದ ವಸ್ತ್ರವನ್ನು ಹೊದಿಸಿದ್ದರಿಂದ ಅವೂ ಸಂತೋಷದಲ್ಲಿದ್ದಂತೆ ಕಾಣುತ್ತಿತ್ತು.

ಮನೆ-ಮನೆಯಿಂದ ಹೆಂಗಸರು, ಗಂಡಸರು, ಹುಡುಗ-ಹುಡುಗಿಯರು, ಮಕ್ಕಳು ಹೊರಬಂದು ಖುಷಿಯಿಂದ ಸಿನಿಮಾ ಬಂಡಿಯನ್ನು ನೋಡುತ್ತಾ ತಮ್ಮ ತಮ್ಮೊಳಗೆ ಏನೇನೋ ಮಾತನಾಡಿಕೊಳ್ಳುತ್ತಿದ್ದರು. ಊರಿನ ನಾಯಿ, ಬೆಕ್ಕು, ಹಂದಿಗಳು ಕೂಡಾ ಮಂತ್ರಮುಗ್ಧರಾದವುಗಳಂತೆ ಎಲ್ಲಿದ್ದವೋ ಅಲ್ಲೇ ನಿಂತುಬಿಟ್ಟಿದ್ದವು. ಈಶ್ವರ ಗುಡಿಯ ಮುಂದೆ ಬಂಡಿ ಬಂದಾಗ ಗುಡಿಯ ಪೂಜಾರಿಯೂ ಹೊರ ಬಂದು ಸಿನಿಮಾ ಬಂಡಿ ನೋಡುತ್ತಾ ನಿಂತುಬಿಟ್ಟ. ಒಟ್ಟಾರೆ ಇಡೀ ಊರಿಗೆ ಊರೇ ಒಂದು ಅತ್ಯಂತ ಸಂತೋಷದ ಸಂದರ್ಭದಲ್ಲಿ ಭಾಗಿಯಾಗಿರುವಂತೆ ಕಾಣುತ್ತಿತ್ತು.

ವಿರಕ್ತ ಮಠದವರೆಗೂ ಬಂಡಿಯ ಹಿಂದೆಯೇ ಹೋದ ಪುಟ್ಟ, ಅನಂತರ ರಾಜ್‌ಕುಮಾರ್ ಹೊಸ ಸಿನಿಮಾವೊಂದು ತಮ್ಮೂರಿಗೆ ಬಂದಿರುವ ವಿಶೇಷ ಸುದ್ದಿಯನ್ನು ಅದು ಗೊತ್ತಿಲ್ಲದಿರುವ ಯಾರಾದರೊಬ್ಬರೊಡನೆ ಹಂಚಿಕೊಳ್ಳುವ ಉತ್ಸಾಹದಿಂದ ಮನೆಗೆ ಓಡಿಬಂದ. ಓಡಿ ಬಂದ ಆಯಾಸದಲ್ಲೇ 'ನಿಂಗೆ ಗೊತ್ತೇನಮ್ಮಾ?' ಎಂದು ಕೇಳಿ, ಅದಕ್ಕೆ ಉತ್ತರವನ್ನೇ ನಿರೀಕ್ಷಿಸದೆ 'ರಾಜ್‌ಕುಮಾರ್ ಸಿನಿಮಾ ಬಂದದಮ್ಮಾ' ಅಂತ ಹಿಗ್ಗಿನಿಂದ ಹೇಳಿದಾಗ ಅವರಮ್ಮನೂ ಸಂತೋಷದಿಂದ 'ಹೌದೇನೋ' ಎಂದು ಉದ್ಗರಿಸಿದರು. ಕೋಣೆಯೊಳಗೆಲ್ಲೋ ಕುಳಿತಿದ್ದ ಅಕ್ಕ ಗೌರಿ ಕೂಡಾ ಹೊರಬಂದು 'ಖರೆಯೇನೋ?' ಎಂದು ಪುಟ್ಟನನ್ನು ಕೇಳಿದಳು. ಮತ್ತಿಷ್ಟು ಉತ್ತೇಜನಗೊಂಡ ಪುಟ್ಟ ಬ್ಯಾಂಡು, ವಾಲ್‌ಪೋಸ್ಟರ್, ಅದಕ್ಕೆ ಹಾಕಿರುವ ಹೂವಿನಹಾರ, ರಾಜ್‌ಕುಮಾರ್ ನಿಂತ ಭಂಗಿ - ಎಲ್ಲವನ್ನೂ ಉತ್ಸಾಹದಿಂದ ವಿವರಿಸಿದ. ವಿವರಣೆಯೆಲ್ಲಾ ಮುಗಿದ ನಂತರ 'ನಾವ್ಯಾವಾಗಮ್ಮ ಸಿನಿಮಾಕ್ಕೆ ಹೋಗೋದು?' ಎಂದು ಕೇಳಿದಾಗ, ಮೊದಲಿನಂತೆ ಉತ್ಸಾಹವನ್ನು ತೋರಿಸದ ಅವನಮ್ಮ 'ನೋಡಾಣಂತೇಳು. ಇವತ್ತಿನ್ನಾ

ಬಂದದೆ. ರಾಜ್‌ಕುಮಾರ್ ಸಿನಿಮಾ ಬೇಕಾದಷ್ಟು ದಿನ ಇರ್ತದೆ. ಯಾವತ್ತೋ ಒಂದಿನ ಹೋದರಾಯಿತು' ಎಂದು ಹೇಳಿ ತಾವು ಮಾಡುತ್ತಿದ್ದ ಕೆಲಸವನ್ನು ಮುಂದುವರೆಸಿದರು.

ಮರುದಿನ ಶಾಲೆಗೆ ಹೋದಾಗ ಸುಭಾನಿ ತಾನು ನಿನ್ನೆಯೇ ಸಿನಿಮಾ ನೋಡಿ ಬಂದಿದ್ದೇನೆಂದು ಹೇಳಿದ್ದರಿಂದ ಅವನು ಕ್ಲಾಸಿನ ಹೀರೋ ಆಗಿಬಿಟ್ಟ. ಹುಡುಗರೆಲ್ಲಾ ಅವನನ್ನು ಸುತ್ತುವರಿದುಬಿಟ್ಟರು. 'ಅಯ್ ಅಯ್ಯಯ್ಯಯ್, ಏಟು ಗಲಾಟಿ ಇತ್ತಂತಿ. ಕುಮಾರಸ್ವಾಮಿ ಜಾತ್ರಿ ಹಂಗ ಜನ ಸೇರಿತ್ತು. ನಮ್ಮಪ್ಪ ಅದಕ್ಕೆಲ್ಲಾ ಹೆದರಂಗಿಲ್ಲ ಗೊತ್ತಾ? ನನ್ನ ತಲಿ ಮ್ಯಾಗೆ ಕುಂದ್ರಿಸಿಕೊಂಡು, ಮಂದಿ ಮಧ್ಯ ನುಗ್ಗಿ, ಮೈಕೈ ನುಜ್ಜಿ ಗುಜ್ಜಾಗಿ, ಟಿಕೇಟ್ ಕೊಡೋ ಕಿಡಕಿನಾಗಿ ಕೈ ತೂರಿಸಿ ಬಿಟ್ಟು, ಕಂಬಿ ಚೂರಿ ರಕ್ತ ಬಂದರೂ ಕೇರ್ ಮಾಡಲಿಲ್ಲ. ಟಿಕೇಟ್ ತೊಗೊಂಡೇಬಿಟ್ಟ' ಅಂತ ಅವರಪ್ಪನ ಸಾಹಸವನ್ನೂ ವಿವರಿಸಿದ. ಅನಂತರ ಸಿನಿಮಾದಲ್ಲಿ ರಾಜ್‌ಕುಮಾರ್ ಹೆಂಗೆ ಫೈಟಿಂಗ್ ಮಾಡಿದ ಅನ್ನೋದನ್ನ ಅಭಿನಯಿಸಿ ತೋರಿಸಿದ. 'ರಾಜ್‌ಕುಮಾರ್ ಮೈಕೈಗೆಲ್ಲಾ ಹಗ್ಗ ಬಿಗಿದು ಎಳೆದರೂ ಏನೂ ಆಗಂಗಿಲ್ಲ ಗೊತ್ತಾ? ವಜ್ರಮುನಿ ಎಷ್ಟೆಲ್ಲಾ ನಖರಾ ಮಾಡಿದ್ರೂ ರಾಜ್‌ಕುಮಾರ್ ಮುಂದೆ ಏನೂ ನಡಿಯಂಗಿಲ್ಲ. ಫೈಟಿಂಗ್ ಅಂದ್ರೆ ಭರ್ಜರಿ ಫೈಟಿಂಗ್.'

ಅದೇ ದಿನ ರಾತ್ರಿ ಹಾಲಿಗೆ ಹೆಪ್ಪು ಕೇಳಲು ಬಂದ ಕಾಶವ್ವ 'ಎಂಥಾ ಛಂದಾಗದಂತಿ ರುಕ್ಮಿಣಿ, ಇನ್ನೂ ಹತ್ತು ಸಾರಿ ಬೇಕಂದ್ರೂ ಬೇಜಾರಿಲ್ಲದಂಗೆ ನೋಡಬೋದು ನೋಡವ್ವ' ಅಂತ ಪುಟ್ಟನ ಅಮ್ಮನ ಮುಂದೆ ಒಂದು ಅರ್ಧ ಗಂಟೆ ಸಿನಿಮಾವನ್ನು ವರ್ಣರಂಜಿತವಾಗಿ ವಿವರಿಸಿದ್ದಳು. ಯಾವುದೇ ರಾಜ್‌ಕುಮಾರ್ ಹೊಸ ಸಿನಿಮಾ ಬರಲಿ, ಕಾಶವ್ವ ಮೊದಲನೇ ದಿನ ಮೊದಲನೇ ಆಟಕ್ಕೇ ಹೋಗಿಬಿಡುತ್ತಿದ್ದಳು. ಮರುದಿನ ಹೋದರೆ ಆ ಸಿನಿಮಾ ಆ ವೇಳೆಗಾಗಲೇ ಹಳಸಿ ಹೋಗಿಬಿಟ್ಟಿರುತ್ತದೆ ಎಂಬುದು ಆಕೆಯ ವಿಚಿತ್ರ ನಂಬಿಕೆಯಾಗಿತ್ತು. 'ಇಂಥಾ ದುಃಖ ಅದೆ ಅಂತೀ, ಅಳೋದಕ್ಕೆ ಎರಡು ಕಣ್ಣು ಸಾಲದು ನೋಡವ್ವ' ಅಂತಂದು ಈಗಲೂ ಅದನ್ನು ನೆನಸಿಕೊಂಡು ಅಳು ಬಂದಂತೆ ಕಣ್ಣೊರಸಿಕೊಂಡಳು. ಪುಟ್ಟ 'ಫೈಟಿಂಗ್ ಕೂಡಾ ಅದಾ ಕಾಶವ್ವ?' ಅಂತ ಕೇಳಿದ್ದಕ್ಕೆ, ಅಳುವ ಧ್ವನಿಯನ್ನು ಏಕ್‌ದಂ ನಿಲ್ಲಿಸಿ 'ಇರದಂಗೇನಪ್ಪ ಧಾಡಿ, ಧಂಡ್ಯಾಗಿ ಅದೆ. ಕೆಟ್ಟ ರಂಡೆಗಂಡರು ಎಲ್ಲಾ ಕಡಿ ತುಂಬಿಕೊಂಡಿರ್ತಾರೆ. ನಾಕು ಹೊಡ್ತ ಬೀಳೋತನ್ಕಾ ಬುದ್ಧಿ ಬರಂಗಿಲ್ಲ' ಅಂತ ಯಾರದೋ ಮೇಲಿನ ಅಕ್ಕಸದಿಂದ ನೆಟಿಗೆ ಮುರಿದು ಹೇಳಿದ್ದಳು.

ಎರಡೇ ದಿನಕ್ಕೆ ಕಾಯಿಪಲ್ಯ ಮಾರುವ ಅಂಬಮ್ಮ ಸಿನಿಮಾ ನೋಡಿ ಬಂದಿದ್ದಳು. ಅದರಲ್ಲಿ ರಾಜ್‌ಕುಮಾರ್ ಎಂಥಾ ಕಷ್ಟವಿದ್ದರೂ ಕೇರ್ ಮಾಡದೆ ತನ್ನ ಹೆಂಡತಿಗೆ ಹೊಸಸೀರೆಯೊಂದನ್ನು ತಂದುಕೊಟ್ಟು ಪ್ರೀತಿ ಮಾಡಿದ್ದನ್ನು ಮತ್ತು ಚಿನಾಲಿಯೊಬ್ಬಳು ರಾಜ್‌ಕುಮಾರನನ್ನೇ ವಶ ಮಾಡಿಕೊಳ್ಳಲು ನೋಡಿದರೂ ಅದು ಸಾಧ್ಯವಾಗದೆ ಅವನು ತನ್ನ ಹೆಂಡತಿಯ ಬಳಿಗೆ ಬಂದಿದ್ದನ್ನು ಕಣ್ಣಲ್ಲಿ ಕನಸು ಕಾಣುತ್ತಾ ವಿವರಿಸಿ, 'ಗಂಡ ಅಂದರೆ ಹಂಗಿರಬೇಕು ನೋಡಮ್ಮ' ಅಂತ ನಿಟ್ಟುಸಿರು ಬಿಟ್ಟು ಹೇಳಿದಳು.

ಪುಟ್ಟನ ಉತ್ಸಾಹ ದಿನದಿಂದ ದಿನಕ್ಕೆ ಹೆಚ್ಚಾಗತೊಡಗಿತು. ಮನೆಯಲ್ಲಿ ಅವರಮ್ಮನನ್ನು ಪೀಡಿಸಿದಂತೆಲ್ಲಾ 'ತಡಿಯೋ, ಏನವಸರ' ಅಂತ ಅವರು ಮುಂದೂಡುತ್ತಲೇ ಬಂದರು. ಪುಟ್ಟ

ರಸ್ತೆಯ ಮೇಲೆ ಹೋಗುವಾಗ ರಾಜ್‌ಕುಮಾರ್ ಸಿನಿಮಾ ಪೋಸ್ಟರ್ ಮುಂದೇ ನಿಂತುಬಿಡುತ್ತಿದ್ದ. 'ನಾನೂ ನಿನ್ನ ನೋಡ್ಲಿಕ್ಕೆ ಬರ್ತೀನಿ ಗೊತ್ತಾ?' ಅಂತ ರಾಜ್‌ಕುಮಾರ್ ಜೊತೆಯಲ್ಲಿಯೇ ಮಾತನಾಡಿಬಿಡುತ್ತಿದ್ದ.

ಶಾಲೆಯಲ್ಲಿ ಸಿನಿಮಾ ನೋಡಿ ಬಂದ ಹುಡುಗರ ಸಂಖ್ಯೆ ಹೆಚ್ಚಾಗುತ್ತಲೇ ಹೋಯಿತು. ಒಂದಿಬ್ಬರು ಹುಡುಗರು ಎರಡೆರಡು ಬಾರಿ ನೋಡಿಬಿಟ್ಟಿದ್ದರು. ಪ್ರತಿಯೊಬ್ಬರೂ ತಮ್ಮ ನಟನಾ ಸಾಮರ್ಥ್ಯದ ಪ್ರಕಾರ ರಾಜ್‌ಕುಮಾರನನ್ನು ಅಭಿನಯಿಸಿ ತೋರಿಸುತ್ತಿದ್ದರು. ಆ ಸಿನಿಮಾದ ಎಷ್ಟೋ ಸಂಭಾಷಣೆಗಳು, ಹಾಡುಗಳು ಹುಡುಗರಿಗೆ ಬಾಯಿಪಾಠವಾಗಿಬಿಟ್ಟಿದ್ದವು. ಕೆಲವೊಂದು ನಕಲಿ ಸನ್ನಿವೇಶಗಳನ್ನು ಹೇಳಿ ಹೇಳಿ ನಗುತ್ತಿದ್ದರು. ಆದರೆ ಇನ್ನೂ ಸಿನಿಮಾ ನೋಡದ ಪುಟ್ಟ ಎಲ್ಲಾ ವಿದ್ಯಾರ್ಥಿಗಳ ಮುಂದೆ ಬೆಪ್ಪುತಕ್ಕಡಿಯಂತೆ ಕುಳಿತು, ಅವರು ಹೇಳುವದನ್ನೇ ಬಾಯಿ ತೆಗೆದುಕೊಂಡು ಕೇಳುವಾಗ ಮುಜುಗರವಾಗುತ್ತಿತ್ತು. ಯಾವು ಯಾವುದೋ ಅರ್ಥವಾಗದ ಸಿನಿಮಾಗಳಿಗೆ ಎಲ್ಲಾ ಹುಡುಗರಿಂದ ಐವತ್ತು ಪೈಸೆ ತೆಗೆದುಕೊಂಡು ಕರೆದುಕೊಂಡು ಹೋಗುವ ಈ ಹೆಡ್‌ಮಾಸ್ತರರು, ರಾಜ್‌ಕುಮಾರ್ ಸಿನಿಮಾಕ್ಕೆ ಯಾಕೆ ಎಲ್ಲರನ್ನೂ ಕರೆದುಕೊಂಡು ಹೋಗಬಾರದು? ಅಂತ ಅನ್ನಿಸುತ್ತಿತ್ತು.

ಮತ್ತೊಂದು ದಿನ ಶಾಲೆಯಿಂದ ಮನೆಗೆ ಬರುವ ವೇಳೆಗಾಗಲೇ ಪುಟ್ಟನಿಗೆ ಅಳು ಬಂದುಬಿಟ್ಟಿತ್ತು. ಸುಭಾನಿ ಖಡಾಖಂಡಿತವಾಗಿ ಹೇಳಿಬಿಟ್ಟಿದ್ದ. 'ಇವತ್ತೇ ಕಡೇ ಆಟ. ನಾಳೆಯಿಂದ ನೀನು ನೋಡ್ತೀನಿ ಅಂತಂದ್ರೂ ಸಿನಿಮಾ ಇರಂಗಿಲ್ಲ' ಅಂತ. ಮನೆಗೆ ಬಂದವನೇ 'ಇವತ್ತೇ ಕಡೇ ಆಟ ಅಂತಮ್ಮಾ' ಅಂತ ತನ್ನ ಕೈಯಿಂದ ಅತ್ಯಮೂಲ್ಯವಾದ ವಸ್ತುವೊಂದು ಜಾರಿ ಹೋಗುತ್ತಿದೆಯೆಂಬಂತೆ ಹೇಳಿದ. ಅವರಮ್ಮನಿಗೂ 'ಚುರ್' ಅಂತು. 'ಅಪ್ಪ ಬರ್ಲಿ ತಡಿ ಪುಟ್ಟ, ನೀನೂ ಹೋಗ್ವಂತಿ' ಅಂತ ಸಮಾಧಾನ ಮಾಡಿದ್ದರಿಂದ ಅವನು ಅಳುವನ್ನು ತಡೆದುಕೊಂಡ. ತಲಬಾಗಿಲ ಬಳಿ ನಿಂತವನೇ ಅಪ್ಪನ ಬರುವಿಗಾಗಿ ಕಾಯಲಾರಂಭಿಸಿದ.

ಪುಟ್ಟನ ದುರದೃಷ್ಟವೋ ಎಂಬಂತೆ ಮಳೆ ಶುರುವಾಗಿಬಿಟ್ಟಿತು. ಭೂಮಿಯ ಮೇಲೆ ಕೋಪಗೊಂಡು ಅದಕ್ಕೆ ಬೆತ್ತದಿಂದ ಬಾರಿಸುವಂತೆ ಆಕಾಶದಿಂದ ರಪರಪ ಮಳೆ! ಉಳಿದ ಸಮಯದಲ್ಲಾಗಿದ್ದರೆ ಹರಿಯುವ ನೀರಿನಲ್ಲಿ ಕಾಗದದ ದೋಣಿಯನ್ನು ಬಿಡುತ್ತಾ, ಹರನಾಳಿಗೆಯಿಂದ ಬೀಳುವ ಕೆಂಪು ನೀರನ್ನು ಹಿಡಿಯುತ್ತಾ ಮಳೆಯನ್ನು ಸಂತೋಷಿಸುತ್ತಿದ್ದ ಪುಟ್ಟ ಈಗ 'ಇದೊಂದು ದರಿದ್ರ' ಅಂತ ಶಪಿಸಲಾರಂಭಿಸಿದ. ಅಪ್ಪ ಮಳೆ ನಿಲ್ಲೋ ತನಕ ಮನೆಗೆ ಬರದೇ ಹೋಗಿ, ಸಿನಿಮಾಕ್ಕೆ ಹೋಗೋ ಸಮಯ ಮುಗಿದುಹೋಗಿಬಿಟ್ಟರೆ! ಆತಂಕವಾಗಿಬಿಟ್ಟಿತು. 'ದೇವರೇ, ಬೇಗನೆ ಬರ್ಲಪ್ಪ' ಅಂತ ಮೊರೆಯಿಟ್ಟ, ನಾಕಾರು ಬಾರಿ ಅವರಮ್ಮನ ಬಳಿ ಹೋಗಿ 'ಇನ್ನೂ ಯಾಕಮ್ಮ ಅಪ್ಪ ಬರಲಿಲ್ಲ' ಅಂತ ಕೇಳಿಬಂದ. ಗಡಿಯಾರ ಪುಟ್ಟನ ಆತಂಕವನ್ನು ಕೇರ್ ಮಾಡದೆ ಓಡುತ್ತಿತ್ತು.

ಅಂತೂ ಕಡೆಗೊಮ್ಮೆ ಪುಟ್ಟನ ಅಪ್ಪ ಮಳೆಯಲ್ಲಿ ತೊಯ್ಯಿಸಿಕೊಂಡು ಬರುತ್ತಿದ್ದುದು ಕಂಡಿದ್ದೇ ಪುಟ್ಟ 'ಅಪ್ಪ ಬಂದ್ರಮ್ಮ' ಅಂತ ಒಳಗೋಡಿಹೋದ. 'ನೀನು ಅಪ್ಪ ಬಂದ ತಕ್ಷಣ ಬಾಯಿ ತೆಗೀಬೇಡ. ನಾನೆಲ್ಲಾ ಅಪ್ಪನ್ನ ಕೇಳ್ತೀನಿ' ಅಂತ ಅವರಮ್ಮ ಎಚ್ಚರಿಸಿದರು. ಅಪ್ಪ ಬಂದ

ನಂತರ ಬಟ್ಟೆ ಬದಲಿಸುವುದು, ಅಮ್ಮ ತಲೆ ಒರೆಸುವುದು, ಕಾಫಿ ಕುಡಿಯುವುದು ನಿಧಾನವಾಗಿ ನಡೆದು ಪುಟ್ಟನ ಸಹನೆ ಮೀರಲಾರಂಭಿಸಿತು. ಅವರಮ್ಮನ ಹಿಂದೆಯೇ ಇದ್ದು, ತನ್ನ ಪುಟ್ಟ ಕೈಯಿಂದ ತಿವಿದು ತಿವಿದು 'ಹೇಳಮ್ಮ' ಅಂತ ಎಚ್ಚರಿಸಿದ. ಅವರಪ್ಪ ಅದನ್ನು ಗಮನಿಸಿದ್ದೇ 'ಏನಂತೇ ಪುಟ್ಟಂದು' ಅಂತ ಕೇಳಿಯೇಬಿಟ್ಟರು. 'ಸಿನಿಮಾಕ್ಕೆ ಹೋಗ್ತಾನಂತ್ರೀ' ಅಂತ ಅವರಮ್ಮ ಅಂದಿದ್ದೇ ತಡ 'ಈ ಮಳೀನಾಗೆ ಎಂಥಾ ಸಿನಿಮಾನೋ. ಸುಮ್ನೆ ಮನ್ಯಾಗೆ ಕೂತು ಓದು. ಎದಿ ಸೀಳಿದ್ರೆ ಎರಡಕ್ಷರ ಇಲ್ಲ' ಅಂತ ಅಂದುಬಿಟ್ಟರು.

ಪುಟ್ಟನ ಸಹನೆ ಪೂರ್ತಿ ಮುಗಿದು ಹೋಯ್ತು. 'ಹೋ' ಅಂತ ಅಳಲಾರಂಭಿಸಿದ. ಹೊರಗಿನ ಮಳೆಯ ಸದ್ದು ಯಾವ ಲೆಕ್ಕಕ್ಕೂ ಇಲ್ಲವೆಂಬಂತೆ, ಅದಕ್ಕೂ ಜೋರಾಗಿ ಧ್ವನಿ ತೆಗೆದು ಅಳಲಾರಂಭಿಸಿದ. ಅವರಪ್ಪನಿಗೆ ಉರಿದು ಹೋಯ್ತು. ಆಫೀಸಿನಲ್ಲಿ ಅದ್ಯಾವ ರಗಳೆಯಲ್ಲಿ ತಲೆಬಿಸಿ ಮಾಡಿಕೊಂಡು ಬಂದಿದ್ದರೋ ಗೊತ್ತಿಲ್ಲ. ಕುಡಿಯುತ್ತಿದ್ದ ಕಾಫಿಯ ಲೋಟವನ್ನು ನೆಲಕ್ಕೆ ಕುಕ್ಕಿದ್ದೇ, ಪುಟ್ಟನನ್ನು ಹಿಡಿದುಕೊಂಡು ದನಕ್ಕೆ ಬಡಿಯುವಂತೆ ಬಡಿದುಬಿಟ್ಟರು. ಕೈ, ಮೈ, ಬೆನ್ನು, ಪಿರ್ರೆಯೊಂದನ್ನೂ ಲೆಕ್ಕಕ್ಕೆ ತೆಗೆದುಕೊಳ್ಳದೆ ರಪರಪನೆ ಹೇರಿಬಿಟ್ಟರು. ಅದನ್ನು ನಿರೀಕ್ಷಿಸದಿದ್ದ ಪುಟ್ಟ ಒಂದೆರಡು ಕ್ಷಣ ದಿಗ್ಭ್ರಾಂತನಾಗಿ ಅಳುವದನ್ನೇ ಮರೆತುಬಿಟ್ಟವನು, ಹೊಡೆಯುವದನ್ನು ನಿಲ್ಲಿಸಿದಾಕ್ಷಣ ಧ್ವನಿಯನ್ನು ತಾರಕಕ್ಕೇರಿಸಿಬಿಟ್ಟ. ಮಗನಿಗೆ ಆ ರೀತಿ ಹೊಡೆದದ್ದು ಅಮ್ಮನಿಗೆ ನೋವನ್ನುಂಟುಮಾಡಿತು. ಅವನನ್ನು ಅಪ್ಪಿಕೊಂಡು ಸಮಾಧಾನ ಮಾಡುತ್ತಾ 'ಎಂಥಾ ಪರಿ ಹೊಡೀತೀರಲ್ರಿ. ಏನೋ ರಾಜ್‌ಕುಮಾರ್ ಸಿನಿಮಾ ನೋಡಬೇಕು ಅಂತ ಒದ್ದಾಡ್ತಾ ಅದೆ. ಈವತ್ತೇ ಕಡೇ ಆಟ ಅಂತೆ. ಎಲ್ಲಾ ಸಿನಿಮಾಕ್ಕೂ ಅವನು ಹಂಗೇನೂ ಹಠ ಮಾಡಂಗಿಲ್ಲ' ಅಂತ ಮಗನ ಪರವಾಗಿ ಮಾತನಾಡಿದರು. 'ನಾನು ಎಲ್ಲಿಂದಂತ ರೊಕ್ಕ ತರ್ಲೀ? ತಿಂಗಳು ಕೊನಿ ಬ್ಯಾರೆ. ಜಾಲಾಡಿದ್ರೂ ನನ್ನ ಹತ್ತಿರ ನಾಲ್ಕಾಣಿ ಇಲ್ಲ' ಅಂತ ಸಿಟ್ಟಿನಿಂದಲೇ ಅವರಪ್ಪ ತಮ್ಮ ಅಸಹಾಯಕತೆಯನ್ನು ತೋಡಿಕೊಂಡರು. ಪುಟ್ಟನ ಅಳು ಮುಂದುವರದೇ ಇತ್ತು.

ಮೈಕೈಯೆಲ್ಲಾ ನೋವಾಗುವಂತೆ ಹೊಡಿಸಿಕೊಂಡ ಪುಟ್ಟ ಅಳುವದನ್ನು ನೋಡಿ ಅವರಮ್ಮನಿಗೆ ಸಹಿಸಲಾಗಲಿಲ್ಲ. 'ಈಗ ಬಂದೆ ತಡಿ' ಅಂತ ಹೇಳಿ, ಸೆರಗನ್ನು ತಲೆಯ ಮೇಲೆ ಹೊದ್ದುಕೊಂಡು ಆ ಮಳೆಯಲ್ಲಿಯೇ ಪಕ್ಕದ ಮನೆಗೆ ಹೋದರು. ಪುಟ್ಟನಿಗೆ ಅವರಮ್ಮನೂ ಹೊರಗೆ ಹೋದ ಮೇಲೆ ಮತ್ತಷ್ಟು ಧೈರ್ಯ ಕಡಿಮೆಯಾದಂತಾಗಿ ಅವರಪ್ಪನ ಕಡೆ ನೋಡಿ ದುಃಖಿಸಿ ದುಃಖಿಸಿ ಅಳುವದನ್ನು ಮುಂದುವರೆಸಿಯೇ ಇದ್ದ.

ಒಂದೆರಡೇ ನಿಮಿಷದಲ್ಲಿ ವಾಪಾಸಾದ ಅವನಮ್ಮ ಕಂಬಕ್ಕೆ ಕುಸಿದು ಕುಳಿತು, ತಲೆಯನ್ನು ಮೊಣಕಾಲ ಮಧ್ಯೆದಲ್ಲಿ ಸಿಕ್ಕಿಸಿ 'ನಾನು ಹೋಗಬಾರದಿತ್ತು ರ್ರೀ' ಅಂತ ಬಿಕ್ಕಿದರು. ಅವರಪ್ಪ ಅದಕ್ಕೇನೂ ಪ್ರತಿಯುತ್ತರ ಕೊಡಲಿಲ್ಲ. ಸ್ವಲ್ಪ ಹೊತ್ತು ಸುಮ್ಮನಿದ್ದು ಅನಂತರ ಮೇಲಕ್ಕೆದ್ದವರೇ ಕೋಣೆಗೆ ಹೋದರು. ಅಲ್ಲಿಂದಲೇ 'ಗೌರಿ, ಬಾ ಇಲ್ಲಿ' ಅಂತ ಕರೆದರು.

ಕೋಣೆಯಲ್ಲಿದ್ದ ಕಟ್ಟಿಗೆಯ ಅಲಮಾರಾದಲ್ಲಿ ಮೇಲಿನ ಖಾನೆಯಲ್ಲಿ ಮಡಿಸಿಟ್ಟ ಬಟ್ಟೆಗಳನ್ನೆಲ್ಲಾ ಒಂದೊಂದಾಗಿಯೇ ಕಿತ್ತು ಅದನ್ನು ಜಾಡಿಸಲಾರಂಭಿಸಿದರು. ಗೌರಿಯೂ ಅವರಪ್ಪನಿಗೆ ಸಹಾಯ ಮಾಡಲಾರಂಭಿಸಿದಳು. ಪ್ರತಿ ತಿಂಗಳು ಬಂದ ಸಂಬಳವನ್ನು ಅಲ್ಲಿಯೇ

ಬಟ್ಟೆಗಳ ತಳದಲ್ಲಿ ಇಡುತ್ತಾರೆ. ಈಗ ಸಂಬಳ ಬಂದು ತುಂಬಾ ದಿನವಾಗಿ ತಿಂಗಳ ಕೊನೆಯೂ ಬಂದಾಗಿದೆ. ತಂದಿದ್ದ ಹಣವೆಲ್ಲಾ ಖರ್ಚಾಗಿ ಹೋಗಿದ್ದರೂ ಎಲ್ಲಿಯಾದರೂ ಸ್ವಲ್ಪ ಹಣ ಸಿಕ್ಕರೂ ಸಿಗಬಹುದೆಂದು ಹುಡುಕಲಾರಂಭಿಸಿದರು. ಅವರ ಶ್ರಮ ವ್ಯರ್ಥವಾಗಲಿಲ್ಲ. ಒಂದು ರೂಪಾಯಿ ನಾಣ್ಯವೊಂದು ಮೂಲೆಯಲ್ಲಿತ್ತು. 'ಸಿನಿಮಾ ಟಿಕೇಟಿಗೆ ಎಷ್ಟೇ?' ಅಂತ ಕೇಳಿದ್ದಕ್ಕೆ ಮಗಳು 'ಬೆಂಚಿಗೆ ಅರವತ್ತು ಪೈಸಾ' ಅಂತ ಹೇಳಿದಳು. ಪುಟ್ಟನೊಬ್ಬನನ್ನೇ ಸಿನಿಮಾಕ್ಕೆ ಕಳುಹಿಸುವಂತಿಲ್ಲ. ಗೌರಿಯೂ ಚಿಕ್ಕವಳೇ! ಇನ್ನೂ ಇಪ್ಪತ್ತು ಪೈಸೆಗಾಗಿ ಎಷ್ಟೇ ಹುಡುಕಾಡಿದರೂ ಸಿಗಲಿಲ್ಲ.

ಹೊರಗೆ ಬಂದ ಅಪ್ಪ 'ಒಂದು ರೂಪಾಯಿ ಸಿಕ್ತು. ನಿನ್ನ ಹತ್ತಿರ ಇನ್ನೂ ಇಪ್ಪತ್ತು ಪೈಸೆ ಇದ್ದರೆ ನೋಡೆ' ಅಂತ ಹೆಂಡತಿಗೆ ಹೇಳಿದರು. ಕಣ್ಣೊರೆಸಿಕೊಂಡು ಎದ್ದ ಅವನಮ್ಮ ಅಡಿಗೆಯ ಮನೆಗೆ ಹೋಗಿ ಎಲ್ಲಾ ಡಬ್ಬಗಳನ್ನೂ ತೆಗೆದು ನೋಡಲಾರಂಭಿಸಿದರು. ಸಾಕಷ್ಟು ಡಬ್ಬಿಗಳು ಖಾಲಿಯಿದ್ದವು. ಕೆಲವೊಂದು ಡಬ್ಬಿಗಳಲ್ಲಿದ್ದ ಕಡ್ಲಿಬೇಳೆ, ಸಾಸಿವೆ, ಉದ್ದಿನಬೇಳೆಗಳನ್ನು ಪಾತ್ರೆಗಳಿಗೆ ಸುರಿವಿ ಅದರಲ್ಲಿ ಕೈಯಾಡಲಾರಂಭಿಸಿದರು. ಅವರಮ್ಮ ಹುಡುಕಿ ಇಲ್ಲವೆಂದು ಬಿಟ್ಟ ಡಬ್ಬಿಯನ್ನೇ ಮತ್ತೆ ಗೌರಿ, ಅಪ್ಪ ಹುಡುಕುತ್ತಿದ್ದರು. ಸಾಕಷ್ಟು ಹುಡುಕಿ, ಅಡಿಗೆಯ ಮನೆಯ ತುಂಬ ಕಾಳು-ಕಡಿ, ಸಾಂಬಾರು ಪದಾರ್ಥಗಳನ್ನು ಹರಡಿದ ನಂತರ ಬರೀ ಹತ್ತು ಪೈಸೆ ಸಿಕ್ಕಿತು. 'ಇನ್ನೂ ಹತ್ತು ಪೈಸೆ ಬೇಕಿತ್ತಲ್ಲೆ' ಅಂತ ಅಪ್ಪ ಪೇಚಾಡಿದರು. ಅದಕ್ಕೆ ಗೌರಿ 'ಅಷ್ಟೇ ಸಾಕಪ್ಪ. ಗೇಟ್ ಕೀಪರ್ ಹತ್ತಿರ ಹೋದರೆ, ಹತ್ತು ಪೈಸೆ ಕಡಿಮಿ ಕೊಟ್ಟರೂ ಒಳಗೆ ಬಿಡ್ತಾನೆ' ಅಂತ ಹೇಳಿದಳು.

ಅಡಿಗೆಯ ಮನೆಯಿಂದ ಹೊರ ಬಂದವರೆ ಪುಟ್ಟನ ಕಿವಿಯನ್ನು ಜೋರಾಗಿ ಹಿಂಡಿದ ಅವರಪ್ಪ 'ಇನ್ನ ಬಾಯಿ ಮುಚ್ಚು. ಧ್ವನಿ ಹೊರ ಬಂತು ಅಂತಂದ್ರೆ ಸೀಳಿ ಎರಡು ಹೋಳು ಮಾಡ್ಬಿಡ್ತೀನಿ. ರೊಕ್ಕಾ ಗೌರಿ ಕೈಯಾಗೆ ಕೊಟ್ಟೀನಿ. ಹೋಗಿ ಬರ್ರಿ' ಅಂತ ಹೇಳಿದರು. ಕಿವಿ ಹಿಂಡಿದ್ದು ಪುಟ್ಟನಿಗೆ ನೋವಾದರೂ, ಸಿನಿಮಾಕ್ಕೆ ಹೋಗಲು ಅಪ್ಪ ರೊಕ್ಕ ಕೊಟ್ಟಿದ್ದು ಖುಷಿಯನ್ನುಂಟುಮಾಡಿತು. ಆದರೆ ಹಾಗಂತ ಒಮ್ಮೆಲೆ ಅಳುವದನ್ನು ನಿಲ್ಲಿಸಿಬಿಟ್ಟರೆ ತನಗೆ ಅಪಮಾನವೆಂಬಂತೆ, ಸ್ವಲ್ಪ ಹೊತ್ತು ಮುಸು ಮುಸು ಅತ್ತಂತೆ ಮಾಡಿ, ಅವನಮ್ಮ 'ಏಳೋ, ಮುಖ ತೊಳ್ಕೋ' ಅಂದ ತಕ್ಷಣ ಬಚ್ಚಲು ಮನೆಗೆ ಓಡಿದ.

ಮುಖಕ್ಕೆ ಎರಡೆರಡು ಬಾರಿ ಸೋಪನ್ನು ಹಾಕಿ ಗಸಗಸ ತಿಕ್ಕಿದ. ಒಳ್ಳೆಯ ಬಟ್ಟೆಗಳನ್ನು ಹಾಕಿಕೊಂಡು, ಶರ್ಟನ್ನು ಇನ್ ಮಾಡಿಕೊಂಡು, ತಲೆಯನ್ನು ಅವರಮ್ಮನಿಂದ ನೀಟಾಗಿ ಬಾಚಿಸಿಕೊಂಡು ತಯಾರಾದ. ಸಿನಿಮಾಕ್ಕೆ ಹೋದಾಗಲೆಲ್ಲಾ ಪುಟ್ಟನಿಗೆ ಸಿನಿಮಾದಲ್ಲಿ ನಟಿಸಿದವರೂ ತಮ್ಮನ್ನು ನೋಡುತ್ತಿದ್ದಾರೆಂದೆನಿಸುತ್ತಿತ್ತು. ಅದೂ ರಾಜ್‌ಕುಮಾರ್ ಸಿನಿಮಾ ಬೇರೆ! ಅವನೂ ನಮ್ಮನ್ನು ನೋಡಿದಾಗ ನಾವು ಸ್ಮಾರ್ಟ್ ಆಗಿ ಇರದಿದ್ದರೆ ಹೇಗೆ? ಈ ಹುಡುಗ ಚೆನ್ನಾಗಿಲ್ಲ ಅಂತ ಅಪ್ಪಿ-ತಪ್ಪಿ ಡೈಲಾಗ್ ಹೊಡೆದುಬಿಟ್ಟರೇನು ಗತಿ?

ಹೊರಗಿನ್ನೂ ಮಳೆ ಜೋರಾಗಿಯೇ ಸುರಿಯುತ್ತಿತ್ತು. ಆ ಊರಿನಲ್ಲಿ ಮಳೆ ಬಂದಾಗ ಮಳೆಗೆ ಹೆದರುವದಕ್ಕಿಂತಾ ಹೆಚ್ಚಾಗಿ ಜನರು ಕೆಸರಿಗೆ ಹೆದರುತ್ತಾರೆ. ಕಾಲಿಟ್ಟರೆ ಸಾಕು, 'ಜರ್....' ಎಂದು ಜಾರಿ ಬೀಳುವಂತಹ ಕೆಸರು. ಜಾಗ್ರತೆಯಿಂದ ಕಾಲನ್ನು ಗಟ್ಟಿಯಾಗಿ ಊರುತ್ತಾ

ನಡೆದರೂ ಕಾಲ ಸಂದುಗಳಿಂದ ಪಿಚಕ್, ಪಿಚಕ್ ಎಂದು ಸಿಡಿಯುತ್ತದೆ. ಕೆಸರಿನ ಜೊತೆಗೆ ಅಕ್ಕ-ಪಕ್ಕದ ಕಾಲುವೆಗಳಿಂದಲೂ ಗಲೀಜು ಸೇರಿಕೊಂಡು 'ರಾಮ....ರಾಮ....' ಅನ್ನಿಸುತ್ತದೆ. ಆದರೆ ಹಾಗಂತ ಅಲ್ಲಿ ಯಾರೂ ತಲೆ ಕೆಡಿಸಿಕೊಳ್ಳುವದಿಲ್ಲ. ರಾಯರಮಠದ ಅರ್ಚಕರಾದ ವೆಂಕಣ್ಣಾಚಾರ್ಯರು ಬಾವಿಯ ಮೇಲೆ ಸ್ನಾನ ಮಾಡಿ ಮಡಿಯಿಂದ ಈ ಕೆಸರಿನಲ್ಲಿಯೇ ನಡೆದು ಮಠಕ್ಕೆ ಹೋಗುತ್ತಾರೆ!

ಒಂದು ಹರಕು ಕೊಡೆಯನ್ನು ಹಿಡಿದುಕೊಂಡು ಪುಟ್ಟ ಮತ್ತು ಗೌರಿ ಸಿನಿಮಾಕ್ಕೆ ಹೊರಟರು. ಅಮ್ಮ ಹೊರಗೆ ಬಂದು 'ಹುಷಾರು ಗೌರಿ. ಗಟ್ಟಿಯಾಗಿ ಕಾಲು ಊರ್ರಿ. ಪುಟ್ಟನ್ನ ಅಲ್ಲಿ-ಇಲ್ಲಿ ಹೋಗದಂಗೆ ನೋಡ್ಕೋ' ಅಂತ ಎಚ್ಚರಿಕೆಯನ್ನು ಕೊಟ್ಟರು. ಅಪ್ಪನಿಗಿನ್ನೂ ಸಿಟ್ಟು ಇಳಿದಿಲ್ಲವಾದ್ದರಿಂದ ಹೊರಗೆ ಬರಲಿಲ್ಲ.

ಮನೆಯಿಂದ ಸ್ವಲ್ಪ ದೂರ ಹೋದ ತಕ್ಷಣ ಗೌರಿ ಪುಟ್ಟನನ್ನು ಉದ್ದೇಶಿಸಿ 'ನೀನು ಹಂಗೆಲ್ಲಾ ಹಠ ಮಾಡಬಾರದು ನೋಡು ಪುಟ್ಟ. ಅಪ್ಪ-ಅಮ್ಮ ಬೇಜಾರು ಮಾಡ್ಕೊಳ್ಳಂಗಿಲ್ಲೇನು?' ಅಂತ ಅಂದಳು. ಅದಕ್ಕುತ್ತರವಾಗಿ ಪುಟ್ಟ 'ಅಯ್ ಗೌರಕ್ಕ, ಅಲ್ಲಿ ನೋಡೆ.... ಕಾಮನಬಿಲ್ಲು ಮೂಡ್ಯಾದೆ...' ಅಂತ ತೋರಿಸಿದ. ಗೌರಿಗೆ ಕಾಣಲಿಲ್ಲವಾದ್ದರಿಂದ 'ಎಲ್ಲೋ ?' ಅಂದಳು. 'ಅಕೋ ಅಲ್ಲಿ, ಕುರಿಮಟ್ಟಿ ಗುಡ್ಡದ ಮೇಲೆ....' ಅಂತ ಉತ್ಸಾಹದಿಂದ ಕೂಗಿದ. 'ಓ! ಅದಾ.... ಕಾಣಿಸ್ತು ಬಿಡು. ಎಂಥಾ ಛೇಷದಲ್ಲಾ?' ಅಂತ ಗೌರಿಯೂ ಕಾಮನಬಿಲ್ಲನ್ನು ನೋಡಿ ಹಿರಿ-ಹಿರಿ ಹಿಗ್ಗಿದಳು.

ಅರ್ಧ ದಾರಿ ನಡೆಯುವಷ್ಟರಲ್ಲಿ ಕಾಸಿಂಸಾಬರ ಮನೆ ಬಂತು. ಅವರ ಮನೆಯ ಹೊರಗಿನ ಗೋಡೆಯಲ್ಲಿ ಒಂದು ಮಾಡವಿದೆ. ಆ ಮಾಡದಲ್ಲಿಯೇ ಭರಮಪ್ಪನ ಮೂರ್ತಿಯಿದೆ. ಆ ದಾರಿಯಲ್ಲಿ ಹೋಗುವ ಯಾರೇ ಆಗಲಿ, ಆ ಮೂರ್ತಿಯನ್ನು ಮುಟ್ಟಿಯೇ ಮುಂದೆ ಹೋಗಬೇಕು. ಇಲ್ಲದಿದ್ದರೆ ಯಾವ ಕೆಲಸವೂ ಆಗುವದಿಲ್ಲ. ಆ ದೇವರು ಎಷ್ಟೊಂದು ಸತ್ಯವೆಂದರೆ ಉಚ್ಚೆ ಅವಸರವಿಟ್ಟು, ಆ ದಾರಿಯಲ್ಲಿ ಹೋಗುತ್ತಿರುವವರು ಅಕಸ್ಮಾತ್ ದೇವರನ್ನು ಮುಟ್ಟಲು ಮರೆತುಬಿಟ್ಟರೆ ಉಚ್ಚೆಯೂ ಸರಿಯಾಗಿ ಆಗುವದಿಲ್ಲ. ಅಂತಹದರಲ್ಲಿ ಸಿನಿಮಾಕ್ಕೆ ಹೊರಟ ಇವರಿಗೆ ಟಿಕೇಟ್ ಸಿಕ್ಕೀತೆ? ಆದ್ದರಿಂದ ಎಷ್ಟೇ ಹೊತ್ತಾಗಿಹೋಗಿದೆಯೆಂದುಕೊಂಡರೂ ಬೇರೆ ದಾರಿಯಿಲ್ಲದೆ ಅಕ್ಕ-ತಮ್ಮ ಇಬ್ಬರೂ ಕೈ ಕೈ ಹಿಡಿದುಕೊಂಡು, 'ಹುಷಾರು, ಜಾರ್ತದೆ' ಅಂತ ಒಬ್ಬರಿಗೊಬ್ಬರು ಹೇಳುತ್ತಾ, ಭರಮಪ್ಪನನ್ನು ಮುಟ್ಟಿ ಥೇಟರಿನ ಕಡೆಗೆ ನಡೆದರು. ಥೇಟರ್ ಊರಿಗೆ ಸ್ವಲ್ಪ ದೂರದಲ್ಲಿದೆ.

ಅನಂತರ ಪುಟ್ಟ 'ಗೌರಕ್ಕ, ಬೆಸುಗೆ ಸಿನಿಮದಾಗೆ ಒಂದು ಹಾಡದಲ್ಲ... ಬೆಸುಗೆ, ಬೆಸುಗೆ, ಬೆಸುಗೆ... ಅಂತ. ಅದರಾಗೆ ಎಷ್ಟು ಸಾರಿ ಬೆಸುಗೆ ಅಂತಾರೆ ಹೇಳವ್ವ' ಅಂತ ಸವಾಲು ಮಾಡಿದ. 'ಅಯ್, ಅದೇನ್ ಮಹಾ, ಹೇಳ್ತೀನಿ ತಡಿ' ಅಂತಂದ ಗೌರಿ 'ಒಂದು... ಎರಡು...' ಅಂತ ಲೆಕ್ಕ ಹಾಕತೊಡಗಿದಳು. ಅವಳು 'ಎಪ್ಪತ್ತು... ಎಪ್ಪತ್ತೊಂದು...' ಅಂತ ಕಷ್ಟಪಟ್ಟು ಗೊಂದಲದಲ್ಲಿ ಎಣಿಸುವ ಹೊತ್ತಿಗೆ ಸಿನಿಮಾ ಥೇಟರು ಬಂತು. ಆಗಲೇ ಸಾಕಷ್ಟು ಜನರು ಜಮಾಯಿಸಿದ್ದರು. ಸಿನಿಮಾ ಶುರು ಮಾಡುವ ಹೊತ್ತಾಗಿದ್ದರೂ, ಮಳೆಯಿಂದಾಗಿ ಜನ ಸ್ವಲ್ಪ ನಿಧಾನಕ್ಕೆ

ಬರಬಹುದೆಂದು ಇನ್ನೂ ಶುರು ಮಾಡಿರಲಿಲ್ಲ. ಆದರೆ ಟಿಕೇಟ್ ಕೊಡಲಾರಂಭಿಸಿದ್ದರು. ಥೇಟರಿನ ಮುಂದೆ ಎತ್ತಿನ ಬಂಡಿ, ಸೈಕಲು, ಟ್ರಾಕ್ಟರ್‌ಗಳು ಎಲ್ಲವೂ ನಿಂತಿದ್ದವು. ತಹಸಿಲ್ದಾರರ ಕಾರು ಕೂಡಾ ಬಂದು ನಿಂತಿತ್ತು! ಹೆಚ್ಚು ಕಡಿಮೆ ಎಲ್ಲಾ ಜನರೂ ಮಳೆಯಲ್ಲಿ ತೊಯ್ದು ತೊಪ್ಪಡಿಯಾಗಿದ್ದರು. ಬಟ್ಟೆಯೆಲ್ಲಾ ಕೊಳೆ ಸಿಡಿದು ಚಿತ್ತಾರವನ್ನು ಮೂಡಿಸಿ ಕೊಂಡಿದ್ದವು. ಆದರೆ ಅದ್ಯಾವುದರ ಲೆಕ್ಕವಿಲ್ಲದೆ ಎಲ್ಲರೂ ಟಿಕೇಟ್ ತೆಗೆದುಕೊಳ್ಳಲು ಹೊಡೆದಾಡುತ್ತಿದ್ದರು. ಕಡೆಯ ಆಟವಾದರೂ ಗಲಾಟೆಯೋ ಗಲಾಟೆ!

ಗೌರಿಯ ಬಳಿ ಹತ್ತು ಪೈಸೆ ಕಡಿಮೆಯಿದ್ದುದರಿಂದ ಟಿಕೇಟ್ ಕೌಂಟರಿನ ಬಳಿ ಹೋಗುವ ಆವಶ್ಯಕತೆಯೇ ಇರಲಿಲ್ಲ. ಸೀದಾ ಗೇಟ್ ಬಳಿ ಹೋಗಿ, ಗೇಟ್‌ಕೀಪರ್ ಕೈಲೆ ಹಣ ಕೊಟ್ಟರಾಯಿತು. ಆದರೆ ಆ ದಿನ ಹೊಸ ಗೇಟ್‌ಕೀಪರ್ ನಿಂತಿದ್ದ. ಹಣಕ್ಕೆ ಅವರಿಬ್ಬರನ್ನೂ ಒಳಗೆ ಬಿಡಲು ಅಡ್ಡಿ ಮಾಡಿದ. ಗೌರಿ ಎಷ್ಟೇ ಬಗೆಯಿಂದ ಅವನಿಗೆ ಕೇಳಿಕೊಂಡರೂ ಅವನು ಒಪ್ಪಲಿಲ್ಲ.

ಆ ವೇಳೆಗಾಗಲೇ 'ಗಜಮುಖನೆ ಗಣಪತಿಯೇ...' ಹಾಡು ಪ್ರಾರಂಭವಾಗಿಬಿಟ್ಟಿತು. ಪುಟ್ಟನಿಗಂತೂ ಅವಸರ. ಇನ್ನೊಂದು ಹಾಡು 'ನಮೋ ವೆಂಕಟೇಶ, ನಮೋ ತಿರುಮಲೇಶ...' ಆದ ತಕ್ಷಣವೇ ಸಿನಿಮಾ ಶುರುವಾಗಿಬಿಡುತ್ತದೆ. 'ಶುರು ಆಗಿ ಬಿಡ್ತದೆ ಗೌರಕ್ಕ. ಮೊದಲನೇ ಸೀನೇ ಫೈಟಿಂಗ್ ಅಂತೆ...' ಅಂತೆಲ್ಲಾ ಅವನಕ್ಕನ ಮುಂದೆ ಹೇಳಿ ಚಡಪಡಿಸತೊಡಗಿದ. ಕಡೆಗೆ ಗೌರಿ ಕೌಂಟರಿಗೆ ಹೋಗಿ, ಒಂದು ಟಿಕೇಟ್ ತಂದಳು. ಪುಟ್ಟನಿಗೆ ಅದನ್ನು ಕೊಟ್ಟು ಒಳಗೆ ಹೋಗುವಂತೆ ಹೇಳಿದಳು. 'ಅದೋ ಅಲ್ಲಿ ಕಾಣಿಸ್ತದಲ್ಲ ಫ್ಯಾನು. ಅದರ ಕೆಳಗೆ ಕೂತ್ಗೋ... ನಾನು ಇಲ್ಲೇ ಕಾದುಕೊಂಡು ಕೂತಿರ್ತೀನಿ' ಅಂತ ಅವನನ್ನು ಒಳಗೆ ಕಳುಹಿಸಿ, ಅವನು ಒಳಗೆ ಹೋಗಿ ತಾನು ಹೇಳಿದ ಜಾಗದಲ್ಲಿ ಕುಳಿತುಕೊಳ್ಳುವ ತನಕ ಬಾಗಿಲಿಗೆ ಹಾಕಿದ ಪರದೆಯ ಮೂಲಕ ತಲೆ ತೂರಿಸಿ ನೋಡಿ ಸಮಾಧಾನಗೊಂಡಳು.

ಬಂದ ಜನರೆಲ್ಲಾ ಟಿಕೆಟ್ ತೆಗೆದುಕೊಂಡು ಥೇಟರಿನ ಒಳಗೆ ಹೋದ ಮೇಲೆ ಗೌರಿಯೊಬ್ಬಳೆ ಹೊರಗುಳಿದಳು. ಅಷ್ಟಾದರೂ ಆ ಹೊಸ ಗೇಟ್‌ಕೀಪರ್ ಕರುಣೆ ತೋರಿಸಲಿಲ್ಲ. ಅದೇ ವೇಳೆಗೆ ಅಲ್ಲಿಗೆ ವಯಸ್ಸಾದ ಅಜ್ಜಿಯೊಂದು ಕೋಲೂರುತ್ತಾ ಬಂತು. 'ತಂಗಿ, ಸಿನಿಮಾ ಶುರು ಆದಂಗದೆ. ಕತ್ತಲಾಗೆ ಎಲ್ಲಿ ಕುಂತಗಬೇಕೋ ಗೊತ್ತಾಗಂಗಿಲ್ಲ. ತಟಗು ಕೈ ಹಿಡ್ಕೊಂಡು ಒಳಾಕ್ಕೆ ಕರ್ಕೊಂಡು ಹೋಗವ್ವ' ಅಂತ ಗೌರಿಯನ್ನು ಕೇಳಿದಳು. ಗೌರಿ ತನ್ನ ಬಳಿ ಟಿಕೇಟ್ ತೆಗೆದುಕೊಳ್ಳಲು ಬೇಕಾದಷ್ಟು ಹಣವಿಲ್ಲವೆಂದೂ, ಅದಕ್ಕಾಗಿ ಒಳಗೆ ಬರಲಾಗುವದಿಲ್ಲವೆಂದು ತನ್ನ ಅಸಹಾಯಕತೆಯನ್ನು ತಿಳಿಸಿದಾಗ ಸಿಟ್ಟಿಗೆದ್ದ ಅಜ್ಜಿ 'ಅಯ್, ಅದ್ಯಾವನವನು ಹತ್ತು ಪೈಸಾ ಮಖಾ ನೋಡಿ ನಿನ್ನ ಬಿಡಂಗಿಲ್ಲ ಅಂದವನು. ನನ್ನ ಕೂಟ ಬಾ' ಅಂತ ಗೌರಿಯನ್ನೆಬ್ಬಿಸಿ ಕೈ ಹಿಡಿದುಕೊಂಡು ಗೇಟ್ ಬಳಿ ಬಂದಳು. ಆ ಗೇಟ್ ಕೀಪರ್ ಮತ್ತೆ ಗೊಣಗಾಡಿದಾಗ 'ಅಯ್ ಬಿಡೋ ನಮ್ಮಪ್ಪ. ಆ ರಾಜಕುಮಾರಾನೇ ಬಡವರ ಕಂಡರೆ ಸಹಾಯ ಮಾಡ್ತಾನಂತೆ. ನೀನ್ಯಾವನು ದೊಡ್ಡ ಮನುಷ್ಯ ಬಿಡಂಗಿಲ್ಲ ಅನ್ನಾಕೆ. ಮಕ್ಕಳು–ಮರಿ ಅದಾವೋ ಇಲ್ಲೋ ನಿಂಗೆ' ಅಂತ ಬಾಯಿಮಾಡಿ ಗೌರಿಯನ್ನು ಒಳಗೆ ಕರೆದುಕೊಂಡು ಹೋದಳು.

ಗೌರಿ ಕತ್ತಲೆಯಲ್ಲಿ ಅಜ್ಜಿಯ ಕೈ ಹಿಡಿದುಕೊಂಡು ಪುಟ್ಟ ಕುಳಿತಿದ್ದ ಕಡೆಗೆ ಹೋಗುವಾಗ 'ಕಣವೆಳ್ಳಿಯಿಂದ ಬಂಡಿ ಕಟ್ಟಿಗೊಂಡು ಬಂದೀನವ್ವಾ ತಂಗಿ. ಈ ಮಳೀಗೆ ದೊಡ್ಡ ಹಳ್ಳ ಬಂದೈತೆ. ಅದ್ಕೇ ರವಷ್ಟು ತಡ ಆತು. ನನ್ನ ಮೊಮ್ಮಗ ಕೆಲಸ ಐತೆ ಅಂತ ಊರಾಗೆ ಹೋಗ್ಯಾನೆ' ಅಂತ ಹೇಳಿದಳು. ಬೆಂಚಿನ ಮೇಲೆ ಕುಳಿತುಕೊಂಡಾಗ ಇನ್ನೂ ಕಪ್ಪು ಬಿಳುಪಿನ ನ್ಯೂಸ್‌ರೀಲ್ ಓಡುತ್ತಿತ್ತು. ಸಿನಿಮಾ ಶುರುವಾಗಿದ್ದಿಲ್ಲ. 'ಪರವಾಗಿಲ್ಲ ಬಿಡು ತಂಗಿ. ಇನ್ನೂ ಸರಕಾರಿ ಸಿನಿಮಾ ಬರ್ತಾ ಐತೆ. ಅದೇನೂ ನಮಗೆ ತಿಳಿಯಂಗಿಲ್ಲ ಬಿಡಂಗಿಲ್ಲ' ಅಂತ ಹೇಳಿದಳು.

ನ್ಯೂಸ್‌ರೀಲ್ ಸ್ವಲ್ಪ ದೊಡ್ಡದಿದ್ದರಿಂದ ಜನರ ಸಹನೆ ಮೀರಿ ಒಂದೇ ಸವನೆ ವಿಜಿಲ್ ಹಾಕಲಾರಂಭಿಸಿದರು. ಆ ಗಲಾಟೆಗೆ ಹೆದರಿದ ಮ್ಯಾನೇಜರ್ ಸಿನಿಮಾ ಶುರು ಮಾಡಿಬಿಟ್ಟ, ಗಲಾಟೆ ಉಕ್ಕುವ ಹಾಲಿಗೆ ನೀರು ಹಾಕಿದಂತೆ ಇಳಿದುಹೋಯ್ತು. ಮೊದಲಿಗೆ ದೇವರನ್ನು ತೋರಿಸಿ, ಒಂದು ತುಣುಕು ಶ್ಲೋಕವನ್ನು ಪಿ.ಬಿ. ಶ್ರೀನಿವಾಸ್ ಹಾಡಿದಾಗ ಪುಟ್ಟ, ಗೌರಿ, ಅಜ್ಜಿ ಎಲ್ಲರೂ ಸೇರಿದಂತೆ ಸಾಕಷ್ಟು ಜನ ತಮ್ಮ ಕಾಲಲ್ಲಿದ್ದ ಚಪ್ಪಲಿಗಳನ್ನು ದೂರತಳ್ಳಿ ಭಕ್ತಿಯಿಂದ ಕೈ ಮುಗಿದರು.

ರಾಜ್‌ಕುಮಾರನನ್ನು ಮೊದಲ ಸಲ ತೋರಿಸಿದಾಗಲಂತೂ ಜನರ ಆನಂದಕ್ಕೆ ಪಾರವೇ ಇಲ್ಲ. ಶಕ್ತಿ ಮೀರಿ ವಿಜಿಲ್ ಹಾಕಿ, ವಿಜಿಲ್ ಹಾಕಲು ಬರದಿದ್ದವರು ಗಟ್ಟಿಯಾಗಿ ಕೂಗಿ, ಹತ್ತಾರು ಚಿಲ್ಲರೆ ನಾಣ್ಯಗಳನ್ನು ತೂರಿ ತಮ್ಮ ಹರ್ಷವನ್ನು ವ್ಯಕ್ತಪಡಿಸಿದರು. ಅಜ್ಜಿ ತನ್ನೆರಡೂ ಕೈಗಳಿಂದ ಗಾಳಿಯಲ್ಲಿಯೇ ರಾಜ್‌ಕುಮಾರನ ಗಲ್ಲವನ್ನು ಸವರಿದಂತೆ ಮಾಡಿ, ನೆಟಿಗೆ ಮುರಿದು 'ನೂರು ವರ್ಷ ಬಾಳೋ ನನ್ನ ದೊರೆ' ಅಂತ ಹರಸಿದಳು.

ಸುಭಾನಿ ಹೇಳಿದಂತೆ ಮೊದಲನೇ ಸೀನೇ ಭರ್ಜರಿ ಫೈಟಿಂಗು. ಪುಟ್ಟ 'ಗೌರಕ್ಕ, ಹೆದರ್ಕೋಬೇಡ. ಶುರುವಿಗೆ ಒಂದೆರಡು ಏಟು ರಾಜ್‌ಕುಮಾರ್‌ಗೆ ಅವರು ಹೊಡೀತಾರೆ ಅಷ್ಟೇ! ಒಂಚೂರು ತುಟಿ ಹತ್ತಿರ ಗಾಯ ಆಗಿ ರಕ್ತ ಬರ್ಲಿ. ಆಮೇಲಕ್ಕೆ ನೋಡು ಬೇಕಾರೆ, ರಾಜ್‌ಕುಮಾರೇ ಅವರಿಗೆ ಸರೀಗೆ ಬಾರಿಸ್ತಾನೆ' ಅಂತ ಧೈರ್ಯ ಹೇಳಿದ. ಪುಟ್ಟ ಹೇಳಿದಂತೆಯೇ ರಾಜ್‌ಕುಮಾರ್ ವೈರಿಗಳ ಬೆನ್ನು ಮೂಳೆ ಮುರಿಯುವಂತೆ ಹೊಡೆಯಲಾರಂಭಿಸಿದಾಗ ಖುಷಿಯಿಂದ ಉಬ್ಬಿ ಹೋದ ಪುಟ್ಟ 'ನಾನು ಆಗ್ಲೇ ಹೇಳ್ಲಿಲ್ವಾ ಗೌರಕ್ಕ' ಅಂತ ತನ್ನನ್ನು ಸಮರ್ಥಿಸಿಕೊಂಡ. ಇತ್ತ ಅಜ್ಜಿಯೂ ಅಷ್ಟೇ ಹುರುಪಿನಿಂದ 'ಇನ್ನೂ ನಾಕು ಜಡಿ ಮಗ... ಹಾಕು ಆ ಸೂಳೆಮಗಂಗೆ... ಗಂಡಸಂದ್ರೆ ನೀನೇ ನೋಡು...' ಅಂತೆಲ್ಲಾ ಕೂಗುತ್ತಿದ್ದಳು.

ಫೈಟಿಂಗ್ ನಂತರ ಸಂಸಾರದ ಕಷ್ಟ ಸುಖದ ಕಥೆ ಶುರುವಾಯ್ತು. ಇದು ಪುಟ್ಟನಿಗೆ ಅಷ್ಟೊಂದು ಇಷ್ಟವಿಲ್ಲದ ಭಾಗ. ಆದರೆ ಗೌರಿ ಕಣ್ಣೀರಿಡುತ್ತಾ, ಮೂಗೊರೆಸಿಕೊಳ್ಳುತ್ತಾ ನೋಡುವ ದೃಶ್ಯಗಳು. ಅತ್ತ ಕಡೆ ಅಜ್ಜಿಯೂ ಅಷ್ಟೇ ಭಾವುಕಳಾಗಿ 'ಏನ್ ಕಷ್ಟ ಪಡ್ತೀಯೋ ನನ ಕಂದ... ಬಡವರಿಗೆ ದುಃಖ ತಪ್ಪಿದ್ದಲ್ಲಪ್ಪಾ, ಅನುಭವಿಸಬೇಕು...' ಅಂತ ಗದ್ಗದಿತಳಾಗಿ ಮಾತನಾಡುತ್ತಿದ್ದಳು. ಅಜ್ಜಿಯ ಪಕ್ಕ ಕುಳಿತಿದ್ದ ಯಾರೋ ಕಿಡಿಗೇಡಿ 'ಅಜ್ಜಿ, ಅಲ್ಲಿ ಖರೇವಂದ್ರೂ ಯಾರೂ ಕಷ್ಟ ಪಡ್ತಾ ಇಲ್ಲಬೇ. ಬರೀ ಗೊಂಬಿಗಳವು. ನೀನಿಷ್ಟೊಂದ್ಯಾಕೆ ಅಳ್ತಿ ಬಿಡು' ಅಂತ ಗೇಲಿ ಮಾಡಿದ್ದಕ್ಕೆ ಸಿಟ್ಟಿಗೆದ್ದ ಅಜ್ಜಿ 'ಅಯ್ ಮೂಳ. ನಿನಗೊಂದೇ ಬುದ್ಧಿ ಇರೋದು, ನಮ್ಮ

ತಲ್ಯಾಗೆ ದೇವ್ರು ಸೆಗಣಿ ತುಂಬ್ಯಾನೆ ಬಿಡು. ನಮಗೇನು ಗೊತ್ತಾಗಂಗಿಲ್ಲ ಅಂತ ಮಾಡಿಯೇನು? ಅಲ್ಲಿ ಆ ಯಪ್ಪ ಅಂಥಾ ಪರಿ ಕಷ್ಟ ಪಡ್ತಿದ್ರೆ ಇಲ್ಲಿ ಕುವಾಡ ಮಾಡ್ಕೊಂತಾ ಕುಂದ್ರಾಕೆ ಸಿನಿಮಾಕ್ಕೆ ಯಾಕೆ ಬರ್ತಿ?' ಅಂತ ಅವನನ್ನು ದಬಾಯಿಸಿ ಮತ್ತೆ ಅಳುವದನ್ನು ಮುಂದುವರೆಸಿದಳು.

ಹಿಂದಿನ ಬೆಂಚಿನಲ್ಲಿ ಕುಳಿತಿದ್ದ ಕುಂಬಾರರ ನಾಗಪ್ಪ ಈಗಾಗಲೇ ಆ ಸಿನಿಮಾವನ್ನು ಒಂದೆರಡು ಸಾರಿ ನೋಡಿಬಿಟ್ಟಿದ್ದರಿಂದ ಪಕ್ಕದಲ್ಲಿ ಕುಳಿತಿದ್ದವರಿಗೆ ಉತ್ಸಾಹದಿಂದ 'ಮುಂದೆ ಹಿಂಗೇ ಆಗ್ತದೆ ನೋಡು, ಬೇಕಂದ್ರೆ ಬೆಟ್ಸ್ ಕಟ್ತೀನಿ' ಅಂತೆಲ್ಲಾ ಮಾತನಾಡುತ್ತಿದ್ದಾಗ, ಪಕ್ಕದಲ್ಲಿದ್ದವರು 'ಆಮೇಲಕ್ಕೆ ಕಥಿ ಹೇಳ್ವಂತಿ ಬಿಡು ನಾಗಪ್ಪ. ಈವಾಗ್ಯಾಕೆ ದಣವಿಕಿ ಮಾಡ್ಕೊಂತಿ' ಅಂದ ಮೇಲೆ ಒಂದೆರಡು ನಿಮಿಷ ಸುಮ್ಮನಿದ್ದಂತೆ ಮಾಡಿ ಮತ್ತೆ ಉತ್ಸಾಹ ತಡೆದುಕೊಳ್ಳಲಾಗದೆ ಕಥೆ ಹೇಳುತ್ತಿದ್ದ.

ಮಧ್ಯಾಂತರದ ನಂತರ ಅಜ್ಜಿ ಶೇಂಗಾ ಕೊಡಿಸಿದಳು. ಗೌರಿ 'ಇದೆಲ್ಲಾ ಬೇಡ ಬಿಡಜ್ಜಿ' ಅಂತ ಅನ್ನುತ್ತಾ ಶೇಂಗಾ ತಿಂದಳು. ಪುಟ್ಟ ಹಾಗೇನೂ ಅನ್ನದೆ ತಿಂದ. ಅನಂತರ ತುಂಬಾ ಗಂಭೀರ ಸಾಂಸಾರಿಕ ದೃಶ್ಯಗಳೇ ಹೆಚ್ಚಾಗಿದ್ದರಿಂದ ಪುಟ್ಟ ನಿದ್ದೆ ಹೋದ. ತೊಡೆಯ ಮೇಲೆ ಮಲಗಿಸಿಕೊಂಡ ಗೌರಿ, ಫೈಟಿಂಗ್ ಸೀನ್ ಬಂದ ತಕ್ಷಣ 'ಏಳೋ ಪುಟ್ಟ, ಫೈಟಿಂಗ್ ಬಂತು' ಎಂದು ಪುಟ್ಟನನ್ನು ಎಬ್ಬಿಸುತ್ತಿದ್ದಳು. ಸ್ವಲ್ಪ ಹೊತ್ತಾದ ಮೇಲೆ ಅಜ್ಜಿ 'ಮಗೂನ್ನ ಇತ್ಲಾಗೆ ಕೊಡವ್ವ, ಎಷ್ಟೊತ್ತಂತ ಮಲಗಿಸಿಕೊಂಡಿರ್ತಿ. ಕಾಲು ನೋಯ್ತವೆ' ಅಂತಂದು ಪುಟ್ಟನನ್ನು ತನ್ನ ತೊಡೆಯ ಮೇಲೆ ಮಲಗಿಸಿಕೊಂಡಳು.

ಕಡೆಯ ಮಾರಾಮಾರಿ ದೃಶ್ಯದ ಹೊತ್ತಿಗೆ ಪುಟ್ಟನಿಗೆ ಸ್ಪಷ್ಟವಾಗಿ ಎಚ್ಚರವಾಯ್ತು. ಸ್ವಲ್ಪೇ ಹೊತ್ತಿಗೆ 'ಶುಭಂ' ಎಂದು ಬಂದಿದ್ದರಿಂದ ಸಿನಿಮಾ ಮುಗಿದುಹೋಯ್ತು. ಎಲ್ಲರೂ ಮನೆಗೆ ಹೋಗಲು ಎದ್ದು ನಿಂತಾಗ ಪುಟ್ಟನಿಗೆ ಒಳಗೊಳಗೇ ಹೆದರಿಕೆ ಶುರು ಆಯ್ತು. ಗೌರಿಯೊಡನೆ 'ಅಪ್ಪಂಗೆ ನಾನು ನಿದ್ದಿ ಮಾಡಿದ್ದು ಹೇಳ್ತೀಯೇನೆ?' ಎಂದು ಕೇಳಿದ. ಅದಕ್ಕೆ ಗೌರಿ 'ಬಿಡ್ತೀನಾ ಮತ್ತೆ. ಅಷ್ಟೊಂದು ಹಠಮಾಡಿ ಸಿನಿಮಾಕ್ಕೆ ಬಂದು, ಇಲ್ಲಿ ನಿದ್ದಿ ಮಾಡೀಯಲ್ಲ ಮತ್ತೆ' ಅಂತಂದಳು. ಪುಟ್ಟನಿಗೆ ಮನೆಗೆ ಹೋಗಲಿಕ್ಕೇ ಬೇಡವೆನ್ನಿಸಿಬಿಟ್ಟಿತು. ಅಪ್ಪ ತನ್ನ ಕಿವಿ ಜೋರಾಗಿ ಹಿಂಡಿದ್ದು ನೆನಪಾಯ್ತು. ತಾವು ಸಿನಿಮಾಕ್ಕೆ ಹೋಗುವಾಗಲೂ ಅಮ್ಮ ಹೊರಗೆ ಬಂದು ಹೋಗಿ ಬನ್ನಿರೆಂದು ಹೇಳಿದ್ದಳೇ ಹೊರತು, ಅಪ್ಪ ಹೊರ ಬಂದಿರಲಿಲ್ಲ. ಮನೆಯಲ್ಲಿ ನನ್ನ ಹೊಡೀಲಿಕ್ಕೆ ಕಾದು ಕುಳಿತುಕೊಂಡಿದ್ದಾನೋ ಏನೋ ಎಂದು ತೊಡೆಯಲ್ಲಿ ಸಣ್ಣಗೆ ನಡುಕ ಶುರುವಾಯ್ತು.

ಥೇಟರಿನಿಂದ ಹೊರಗೆ ಬಂದರೆ ಗಾಢಾಂಧಕಾರ. ಏನೂ ನೆಪವಿಲ್ಲದೆಯೇ ಕರೆಂಟಿನವರು ಪವರ್ ಕಟ್ ಮಾಡುವುದು ವಾಡಿಕೆ. ಅಂತಹದರಲ್ಲಿ ಈಗ ಮಳೆ ಬೇರೆ ಬಂದಿದ್ದರಿಂದ ಯಾರನ್ನೂ ಕೇಳಬೇಕಾಗಿರಲಿಲ್ಲ. ಮಳೆ ಪೂರ್ತಿಯಾಗಿ ನಿಂತಿರದಿದ್ದರೂ ಜಿನಿಗುಡುತ್ತಿತ್ತು. ಅಜ್ಜಿ 'ಹುಷಾರವ್ವಾ ತಂಗಿ, ನೋಡ್ಕೊಂಡು ಹೋಗ್ರಿ. ತಮ್ಮನ ಕೈ ಹಿಡಕೊಂಡೇ ಹೋಗು. ನಿದ್ದಿಗಣ್ಣಾಗೆ ಇರ್ತಾನೆ ಹುಡುಗ' ಅಂತ ಹೇಳಿ ತನ್ನ ಬಂಡಿಯೇರಿ ಕಣವೆಳ್ಳಿಯ ಕಡೆಗೆ ಹೋದಳು.

ಥೇಟರಿನ ಗೇಟಿನಿಂದ ಹೊರಬಂದು ನೋಡುತ್ತಾರೆ, ಅಲ್ಲಿ ಅವರಪ್ಪ ಟಾರ್ಚ್ ಕೈಯಲ್ಲಿ ಹಿಡಿದುಕೊಂಡು, ಕೊಡೆ ಬಿಡಿಸಿಕೊಂಡು ನಿಂತಿದ್ದ. ಅಪ್ಪನನ್ನು ನೋಡಿದ್ದೇ ಪುಟ್ಟನಿಗೆ ಜೀವವೇ

ಹೋದಂತಾಯಿತು. ಗೌರಿ 'ನೀನ್ಯಾಕಪ್ಪ ಬಂದಿ' ಅಂದಿದ್ದಕ್ಕೆ ಅವರಪ್ಪ 'ಕರೆಂಟ್ ಹೋಗ್ಯದಲ್ಲಮ್ಮ. ಮಳೆ ಬೇರೆ ಬಂದು ಜಾರಿಕಿ ಆಗ್ಯದೆ. ಎಲ್ಲಾರ ಬಿದ್ದು-ಗಿದ್ದೀರಿ ಅಂತ ಬಂದೆ' ಅಂತ ಹೇಳಿ, ಪುಟ್ಟನ ತಲೆಸವರಿ 'ಹೆಂಗಿತ್ತೋ ಸಿನಿಮಾ? ನೋಡಿದಾ ಇಲ್ಲಾ ನಿದ್ದಿ ಮಾಡಿಬಿಟ್ಯಾ?' ಎಂದು ಕೇಳಿದರು. ಪುಟ್ಟನಿಗಂತೂ ಅಳು ಬಂದುಬಿಟ್ಟಿತು. ಗೌರಿಯ ಕಡೆ ತೀರಾ ದೈನ್ಯದಿಂದ ನೋಡಿದ. ಗೌರಿ 'ಇಲ್ಲಪ್ಪ. ನಿದ್ದಿ ಮಾಡಿಲ್ಲ. ಪೂರ್ತಿ ನೋಡ್ಯಾನೆ' ಅಂತ ಹೇಳಿ, ಪುಟ್ಟನ ಕಡೆ ತಿರುಗಿ 'ನಾನು ಹೇಳಿಲ್ಲ ನೋಡು' ಅನ್ನುವಂತೆ ನೋಡಿದಳು.

ಪುಟ್ಟ ಗೆಲುವಾಗಿಬಿಟ್ಟ. ಗೌರಿಯ ಬಗ್ಗೆ ಪ್ರೀತಿಯುಕ್ಕಿ ಬಂತು. ಅನಂತರ ಪುಟ್ಟ ಉತ್ಸಾಹದಿಂದ ಅವರಪ್ಪನಿಗೆ ಸಿನಿಮಾದ ಕತೆ ಹೇಳಿದ್ದೇ ಹೇಳಿದ್ದು. ರಾಜ್‌ಕುಮಾರ್‌ಗೆ ಹೊಡೆಯಲು ಕಳ್ಳರ ಕಡೆಯವನೊಬ್ಬನು ಕಾಲನ್ನು ಬೀಸಿದಾಗ ರಾಜ್‌ಕುಮಾರ್ ತಲೆತಗ್ಗಿಸಿದ್ದರಿಂದ ಅದು ಕಳ್ಳರ ಕಡೆಯ ಮತ್ತೊಬ್ಬನಿಗೆ ಒದೆ ಬಿದ್ದಿತೆನ್ನುವುದು ಪುಟ್ಟನ ಕತೆಯಾದರೆ, ಹಬ್ಬದ ದಿನ ರಾಜ್‌ಕುಮಾರ್ ಮನೆಯ ಮುಂದೆ ಹಾಕಿದ ರಂಗೋಲಿಯು ತನಗೆ ಬರುವ ಎಂಟು ಚುಕ್ಕಿ ಎಂಟು ಸಾಲಿನದಿತ್ತೆಂಬುದು ಗೌರಿಯ ಕತೆಯಾಗಿತ್ತು. ಆ ಕತ್ತಲಿನಲ್ಲಿಯೇ ಸಾಕಷ್ಟು ಮಾತನಾಡುತ್ತಾ ಸಾಗಿದ ಅವರು, ಕಾಸಿಂಸಾಬರ ಮನೆ ಬಂದ ತಕ್ಷಣ ಹಾಗೇ ಕಣ್ಣನ್ನು ಹೊಂದಿಸಿಕೊಳ್ಳುತ್ತಾ ಹೋಗಿ ಭರಮಪ್ಪನನ್ನು ಮುಟ್ಟಿದರು.

ಈಶ್ವರ ದೇವಸ್ಥಾನದ ಬಳಿ ಬರುವ ಹೊತ್ತಿಗೆ ಕರೆಂಟು ಬಂದು ಓಣಿಯ ದೀಪ ಹತ್ತಿಕೊಂಡಿತು. ಪುಟ್ಟ ದೇವಸ್ಥಾನದ ಗೋಡೆಗೆ ಹಚ್ಚಿದ ಪೋಸ್ಟರನ್ನು ಅವರಪ್ಪನಿಗೆ ತೋರಿಸಿ, 'ಅದೇ ನೋಡಪ್ಪ ನಾನು ಹೇಳಿದ ಸೀನು' ಅಂತಂದ. ಆದರೆ ಗೌರಿ ಹೇಳುತ್ತಿದ್ದುದೇನನ್ನೋ ಕೇಳುತ್ತಿದ್ದ ಅಪ್ಪ ಪೋಸ್ಟರನ್ನು ನೋಡದಿದ್ದುದು ಪುಟ್ಟನ ಪುಣ್ಯವೆಂದೇ ಹೇಳಬೇಕು. ಏಕೆಂದರೆ ಆ ಪೋಸ್ಟರಿನಲ್ಲಿ 'ಈ ದಿನ ಕಡೆಯ ಆಟ' ಅಂತ ಬರೆದಿರಲೇ ಇಲ್ಲ! ಹಂಗಂದರೆ ಸುಭಾನಿ ಸುಳ್ಳು ಹೇಳಿದ್ದ!!

ಪುಟ್ಟನಿಗೀಗ ಮತ್ತೊಂದು ಭಯ ಶುರುವಾಯ್ತು. ಈಗ ಅಪ್ಪ ಪೋಸ್ಟರ್ ನೋಡಿಲ್ಲ ಅಂತಂದ್ರೂ ನಾಳೆ ಬೆಳಿಗ್ಗೆ ಗೊತ್ತಾಗೇಬಿಡ್ತದೆ. ಗೊತ್ತಾದ ಮೇಲೆ ಸುಮ್ಮನೆ ಬಿಡ್ತಾನಾ? ಹಾಕಿ ಹೊಡಿತಾನೆ. ನಂದೇ ತಪ್ಪಿರೋದರಿಂದ ಆವಾಗ ಅಮ್ಮ ಕೂಡಾ ನನ್ನ ಪರವಾಗಿ ಮಾತನಾಡಲ್ಲ. ಅದರ ಬದಲು 'ಹಾಕರಿ ಇನ್ನೊಂದೆರಡು, ಸುಳ್ಳು ಸುಳ್ಳೇ ಕಡೇ ಆಟ ಅಂತ ಹೇಳ್ಯಾನೆ' ಅಂತ ಅಂದರೂ ಅಂದಳೆ. ನಾನು ಸುಭಾನಿ ಮಾತು ಕೇಳದೇ ವಾಲ್‌ಪೋಸ್ಟರ್ ನೋಡಬೇಕಿತ್ತು.

ಮತ್ತೆ ಮನೆ ಮುಟ್ಟುವವರೆಗೆ ಮಾತನಾಡಲಿಲ್ಲ. ಅವರಮ್ಮನ ಮುಂದೆ ಉತ್ಸಾಹದಿಂದ ಕತೆ ಹೇಳಲಿಲ್ಲ. ರಾತ್ರಿ ಊಟವಾಗಿ, ದೀಪವಾರಿಸಿ ಎಲ್ಲರೂ ಹಾಸಿಗೆಯ ಮೇಲೆ ಮಲಗಿಕೊಂಡಾಗಲೂ ಪುಟ್ಟನಿಗೆ ನಿದ್ದೆ ಬರಲಿಲ್ಲ. ಅಂತಹ ಗೊಂದಲದಲ್ಲಿ ಪುಟ್ಟನಿಗಿದ್ದಿದ್ದು ಒಂದೇ ದಾರಿ. ಅವರಮ್ಮ ಹೇಳಿಕೊಟ್ಟ ಸುಲಭದ ದಾರಿ.

ಸೀದಾ ಹಾಸಿಗೆಯಿಂದೆದ್ದು ದೇವರ ಮನೆಗೆ ಹೋದ. ನಂದಾದೀಪದ ಬೆಳಕಿನಲ್ಲಿ ದೇವರುಗಳು ಕಾಣುತ್ತಿದ್ದರು. ದೇವರ ಮುಂದೆ ಕೈ ಜೋಡಿಸಿ, ಕಣ್ಣು ಮುಚ್ಚಿ 'ದೇವರೇ, ಹೆಂಗನ್ನಾ ಮಾಡಿ ಈವತ್ತೇ ಆ ಸಿನಿಮಾ ಕಡೆ.....' ಪುಟ್ಟ ತನ್ನ ಪ್ರಾರ್ಥನೆಯನ್ನು ಅಲ್ಲಿಗೇ

ನಿಲ್ಲಿಸಿಬಿಟ್ಟ. ಅವನು ಆ ವಾಕ್ಯವನ್ನು ಪೂರ್ತಿ ಮಾಡಿದ್ದರೆ ದೇವರು ಖಂಡಿತಾ ಅವನ ಕೋರಿಕೆಯನ್ನು ನಡೆಸಿಕೊಡುತ್ತಿದ್ದ. ಆದರೆ ರಾಜ್‌ಕುಮಾರ್ ಗತಿ?

ಪುಟ್ಟನ ಆರಾಧ್ಯ ದೈವವಾದ ರಾಜ್‌ಕುಮಾರ್ ಈಗ ಪುಟ್ಟನ ಮುಂದೆ ಕುಳಿತು, ಮುಸಿ-ಮುಸಿ ಅಳುತ್ತಾ 'ನಿನ್ನಿಂದಾಗಿ ನನ್ನ ಸಿನಿಮಾ ಕಡಿಮಿ ದಿನ ಓಡ್ತು. ನೀನು ಹಂಗೆ ದೇವರ ಹತ್ತಿರ ಕೇಳಿಕೊಳ್ಳದಿದ್ದರೆ ನನ್ನ ಸಿನಿಮಾ ಇನ್ನೂ ನಾಕು ದಿನ ಓಡ್ತಾ ಇತ್ತು' ಅಂತ ಅಂದಂಗಾಯ್ತು. ಸುಭಾನಿ ಹಾಗೂ ಮತ್ತಿತರ ಶಾಲೆಯ ಗೆಳೆಯರೆಲ್ಲಾ 'ಥೂ ನಿನ್ನ, ಏನ್ ಕೆಟ್ಟವನಿದ್ದೆಯಲೇ ನೀನು' ಅಂತ ಪುಟ್ಟನಿಗೆ ಛೀಕಾರ ಹಾಕಿದಂತಾಯ್ತು. ಪುಟ್ಟನಿಗೆ ರಾಜ್‌ಕುಮಾರ್ ಸಿನಿಮಾನೇ ನಡೆಯಬಾರದೆಂಬಂತೆ ದೇವರನ್ನು ಕೇಳಿಕೊಳ್ಳುವುದು ಸಾಧ್ಯವಿಲ್ಲವೆಂದೆನಿಸಿಬಿಟ್ಟಿತು.

ದೇವರ ಮನೆಯಿಂದ ಹೊರಗೆ ಬಂದು ಮಲಗಿದ್ದ ಅವನಮ್ಮನನ್ನು ಎಬ್ಬಿಸಿ 'ಅಮ್ಮ, ಸಿನಿಮಾ ಈವತ್ತೇ ಕಡೇ ಆಟ ಅಲ್ಲಮ್ಮ. ಸುಭಾನಿ ಸುಳ್ಳೇ ಹೇಳ್ಯಾನೆ. ನಾಳೆ ಬೆಳಿಗ್ಗೆ ಅಪ್ಪಗೆ ಗೊತ್ತಾದರೆ ಹೊಡಿತಾನೆ' ಅಂತ ಮೆತ್ತಗೆ ಹೆದರಿಕೆಯ ಧ್ವನಿಯಲ್ಲಿ ಹೇಳಿದ. ಅವನಮ್ಮ ಅವನ ಗಲ್ಲವನ್ನು ಸವರಿ 'ಏನೂ ಅನ್ನಂಗಿಲ್ಲ. ನೀನೀಗ ನಿದ್ದಿ ಮಾಡು. ಹೊತ್ತಾಗದೆ. ನಾನೆಲ್ಲಾ ಅಪ್ಪಗೆ ಹೊಡಿಬ್ಯಾಡ್ರಿ ಅಂತ ಹೇಳ್ತೀನಿ' ಅಂತಂದು, ಅವನ ಕೆನ್ನೆಗೆ ಸಿಹಿ ಮುತ್ತೊಂದನ್ನು ಕೊಟ್ಟು, ಅವನನ್ನು ಅವನ ಹಾಸಿಗೆಯಲ್ಲಿ ಮಲಗಿಸಿ, ಅವನಿಗೆ ನಿದ್ದೆ ಬರುವವರೆಗೆ ಚೋವಿ ತಟ್ಟುತ್ತಾ, ಅನಂತರ ಅವನಿಗೆ ಹೊದಿಕೆಯನ್ನು ಹೊದೆಸಿ ತಮ್ಮ ಮಲಗುವ ಜಾಗಕ್ಕೆ ಹೋದರು. ಪುಟ್ಟನಿಗೆ ರಾತ್ರಿಯ ಕನಸಿನಲ್ಲೆಲ್ಲಾ ಬರೀ ರಾಜ್‌ಕುಮಾರ್!

ಬೆಂಗಳೂರು, 7ನೇ ಆಗಸ್ಟ್ 1999

ನಿಶಾವಾಗ್ಮಿಗಳ ನಿತ್ಯಸತ್ಯಗಳು

ಅಮೆರಿಕಾ ದೇಶ ಆರ್ಥಿಕ ಮುಗ್ಗಟ್ಟಿನಿಂದ ಒದ್ದಾಡಲು ಶುರು ಮಾಡಿದ ತಕ್ಷಣ ಇಡೀ ಪ್ರಪಂಚದ ಎಲ್ಲಾ ದೇಶಗಳು ಆರ್ಥಿಕ ಮುಗ್ಗಟ್ಟಿನಿಂದ ಒದ್ದಾಡಿದವು. ನೆಲದ ಮೇಲೆ ಬಿದ್ದು ಒದ್ದಾಡುತ್ತಿರುವ ಆನೆಯ ಬುಡದಲ್ಲಿ ಸಿಕ್ಕಿಬಿದ್ದ ಸಣ್ಣ ಪುಟ್ಟ ಆರೋಗ್ಯ ಜೀವಿಗಳಂತೆ! ಅಂತಹ ಪರಿಸ್ಥಿತಿಯಲ್ಲೂ ಅಮೆರಿಕಾ ಛಲದಿಂದ ಎರಡು ಭರ್ಜರಿ ಯುದ್ಧಗಳನ್ನು ಮಾಡಿ ಗೆದ್ದಿದೆ. ಯುದ್ಧ ಭೂಮಿಯಲ್ಲಿ ಪ್ರಯೋಗಿಸಿದ ಶಸ್ತ್ರಾಸ್ತ್ರಗಳಿಗಿಂತಲೂ ಶಕ್ತಿಯುತ ಮಾರಕ ಅಸ್ತ್ರಗಳು ಪ್ರಪಂಚದ ಎಲ್ಲೆಡೆಯೂ ಪ್ರಹಾರವಾದಂತೆ ದೇಶಗಳು ಮತ್ತಷ್ಟು ಆರ್ಥಿಕ ಮುಗ್ಗಟ್ಟಿನಿಂದ ವಿಲವಿಲನೆ ಒದ್ದಾಡಿವೆ. ಈಗ ಅಮೆರಿಕಾ ಸಮಾಧಾನದಿಂದ ಉಸಿರಾಡಲು ಪ್ರಾರಂಭಿಸಿದೆ. ಬದುಕಿದೆಯಾ ಬಡ ಜೀವವೆ ಎಂದು ಬಾಕಿ ಎಲ್ಲಾ ದೇಶಗಳು ಸಣ್ಣಗೆ ಉಸಿರಾಡಲು ಮೊದಲಿಟ್ಟಿವೆ.

ಕಳೆದ ಹದಿನೈದು ವರ್ಷಗಳಲ್ಲಿ ಹುಣ್ಣಿಮೆಯ ಕಡೆ ಧಾವಿಸಿದ ಶುಕ್ಲಪಕ್ಷದ ಚಂದ್ರನಂತೆ ಒಂದೇ ಸಮನೆ ಅಭಿವೃದ್ಧಿಯನ್ನು ಕಂಡಿದ್ದ ಭಾರತದ ಸಾಫ್ಟ್‌ವೇರ್ ವ್ಯಾಪಾರ ಈಗ ಕೃಷ್ಣ ಪಕ್ಷದ ಕತ್ತಲೆಯನ್ನು ಅನುಭವಿಸುವಂತಾಗಿದೆ. ಆರ್ಥಿಕ ಮುಗ್ಗಟ್ಟಿನಿಂದ ತತ್ತರಿಸಿ ಕಣ್ಣು ಮುಚ್ಚಿದ ಕಂಪನಿಗಳದೆಷ್ಟೋ! ಕೆಲಸ ಕಳೆದುಕೊಂಡು ಮನೆಯಲ್ಲಿ ಕೂಡಬೇಕಾಗಿ ಬಂದ ಚಾಣಾಕ್ಷ ಇಂಜಿನಿಯರುಗಳೆಷ್ಟೋ! ತಿಂಗಳಿಗೆ ಲಕ್ಷ ರೂಪಾಯಿ ಸಂಬಳವನ್ನು ಪಡೆಯುತ್ತಿದ್ದ ಸಾಫ್ಟ್‌ವೇರ್ ಉದ್ಯೋಗಿ, ಹತ್ತು ಸಾವಿರಕ್ಕೂ ಕೆಲಸ ಮಾಡಲು ಶುರು ಮಾಡಿದ್ದು ನುಂಗಲಾರದ ಸತ್ಯ. ಸಾಫ್ಟ್‌ವೇರ್‌ನಲ್ಲಿ ಬರುತ್ತಿದ್ದ ಸಂಬಳದ ಮೋಡಿಗೆ ಸಿಕ್ಕು, ಉನ್ನತ ವಿದ್ಯಾಭ್ಯಾಸವೆಂದರೆ ಕಂಪ್ಯೂಟರ್ ಸೈನ್ಸ್ ಮಾತ್ರ ಎಂಬಂತೆ ನಮ್ಮ ಯುವಜನಾಂಗ ದುಬುದುಬು ಕಂಪ್ಯೂಟರ್ ಪದವಿಗಳನ್ನು ಮುಗಿಸಿ ಹೊರಬಂದು ದಿಕ್ಕು ಕಾಣದವರಂತೆ ಕಂಗಾಲಾಗಿ ಕುಳಿತಿದ್ದಾರೆ. ಮನೆಗೊಬ್ಬರಂತೆ ಅಮೆರಿಕಾಗೆ ಹೋದ ನಮ್ಮವರು ಈಗ ಮನೆಗೊಬ್ಬರಂತೆ ಹಿಂತಿರುಗಿ ಬರುತ್ತಿದ್ದಾರೆ.

ಈ ಎಲ್ಲಾ ಏರಿಳಿತಗಳಿಂದ ಆದ ಲಾಭವೆಂದರೆ – ಬರೀ ಒಂದೇ ಬಗೆಯ ವ್ಯಾಪಾರವನ್ನು ನಂಬಿಕೊಂಡು ಕೂತರೆ ಅಪಾಯ – ಎನ್ನುವದನ್ನು ಭಾರತ ಅರ್ಥ ಮಾಡಿಕೊಂಡಿದೆ. ಸಾಫ್ಟ್‌ವೇರ್ ವ್ಯಾಪಾರದ ವೈಭವದ ದಿನಗಳಲ್ಲಿ ಪ್ರಪಂಚ ಸುತ್ತಿರುವ ಭಾರತೀಯ, ಜಗತ್ತಿನ ಇತರ ಆವಶ್ಯಕತೆಗಳನ್ನು ಅರ್ಥ ಮಾಡಿಕೊಂಡಿದ್ದಾನೆ. ಬೇರೆ ಬಗೆಯ ವ್ಯಾಪಾರದ ಸಾಧ್ಯತೆಗಳನ್ನು ಕಂಡುಕೊಂಡು ಅದಕ್ಕೆ ಭಾರತ ಯಾವ ರೀತಿಯಲ್ಲಿ ಸ್ಪಂದಿಸಬಹುದೆಂದು ಕಂಡುಕೊಂಡಿದ್ದಾನೆ. ಅಂತಹ ಅನ್ವೇಷಣೆಯಿಂದಾಗಿ ಹೊಸದಾಗಿ ಶುರುವಾದ ವ್ಯಾಪಾರ 'ಕಾಲ್‌ಸೆಂಟರ್' ಅಥವಾ 'ಬಿ.ಪಿ.ಒ' (ಬಿಜಿನೆಸ್ ಪ್ರೋಸಸ್ ಔಟ್‌ಸೋರ್ಸಿಂಗ್ – ವ್ಯಾಪಾರದ ಕಾರ್ಯಾಚರಣೆಗಳ ಹೊರಗುತ್ತಿಗೆ).

'ಜನಸಂಖ್ಯೆಯೇ ನಮ್ಮೆಲ್ಲಾ ಸಮಸ್ಯೆಗಳಿಗೆ ಕಾರಣ' ಎನ್ನುವುದು ಹುರುಳಿಲ್ಲದ ಮಾತೆನ್ನುವದನ್ನು ಭಾರತ ಈಗ ಒಪ್ಪಿಕೊಳ್ಳುತ್ತಿದೆ. ಭಾರತದ ಅಗಣಿತ ಜನಸಂಖ್ಯೆಯೇ ಅದರ ಶಕ್ತಿಯೆಂಬುದು ಎಲ್ಲರಿಗೂ ಮನದಟ್ಟಾಗುತ್ತಿದೆ. ಮುಂದುವರೆದ ದೇಶಗಳಾದ ಅಮೆರಿಕಾ, ಇಂಗ್ಲೆಂಡ್‌ಗಳ ತೀರ್ಥದಷ್ಟು ಜನಸಂಖ್ಯೆ ನಮ್ಮ ಜನಸಾಗರದ ಮುಂದೆ ಯಾವ ಲೆಕ್ಕ? ಭಾರತೀಯರೆಲ್ಲಾ ಸೇರಿ ಇಂಗ್ಲೆಂಡಿನ ಮೇಲೆ ಉಗಿದರೆ ಅದು ಸಮುದ್ರದಲ್ಲಿ ಕೊಚ್ಚಿಕೊಂಡು ಹೋಗುತ್ತದೆ ಎಂದು ಕತೆಗಾರ ಆರ್.ಕೆ. ನಾರಾಯಣ್ ಹೇಳಿದ್ದು ಸುಳ್ಳಲ್ಲ.

ಜನಶಕ್ತಿಯ ಕೊರತೆಯಿಂದಾಗಿ ಈ ಎಲ್ಲಾ ಮುಂದುವರೆದ ದೇಶಗಳಲ್ಲಿ ಯಾವುದೇ ಕೆಲಸಕ್ಕೆ ಮನುಷ್ಯನ ಸ್ಪರ್ಶವಿದ್ದರೂ ಸಾಕು, ಅವೆಲ್ಲಾ ಒಂದಕ್ಕೆ ಹತ್ತು ಪಟ್ಟು ದುಬಾರಿಯಾಗಿವೆ. ಕೆಲವೊಮ್ಮೆ ಹತ್ತು ಪಟ್ಟಿರಲಿ, ನೂರು ಪಟ್ಟು ಹೆಚ್ಚು ಹಣ ಕೊಡುತ್ತೇನೆಂದರೂ ಅಲ್ಲಿ ಜನರು ಸಿಕ್ಕುವದಿಲ್ಲ. ದೊಡ್ಡ ದೊಡ್ಡ ಹುದ್ದೆಯಲ್ಲಿರುವ ಜನರೂ ತಮ್ಮ ಅಡಿಗೆಯನ್ನು ತಾವೇ ಬೇಯಿಸಿಕೊಳ್ಳುವುದು ತಪ್ಪುವುದಿಲ್ಲ. ಆದರೆ ಶ್ರೀಮಂತ ದೇಶವಾದ್ದರಿಂದ ಇದ್ದ ಬದ್ದ ಜನರೆಲ್ಲಾ ಪಲ್ಲಕ್ಕಿಯಲ್ಲಿ ಕೂಡುತ್ತೇನೆನ್ನುತ್ತಾರೆ! ಎಲ್ಲರೂ ಪಲ್ಲಕ್ಕಿಯಲ್ಲಿ ಕೂತರೆ ಅದನ್ನು ಹೊರುವವರಾರು?

ಭಾರತ ಈ ಸಮಸ್ಯೆಯನ್ನು ಉದ್ಯಮವಾಗಿ ಪರಿವರ್ತಿಸಲು ಪ್ರಯತ್ನಿಸುತ್ತಿದೆ. ಮುಂದುವರೆದ ದೇಶಗಳಿಗೆ ಬೇಕಾದ ಸೇವಾಸೌಲಭ್ಯವನ್ನು ಅತ್ಯಂತ ಕಡಿಮೆ ಬೆಲೆಗೆ ಭಾರತದ ಜನಶಕ್ತಿಯನ್ನು ಉಪಯೋಗಿಸಿಕೊಂಡು ಒದಗಿಸುವುದು ಈ ವ್ಯಾಪಾರದ ಉದ್ದೇಶ. ಹಾಗಂತ ನಾವು ಗುಲಾಮರಾಗಲು ಹೊರಟಿದ್ದೇವೆ ಎಂದು ಅವಸರದ ನಿರ್ಧಾರ ಮಾಡುವುದು ಬೇಕಿಲ್ಲ. ಇಂದಿನ ವ್ಯಾಪಾರೀ ಯುಗದಲ್ಲಿ ಸೇವೆಯ ಪರಿಕಲ್ಪನೆಯೇ ಬೇರೆ.

ಗ್ರಾಹಕನಿಗೆ ಬೇಕಾದ ಸೇವೆಯನ್ನು ಒದಗಿಸಿ ಅದಕ್ಕೆ ಪ್ರತಿಯಾಗಿ ಹಣವನ್ನು ಪಡೆಯುವುದು ಎಲ್ಲಾ ದೇಶಗಳು ಗೌರವದಿಂದ ಕಾಣುವಂತಹ ವ್ಯವಹಾರ. ಭಾರತದ ಹೇರಳ ಮಾರುಕಟ್ಟೆಗೆ ಆಸೆಪಟ್ಟು ಸಮುದ್ರಯಾನ ಮಾಡಿ ಯುರೋಪಿಯನ್ನರು ಇಲ್ಲಿಗೆ ಬಂದಿದ್ದು ಈ ಮನೋಭಾವದಿಂದಲೇ!

ಮುಂದಿನ ವಿಚಾರಗಳಿಗಿಂತ ಮೊದಲು ಒಮ್ಮೆ ಕಾಲ್‌ಸೆಂಟರ್‌ಗಳೆಂದರೆ ಏನೆಂಬುದನ್ನು ಚುಟುಕಾಗಿ ಹೇಳುತ್ತೇನೆ. ಮುಂದುವರೆದ ದೇಶಗಳಲ್ಲಿ ಪ್ರತಿಯೊಂದು ವ್ಯವಹಾರವೂ ದೂರವಾಣಿಯಲ್ಲಿಯೇ ನಡೆಯುತ್ತದೆ. ನಿಮ್ಮ ಸಿನಿಮಾ ಟಿಕೆಟ್ ಕಾಯ್ದಿರಿಸುವುದು, ಟಿ.ವಿ.

ರಿಪೇರಿಗಾಗಿ ತಂತ್ರಜ್ಞನನ್ನು ಕರೆಸಿಕೊಳ್ಳುವುದು, ಒಂಟಿತನದ ಬೇಸರ ನೀಗುವದಕ್ಕಾಗಿ ಅಪರಿಚಿತ ವ್ಯಕ್ತಿಯೊಂದಿಗೆ ಹರಟೆ ಹೊಡೆಯುವುದು, ತಿಂಗಳ ದಿನಸಿಯ ಪಟ್ಟಿಯನ್ನು ಸೂಪರ್‌ಮಾರ್ಕೆಟ್‌ಗೆ ಹೇಳುವುದು, ನೌಕರಿಗಾಗಿ ಸಂದರ್ಶನ ಮಾಡುವುದು, ಗಂಡಿಗೆ ಹೆಣ್ಣನ್ನು ಜೋಡಿಸುವುದು... ನೀವು ಯಾವುದೇ ವ್ಯವಹಾರವನ್ನು ಹೇಳಿ, ಅದನ್ನು ಸಾಧ್ಯವಾದಷ್ಟು ಫೋನಿನಲ್ಲಿಯೇ ಮುಗಿಸಿಬಿಡಲು ಪ್ರಯತ್ನಿಸುತ್ತಾರೆ. ಇಂತಹ ದೂರವಾಣಿ ಕರೆಗಳಿಗೆ ಉತ್ತರಿಸುವ ಜವಾಬ್ದಾರಿಯನ್ನು ಹೊತ್ತ ಸಂಸ್ಥೆಗಳಿಗೆ ಕಾಲ್‌ಸೆಂಟರ್‌ಗಳೆಂದು ಕರೆಯುತ್ತಾರೆ.

ಈ ಕರೆಗಳನ್ನು ಉತ್ತರಿಸುವವರು ಭೂಮಿಯ ಮೇಲೆ ಎಲ್ಲೇ ಇರಬಹುದಲ್ಲವೆ? ಆದ್ದರಿಂದಲೇ ಭಾರತೀಯರು ಈ ಕಾಲ್‌ಸೆಂಟರ್‌ಗಳನ್ನು ನಮ್ಮ ನೆಲದಲ್ಲಿಯೇ ಅತ್ಯಂತ ಕಡಿಮೆ ಬೆಲೆಯಲ್ಲಿ ನಿರ್ವಹಿಸಲು ಮುಂದೆ ಬಂದಿದ್ದಾರೆ. ಆಧುನಿಕ ತಂತ್ರಜ್ಞಾನವು ಅಲ್ಲಿಯ ಸ್ಥಳೀಯ ಕರೆಗಳನ್ನು ಭಾರತಕ್ಕೆ ಹೆಚ್ಚಿನ ಖರ್ಚಿಲ್ಲದೆ ಇಂಟರ್‌ನೆಟ್ ಮೂಲಕ ಅಥವಾ ಸ್ವಂತ ನೆಟ್‌ವರ್ಕ್ ಮೂಲಕ ರವಾನಿಸುವ ಸೌಕರ್ಯವನ್ನು ಒದಗಿಸಿಕೊಟ್ಟಿದೆ. ಅದೇ ತಂತ್ರಜ್ಞಾನವನ್ನು ಉಪಯೋಗಿಸಿಕೊಂಡು ಇಲ್ಲಿಂದ ದೂರದ ದೇಶಗಳಿಗೆ ದೂರವಾಣಿ ಕಛೇರಿಯ ಹಂಗಿಲ್ಲದೆ ಕರೆ ಮಾಡಬಹುದಾಗಿದೆ.

ಬ್ರಿಟೀಷರು ನಮ್ಮನ್ನು ನೂರಾರು ವರ್ಷ ಆಳಿ ಕಹಿ ನೆನಪನ್ನು ಉಳಿಸಿ ಹೋಗಿದ್ದರೂ, ಅವರು ಯಾವ ಘನ ಉದ್ದೇಶವಿಲ್ಲದೆ ಬಿಟ್ಟುಹೋದ ಇಂಗ್ಲೀಷ್ ಭಾಷೆಯ ಪಾಂಡಿತ್ಯ ಇಂದು ಉಪಯೋಗಕ್ಕೆ ಬರುತ್ತಿದೆ. ಪ್ರಪಂಚದ ಎಲ್ಲಾ ಮುಂದುವರೆದ ದೇಶಗಳ ಭಾಷೆಯೂ ಹೆಚ್ಚು ಕಡಿಮೆ ಇಂಗ್ಲೀಷ್ ಆಗಿರುವದರಿಂದ, ಇಂತಹ ಕಾಲ್‌ಸೆಂಟರ್‌ಗಳನ್ನು ನಿರ್ವಹಿಸಲು ನಮಗೆ ಅಷ್ಟೇನೂ ಕಷ್ಟವಲ್ಲ. ಆದರೆ ಕೇವಲ ವ್ಯಾಕರಣಬದ್ಧವಾದ ಇಂಗ್ಲೀಷ್ ಭಾಷೆ ಮಾತ್ರ ಗೊತ್ತಿದ್ದರೆ ಸಾಕಾಗುವದಿಲ್ಲ. ನಾವು ಕನ್ನಡದಂತೆಯೋ, ತೆಲುಗು ತಮಿಳಿನಂತೆಯೋ ಇಂಗ್ಲೀಷನ್ನು ಮಾತನಾಡಿದರೆ ಅಲ್ಲಿಯವರಿಗೆ ಹೇಗೆ ತಾನೆ ಅರ್ಥವಾದೀತು? 'ಸಿಂಬ್ಲಿ ಗ್ರಾಸ್ ದಿ ರೋಡ್ಡು' ಎಂದರೆ ಅವರಿಗೆ ತಿಳಿಯುವದಿಲ್ಲ.

ಆದ್ದರಿಂದ ಕಾಲ್ ಸೆಂಟರ್‌ನಲ್ಲಿ ಕೆಲಸ ಮಾಡುವವರು ದೂರದೇಶದ ಭಾಷಾ ಉಚ್ಚಾರಣೆಗಳನ್ನು ಕಲಿತುಕೊಳ್ಳಬೇಕಾಗುತ್ತದೆ. ಅಮೇರಿಕಾದವರಿಗೆ 'ಥ್ಯಾಂಕ್ಸ್' ಹೇಳಿದರೆ, ಬ್ರಿಟಿಷರಿಗೆ 'ಚಿಯರ್ಸ್' ಎಂದು ಹೇಳುವುದು ತಿಳಿದಿರಬೇಕಾಗುತ್ತದೆ. ಇಂತಹ ತಿಳುವಳಿಕೆಗಳನ್ನು ನೀಡಲು ಸಾಕಷ್ಟು ಖಾಸಗಿ ತರಬೇತಿ ಸಂಸ್ಥೆಗಳು ತಲೆ ಎತ್ತಿವೆ. ಒಂದೆರಡು ತಿಂಗಳ ಕೋರ್ಸಿನಲ್ಲಿ ನೀವು ಹತ್ತಾರು ವರ್ಷ ವಿದೇಶದಲ್ಲಿ ಬದುಕಿ ಬಾಳಿದವರಂತೆ ನಿಮ್ಮ ಭಾಷೆಯನ್ನು ತಿದ್ದುತ್ತವೆ. ವಿಷಾದದ ಸಂಗತಿಯೆಂದರೆ ಈ ಹೊಸ ಉಚ್ಚಾರಣೆಯನ್ನು ಅಭ್ಯಾಸ ಮಾಡಿಕೊಂಡ ಮೇಲೆ ಹಳೆಯ ಉಚ್ಚಾರಣೆ ಮರೆತು ಹೋಗುತ್ತದೆ ಅಥವಾ ಮರೆಯಲೇ ಬೇಕಾಗುತ್ತದೆ. ಆದ್ದರಿಂದ ನಮ್ಮ ಕಾಲ್‌ಸೆಂಟರ್ ಉದ್ಯೋಗಿಗಳು ಆಫೀಸಿನ ಹೊರಗೂ ಬೇರೆ ದೇಶದ ಇಂಗ್ಲೀಷ್ ಉಚ್ಚಾರಣೆಯನ್ನು ಬಳಸುತ್ತಾರೆ. ನಮ್ಮ ಇತರ ಜನರ ನಡುವೆ ವಿಭಿನ್ನವಾಗಿ ಕಾಣುತ್ತಾರೆ.

ಬರೀ ಭಾಷೆಯ ಉಚ್ಚಾರಣೆಯೊಂದರಿಂದಲೇ ಎಲ್ಲಾ ಸಮಸ್ಯೆಗಳು ಬಗೆಹರೆಯುವದಿಲ್ಲ. ಗ್ರಾಹಕರ ಬಳಿ ಮಾತನಾಡುವಾಗ ಅವನನ್ನು ಸಂಪೂರ್ಣವಾಗಿ ಅರ್ಥ ಮಾಡಿಕೊಳ್ಳಲು

ಅವನ ಸಂಸ್ಕೃತಿ, ಆಚಾರ–ವಿಚಾರಗಳು ತಿಳಿದಿರಬೇಕಾಗುತ್ತದೆ. ಅಮೇರಿಕಾದವನನ್ನು ಖುಷಿ ಪಡಿಸಲು ಹಿಂದಿನ ರಾತ್ರಿ ನಡೆದ ಬೇಸ್‌ಬಾಲ್ ಆಟದ ಬಗ್ಗೆ ಹರಟೆ ಹೊಡೆದರೆ, ಬ್ರಿಟೀಷ್ ಪ್ರಜೆಯ ಜೊತೆ ಮ್ಯಾಂಚೆಸ್ಟರ್ ಯುನೈಟೆಡ್ ಈ ದಿನ ಹೇಗೆ ಫೂಟ್‌ಬಾಲ್ ಪಂದ್ಯವನ್ನು ಆಡಬಹುದೆಂದು ಹರಟಬೇಕಾಗುತ್ತದೆ. ನಮ್ಮ ಖಾಸಗಿ ತರಬೇತಿ ಸಂಸ್ಥೆಗಳು ಈ ಸಂಸ್ಕೃತಿಯನ್ನೂ ಧಾರೆಯೆರೆಯುತ್ತಿವೆ. ಅವರು ಊಟ ಹೇಗೆ ಮಾಡುತ್ತಾರೆ, ಅವರ ಹಬ್ಬ ಹರಿದಿನಗಳೇನು, ಅವರ ಸಿಟ್ಟು ಸೆಡವುಗಳು ಹೇಗೆ, ಅವರ ಅಭ್ಯಾಸ ದುರಭ್ಯಾಸಗಳೇನು, ಅವರ ಶಕ್ತಿ ದುರ್ಬಲತೆಗಳೇನು... ಎಲ್ಲವನ್ನೂ ತಿಳಿಸಿಕೊಡುತ್ತಾರೆ.

ಹಾಗಂತ ಇದು ಬರೀ ತರಬೇತಿಯಿಂದ ಒಮ್ಮೆ ಕಲಿತುಕೊಂಡರೆ ಮುಗಿಯಿತೆನ್ನುವದಲ್ಲ. ನೌಕರರು ದಿನನಿತ್ಯ ಬೇರೆ ದೇಶದವರಂತೆ ಬದುಕಬೇಕಾಗುತ್ತದೆ. ಅಲ್ಲಿಯ ಪ್ರಸಿದ್ಧ ಟಿ.ವಿ. ಕಾರ್ಯಕ್ರಮಗಳನ್ನು ವೀಕ್ಷಿಸಬೇಕಾಗುತ್ತದೆ, ಅಲ್ಲಿಯ ದಿನಪತ್ರಿಕೆ, ವಾರಪತ್ರಿಕೆಗಳನ್ನು ಓದಬೇಕಾಗುತ್ತದೆ, ಅಲ್ಲಿ ಬಿಡುಗಡೆಯಾದ ಸಿನಿಮಾಗಳನ್ನು ಇಲ್ಲಿ ಡಿ.ವಿ.ಡಿ. ಹಾಕಿಕೊಂಡು ನೋಡಬೇಕಾಗುತ್ತದೆ. ಒಂದೆರಡು ತಿಂಗಳು ಅದನ್ನೆಲ್ಲಾ ಬಿಟ್ಟು ನೀವು ಭಾರತೀಯರಂತೆ ಹಿಂದಿ–ಕನ್ನಡ ಸಿನಿಮಾ ನೋಡಿಕೊಂಡು, ಕನ್ನಡ ದಿನಪತ್ರಿಕೆಗಳನ್ನು ಓದಿಕೊಂಡು ದಿನಕಳೆದರೆ ನಿಮ್ಮ ಆಫೀಸಿನಲ್ಲಿ ಬೆಲೆ ಕಳೆದುಕೊಂಡು, ಕೆಲಸ ಕಳೆದುಕೊಳ್ಳುವ ಸ್ಥಿತಿಗೆ ಇಳಿದುಬಿಡುವ ಸಾಧ್ಯತೆಯಿದೆ.

ಗ್ರಾಹಕನಿಗೆ ತಾನು ಮಾತನಾಡುತ್ತಿರುವುದು ಯಾವುದೋ ದೂರ ದೇಶದ ವ್ಯಕ್ತಿಯೊಂದಿಗೆ ಎಂದು ಗೊತ್ತಾದರೆ ಅವನಿಗೆ ಆ ಕರೆಯಲ್ಲಿ ಆಸಕ್ತಿ ಉಳಿಯುವದಿಲ್ಲ. ತನ್ನ ಕೆಟ್ಟು ಹೋದ ಟಿ.ವಿ. ಬಗ್ಗೆ ದೂರನ್ನು ನೀಡುತ್ತಿರುವುದು ಸಾವಿರಾರು ಕಿಲೋಮೀಟರ್ ದೂರದಲ್ಲಿರುವ ಭಾರತದ ಮೂಲೆಯಲ್ಲೆಲ್ಲೋ ಕುಳಿತಿರುವ ವ್ಯಕ್ತಿಗೆ ಎಂದು ಗೊತ್ತಾದರೆ ಅವನ ಪಿತ್ತ ನೆತ್ತಿಗೇರುವದಿಲ್ಲವೆ? ಆದ್ದರಿಂದ ಕಾಲ್‌ಸೆಂಟರ್‌ಗಳು ಪ್ರಪ್ರಥಮವಾಗಿ ಗ್ರಾಹಕನಿಗೆ ದೂರವಾಣಿ ಕರೆ ಇಲ್ಲೇ ಪಕ್ಕದ ಮನೆಯಿಂದೆಲ್ಲೋ ಬರುತ್ತಿದೆ ಎನ್ನುವ ಭಾವನೆಯನ್ನು ಉಂಟುಮಾಡುವದಕ್ಕೆ ಪ್ರಯತ್ನ ಪಡುತ್ತಾರೆ. ಅಂತಹ ಪ್ರಯತ್ನದಲ್ಲಿ ಮೊದಲನೆ ಬದಲಾವಣೆಯಾಗಿ ಎಲ್ಲಾ ಕಾಲ್‌ಸೆಂಟರ್ ನೌಕರರ ಹೆಸರನ್ನು ಬದಲಾಯಿಸುತ್ತಾರೆ.

ಗ್ರಾಹಕ ಕರೆ ಮಾಡಿದಾಗ ನೀವು ನಿಮ್ಮ ಹೆಸರನ್ನು 'ಹರಿಸರ್ವೋತ್ತಮ' ಎಂದರೆ ಅವನು ಗಲಿಬಿಲಿಯಾಗುವದಿಲ್ಲವೆ? ಅದಕ್ಕೆ ಬದಲು ನೀವು 'ಐ ಆಂ ಹ್ಯಾರಿ, ಹೌ ಕಾನ್ ಐ ಹೆಲ್ಪ್ ಯು?' ಎನ್ನಬೇಕಾಗುತ್ತದೆ. ಪ್ರತಿಯೊಬ್ಬ ನೌಕರನೂ ತನ್ನ ಹೆಸರನ್ನು ಮೈಕಲ್, ವೆಂಡಿ, ಕ್ಯಾಥಿ, ಜಾಕ್, ಜೇಸನ್ ಎಂದೆಲ್ಲಾ ಬದಲಿ ಮಾಡಿಕೊಳ್ಳಬೇಕಾಗುತ್ತದೆ. ಆದರೆ ಎಂಟು ಗಂಟೆಗಳ ಕಾಲ ಈ ಹೆಸರಿನಿಂದ ಒಡನಾಡಿದ ನೌಕರನಿಗೆ ಮತ್ತೆ ಬೇರೆ ಹೆಸರಿಗೆ ಹೊಂದಿಕೊಳ್ಳುವುದು ಕಷ್ಟವಾಗುತ್ತದೆ. ಆದ್ದರಿಂದ ಕೆಲಸದ ಸಮಯ ಮುಗಿದ ನಂತರವೂ ಅವರು ಹ್ಯಾರಿ, ಮೈಕಲ್, ಕ್ಯಾಥಿ ಎಂದೇ ತಮ್ಮನ್ನು ಕರೆದುಕೊಳ್ಳುತ್ತಿರುತ್ತಾರೆ. ತಮ್ಮ ಹಳೆಯ ಹೆಸರುಗಳನ್ನು ಕ್ರಮೇಣ ಮರೆಯುತ್ತಿದ್ದಾರೆ. ಹಾಗಂತ ಈ ಸಮಸ್ಯೆಯನ್ನು ತೀರಾ ಭಾವೋದ್ರೇಕತನದಿಂದಲೂ ನೋಡುವುದು ತಪ್ಪೆನಿಸುತ್ತದೆ. 'ಹೆಸರು ಬದಲಾದರೆ ಆದ ನಷ್ಟವೇನು? ಎಷ್ಟು ಜನರನ್ನು ಅವರ

ಮನೆಯಲ್ಲಿ ಬೇರೆ ಯಾವುದೋ ಅರ್ಥವಿಲ್ಲದ ಪ್ರೀತಿಯ ಹೆಸರುಗಳಿಂದ ಕರೆಯುವದಿಲ್ಲ? ಉದ್ಯೋಗವಿಲ್ಲದೆ ಅಲೆದು ಕಂಗೆಡುವದಕ್ಕಿಂತ ಹೆಸರು ಬದಲಿ ಮಾಡಿಕೊಳ್ಳುವುದು ಯಾವ ದೊಡ್ಡ ವಿಷಯ?' ಎನ್ನುವ ವಾದ ಮಾಡುವವರ ಮಾತೂ ಸತ್ಯವೆನಿಸುತ್ತದೆ.

ಈ ಕಾಲ್‌ಸೆಂಟರ್‌ಗಳ ಮತ್ತೊಂದು ವಿಚಿತ್ರ ಸಮಸ್ಯೆಯೆಂದರೆ ಕೆಲಸ ಮಾಡುವ ಅವಧಿಯದು. ಬೆಳಿಗ್ಗೆ ಒಂಬತ್ತಕ್ಕೆ ಹೋಗಿ, ಸಂಜೆ ಆರಕ್ಕೆ ಬರುವ ಸುಂದರ ಕೆಲಸವಿದಲ್ಲ. ನಾವು ವಿದೇಶದವರ ಕೆಲಸದ ಸಮಯಕ್ಕೆ ಸರಿಯಾಗಿ ಕೆಲಸ ಮಾಡಬೇಕಾಗುತ್ತದೆ. ಅಂದರೆ ಅಮೇರಿಕಾ ಬೆಳಿಗ್ಗೆ ಒಂಬತ್ತಕ್ಕೆ ಕೆಲಸ ಪ್ರಾರಂಭಿಸಿ ಸಂಜೆ ಆರಕ್ಕೆ ಕೆಲಸ ಮುಗಿಸುತ್ತಾರೆಂದುಕೊಂಡರೆ, ನಾವು ರಾತ್ರಿ ಸುಮಾರು ಹತ್ತರಿಂದ ಬೆಳಿಗ್ಗೆ ಆರರ ತನಕ ಕೆಲಸ ಮಾಡಬೇಕಾಗುತ್ತದೆ. ಸ್ವಲ್ಪ ಒರಟಾಗಿ ಹೇಳಬೇಕೆಂದರೆ ಕಾಮಾಟಿಪುರದ ವೇಶ್ಯಾವಾಟಿಕೆಯ ವ್ಯಾಪಾರದ ಸಮಯದಲ್ಲಿ ನಾವು ಕೆಲಸ ಮಾಡಬೇಕಾಗುತ್ತದೆ. ಹಾಗಂತ ರಾತ್ರಿ ಪಾಳಿ ಭಾರತೀಯ ಕಾರ್ಮಿಕನಿಗೆ ಹೊಸತೇನೂ ಅಲ್ಲ. ಎಲ್ಲಾ ದೊಡ್ಡ ದೊಡ್ಡ ಕಾರ್ಖಾನೆಗಳಲ್ಲೂ ನೌಕರರು ರಾತ್ರಿ ಪಾಳಿಯಲ್ಲಿ ಕಾರ್ಯನಿರ್ವಹಿಸುತ್ತಾರೆ. ಆದರೆ ಅಲ್ಲಿ ಒಂದು ವ್ಯತ್ಯಾಸವಿದೆ. ಎಲ್ಲಾ ಕಾರ್ಖಾನೆಗಳಲ್ಲೂ ಒಂದು ವಾರ ರಾತ್ರಿ ಪಾಳಿಯಲ್ಲಿ ದುಡಿದರೆ ಮುಂದಿನವಾರ ಹಗಲಿನ ಪಾಳಿಯಲ್ಲಿ ಕೆಲಸ ಮಾಡುವ ಸೌಕರ್ಯವಿರುತ್ತದೆ. ಆದರೆ ಕಾಲ್‌ಸೆಂಟರ್‌ಗಳಲ್ಲಿ ಅದು ಸಾಧ್ಯವಿಲ್ಲ. ಸೂರ್ಯ–ಚಂದ್ರರಿಗೆ ಅಮೇರಿಕಾ ಮತ್ತು ಭಾರತ ಎಂಬ ವ್ಯತ್ಯಾಸವಿಲ್ಲ. ಎರಡೂ ಕಡೆ ತಮ್ಮ ಕೆಲಸದ ಪಾಳಿಯನ್ನು ಬದಲಾಯಿಸಲು ಅವರಿಬ್ಬರೂ ಸಿದ್ಧರಿಲ್ಲ!

ಸದ್ಯಕ್ಕೆ ಈ ಕಾಲ್‌ಸೆಂಟರ್‌ನಲ್ಲಿ ಕೆಲಸ ಮಾಡುತ್ತಿರುವವರೆಲ್ಲಾ ಎಳೆಯ ತರುಣ ತರುಣಿಯರು. ಹೆಚ್ಚಾಗಿ ಕಾಲೇಜಿನಿಂದ ಈಗಷ್ಟೇ ಹೊರಬಂದವರು. ಆದ್ದರಿಂದ ಅವರಿಗೆ ಅಂತಹ ಸಮಸ್ಯೆಯಾಗಲಿಕ್ಕಿಲ್ಲ. ಆದರೆ ನಾಳೆ ಬೆಳಿಗ್ಗೆ ಅವರು ಮದುವೆಯಾಗಬೇಕೆಂದರೆ ಸುಲಭವಾಗಿ ಹುಡುಗಿ (ಅಥವಾ ಹುಡುಗ) ಸಿಕ್ಕುವದಿಲ್ಲ. ಹೋಗಲಿ ಕಾಲ್‌ಸೆಂಟರ್ ಹುಡುಗಿಯನ್ನೇ (ಹುಡುಗನನ್ನೇ) ಮದುವೆ ಯಾಗುತ್ತಾರೆಂದಿಟ್ಟುಕೊಳ್ಳಿ. ಮುಂದೆ ಮಕ್ಕಳಾದರೆ ಅವರ ಗತಿ?

ಹಾಗಂತ ಕಂಗಾಲಾಗುವುದು ಬೇಡವೆಂದು ವ್ಯಾಪಾರಿ ದಿಗ್ಗಜರು ಹೇಳುತ್ತಾರೆ. ದಿನದಿಂದ ದಿನಕ್ಕೆ ಕಾಲ್‌ಸೆಂಟರ್‌ಗಳು ಬೆಳೆಯುತ್ತಿರುವ ವೇಗವನ್ನು ನೋಡಿದರೆ, ಕೆಲವೇ ವರ್ಷಗಳಲ್ಲಿ ಈ ನಿಶಾವಾಗ್ಮಿಗಳ ಒಂದು ದೊಡ್ಡ ಸಮುದಾಯವೇ ಸೃಷ್ಟಿಯಾಗಿರುತ್ತದೆ. ಆಗ ಅಂತಹವರ ಮಕ್ಕಳಿಗೆಂದೇ ರಾತ್ರಿ ಶಾಲೆಗಳು ಸೃಷ್ಟಿಯಾಗುತ್ತವೆ. ಮಕ್ಕಳೂ ಅಪ್ಪ–ಅಮ್ಮಂದಿರಂತೆ ರಾತ್ರಿ ಪಾಳಿಯಲ್ಲಿ ಶಾಲೆಗೆ ಹೋದರೆ ಈ ಸಮಸ್ಯೆಯಿರುವದಿಲ್ಲ – ಎಂದು ಹೇಳುತ್ತಾರೆ. ಈ ತರ್ಕ ಎಷ್ಟರ ಮಟ್ಟಿಗೆ ಸತ್ಯವೆಂದು ಕಾಲವೇ ನಿರ್ಧರಿಸಬೇಕು.

ಈ ರಾತ್ರಿ ಪಾಳಿಯಿಂದ ಮತ್ತೊಂದು ವಿಭಿನ್ನ ಸಮಸ್ಯೆ ಎಲ್ಲಾ ಕಾಲ್‌ಸೆಂಟರ್‌ಗಳಲ್ಲಿ ತಲೆದೋರುತ್ತಿದೆ. ಇಲ್ಲಿ ಕೆಲಸ ಮಾಡುವವರೆಲ್ಲಾ ಹೆಚ್ಚಾಗಿ ಹಸಿಬಿಸಿ ವಯಸ್ಸಿನ ತರುಣ–ತರುಣಿಯರು. ರಾತ್ರಿಯ ಹೊತ್ತಿನಲ್ಲಿ ದೇಹದ ಬಯಕೆಗಳನ್ನು ಹತ್ತಿಡುವುದು ಸಾಧ್ಯವಿಲ್ಲದ ವಯಸ್ಸಿನವರು. ಎರ್ರಾಬಿರ್ರಿ ನಡತೆಗಳ ಮೇಲೆ ಹತೋಟಿಯಿಡಲು ಆ ಹೊತ್ತಿನಲ್ಲಿ ಹಿರಿಯರೂ

ಇಲ್ಲದ ಕಾರಣ ತೀರಾ ಅಕ್ರಮ ವ್ಯವಹಾರಗಳು ನಡೆದು ಕಂಪನಿಯ ಮ್ಯಾನೇಜುಮೆಂಟಿಗೆ ತಲೆನೋವಿನ ಪ್ರಸಂಗಗಳು ಮೂಡುತ್ತಿವೆ.

ಉಳಿದ ಚಿಕ್ಕಪುಟ್ಟ ಸಮಸ್ಯೆಗಳನ್ನು ಬದಿಗಿಡೋಣ. ಹೀಗೆ ಬರೀ ರಾತ್ರಿಯ ಪಾಳಿಯಲ್ಲಿ ಕೆಲಸ ಮಾಡುತ್ತಾ ಹೋದರೆ ಆರೋಗ್ಯದ ಗತಿಯೇನು? ಸೂರ್ಯನ ಜೊತೆ ದುಡಿಯಬೇಕು, ಚಂದ್ರನ ಜೊತೆ ವಿರಮಿಸಬೇಕೆನ್ನುವುದು ಪ್ರಕೃತಿ ನಿಯಮ. ನಾವು ಅದಕ್ಕೆ ವಿರುದ್ಧವಾಗಿ ಎಷ್ಟು ದಿನ ದುಡಿಯಲು ಸಾಧ್ಯ? ವಾರದ ಎಲ್ಲಾ ದಿನ ರಾತ್ರಿ ಪಾಳಿಯಲ್ಲಿ ಕೆಲಸ ಮಾಡಿ, ಶನಿವಾರ ಭಾನುವಾರದಂತಹ ರಜೆಯ ದಿನಗಳಲ್ಲಿ ಕಾಲ್‌ಸೆಂಟರ್ ನೌಕರರು ಕಂಗಾಲಾಗುತ್ತಾರೆ. ಉಳಿದೆಲ್ಲಾ ಸ್ನೇಹಿತರು ಬೆಳಗಿನ ಹೊತ್ತು ಕುಣಿದು ಕುಪ್ಪಳಿಸಿ ಜೀವನವನ್ನು ಅನುಭವಿಸುತ್ತಿದ್ದರೆ ಇವರ ಕಣ್ಣುಗಳು ನಿದ್ದೆಯಿಂದ ಎಳೆಯಲಾರಂಭಿಸುತ್ತವೆ. ರಾತ್ರಿಯ ಹೊತ್ತು ಮನೆಯವರೆಲ್ಲರೂ ನೆಮ್ಮದಿಯಿಂದ ಮಲಗಿದ್ದರೆ ಇವರು ಟಿ.ವಿ. ಹಾಕಿಕೊಂಡು ನಿಚ್ಚಳ ಕಣ್ಣುಗಳಿಂದ ಕೆಟ್ಟ ಕೆಟ್ಟ ಕಾರ್ಯಕ್ರಮಗಳನ್ನು ಬೇಸರದಿಂದ ವೀಕ್ಷಿಸುತ್ತಾರೆ.

ಹೋಗಲಿ, ವಾರದ ರಜೆಗಳನ್ನು ಹೇಗೋ ಕಳೆಯುತ್ತಾರೆಂದುಕೊಂಡರೂ ಭಾರತೀಯ ಹಬ್ಬದ ದಿನಗಳಲ್ಲಿ ಪರಿಸ್ಥಿತಿ ಹದಗೆಡುತ್ತದೆ. ನಮ್ಮ ಆಗಸ್ಟ್ ಹದಿನೈದಕ್ಕೆ ಕೆಲಸ ಮಾಡಿದರೆ, ಅಮೆರಿಕಾದ ಸ್ವಾತಂತ್ರ ದಿನಾಚರಣೆಯ ದಿನ ರಜೆ ತೆಗೆದುಕೊಳ್ಳಬೇಕಾಗುತ್ತದೆ. ಯುಗಾದಿಯ ದಿನ ಗ್ರಾಹಕನ ಕರೆಗಳಿಗೆ ಓಗೊಟ್ಟರೆ, ಈಸ್ಟರ್ ಹಬ್ಬದ ದಿನ ಮನೆಯಲ್ಲಿ ತೆಪ್ಪಗೆ ಕುಳಿತುಕೊಳ್ಳಬೇಕಾಗುತ್ತದೆ. ಗ್ರಾಹಕನ ಕರೆಗಳಿಗೆ ಅತ್ಯಂತ ಮಹತ್ವವನ್ನು ಕೊಡುವ ವ್ಯಾಪಾರೀ ಮನೋಭಾವದ ಅಮೆರಿಕನ್ನರಿಗೆ ನೀವು ರಾಮನವಮಿ, ಕೃಷ್ಣಾಷ್ಟಮಿ ನೆಪ ಹೇಳಿ ಮನೆಯಲ್ಲಿ ಬೇಲದ ಹಣ್ಣಿನ ಪಾನಕ, ಕೋಸಂಬರಿಗಳನ್ನು ಮೆಲ್ಲುತ್ತೀವೆಂದರೆ ಸಹಿಸುವುದು ಸಾಧ್ಯವಿಲ್ಲ. ಅದಕ್ಕೆ ಬದಲು ಕ್ರಿಸ್‌ಮಸ್ ದಿನ ಕೇಕು ತಿಂದು, ವೈನ್ ಕುಡಿದು, ರಾಕ್ ಸಂಗೀತಕ್ಕೆ ಕುಣಿದು ಕುಪ್ಪಳಿಸುತ್ತೀರೆಂದರೆ ಅವರದೇನೂ ಅಡ್ಡಿಯಿಲ್ಲ.

ಹಾಗಂತ ಭಾರತೀಯರು ಮಾತ್ರ ಈ ಕಾಲ್‌ಸೆಂಟರ್ ವ್ಯವಹಾರದಲ್ಲಿ ತಲೆ ತೂರಿಸಿದ್ದಾರೆಂದು ತಪ್ಪಾರ್ಥ ಮಾಡಿಕೊಳ್ಳಬೇಡಿ. ಚೀನಾ, ಮಲೇಶಿಯಾ, ಹಾಂಕಾಂಗ್, ಆಫ್ರಿಕಾ ದೇಶವೆಲ್ಲಾ ಈ ಕಾಲ್‌ಸೆಂಟರ್ ವ್ಯವಹಾರಕ್ಕೆ ಪಾದಾರ್ಪಣೆ ಮಾಡಿಯಾಗಿವೆ. ಚೀನಿಯರಿಗೆ ಇಂಗ್ಲೀಷ್ ಬರುವದಿಲ್ಲವೆಂಬ ಒಂದೇ ಕಾರಣದಿಂದ ನಾವು ಬಚಾವು. ಆದರೆ ತುಂಬಾ ದಿನ ಅದೇ ನೆಪವನ್ನು ಮುಂದಕ್ಕಿಟ್ಟು ಚೀನೀಯರನ್ನು ನಗಣ್ಯರೆಂದುಕೊಳ್ಳುವಂತಿಲ್ಲ. ಈಗಾಗಲೇ ಚೀನಾದಲ್ಲಿ ಪ್ರಾಥಮಿಕ ಮಟ್ಟದಿಂದಲೇ ಇಂಗ್ಲೀಷ್ ವಿದ್ಯಾಭ್ಯಾಸ ಪ್ರಾರಂಭವಾಗಿದೆ. ಚೀನೀಯರಿಗೆ ಇಂಗ್ಲೀಷ್ ಕಲಿಯುವದಕ್ಕೆ ಭಾರತೀಯರಿಗಿಲ್ಲದ ಒಂದು ವಿಶೇಷ ಅನುಕೂಲವಿದೆ. ಅದೇನೆಂದರೆ ಅವರಿಗೆ ಸದ್ಯ ಇಂಗ್ಲೀಷ್ ಬರುವದಿಲ್ಲ!

ಈಗಾಗಲೇ ತಿಳಿಸಿದಂತೆ ಅಮೆರಿಕನ್ನರ ಇಂಗ್ಲೀಷಿನ ಉಚ್ಚಾರಣೆಯನ್ನು ಕಲಿಯುವದು ಅತ್ಯಂತ ಮುಖ್ಯ. ಭಾರತೀಯರಿಗೆ ಈಗಾಗಲೇ ಇಂಗ್ಲೀಷ್ ಭಾಷೆ ಗೊತ್ತಿರುವದರಿಂದ, ಅವರ ಸ್ಥಳೀಯ ಉಚ್ಚಾರಣೆಯನ್ನು ಹೋಗಲಾಡಿಸಿ ನಂತರ ಅಮೆರಿಕಾದ ಉಚ್ಚಾರಣೆ ಕಲಿಸಿಕೊಡಬೇಕಾಗುತ್ತದೆ. ಆದರೆ ಚೀನೀಯರಿಗೆ ಇಂಗ್ಲೀಷ್ ಭಾಷೆಯ ಗಂಧಗಾಳಿ

ಇಲ್ಲದ್ದರಿಂದ ನೇರವಾಗಿ ಅಮೆರಿಕನ್ ಉಚ್ಚಾರಣೆಯನ್ನು ಕಲಿಸಿಕೊಡಬಹುದಾಗಿದೆ. ಇನ್ನು ಐದಾರು ವರ್ಷಗಳಲ್ಲಿ ಚೀನಾ ಭಾರತೀಯರಿಗೆ ತೀವ್ರ ಪ್ರತಿಸ್ಪರ್ಧೆಯನ್ನು ಒಡ್ಡುವದರಲ್ಲಿ ಯಾವ ಅನುಮಾನವೂ ಬೇಕಿಲ್ಲ.

ಕಾಲ್‌ಸೆಂಟರ್‌ಗಳ ಸಮಸ್ಯೆಗಳನ್ನೇ ವೈಭವೀಕರಿಸುತ್ತಾ ಹೋದರೆ ಸಿನಿಕತನವಾಗುತ್ತದೆ. ಹಾಗೆ ನೋಡಿದರೆ ಕಾಲ್‌ಸೆಂಟರ್‌ನಿಂದಾಗಿ ನಮ್ಮ ದೇಶದ ನಿರುದ್ಯೋಗ ಸಮಸ್ಯೆ ಕಡಿಮೆಯಾಗುವ ಸಾಧ್ಯತೆಯಿದೆ. ಮುಂದಿನ ವರ್ಷಕ್ಕೆ ಸುಮಾರು ಎರಡು ಲಕ್ಷ ಕಾಲ್‌ಸೆಂಟರ್‌ಗಳಿರಬಹುದೆಂದು ಒಂದು ಅಂದಾಜು. ಈ ಉದ್ಯೋಗಕ್ಕೆ ಭಾಷೆಯ ಹಿಡಿತ, ಒಳ್ಳೆಯ ಮಾತನಾಡುವ ಕಲೆ, ಚಾಲಾಕಿತನವಿದ್ದರೆ ಸಾಕು. ಹೆಚ್ಚಿನ ಪದವಿಗಳ ಆವಶ್ಯಕತೆಯಿಲ್ಲ. ಸಾಫ್ಟ್‌ವೇರ್ ವ್ಯಾಪಾರ ಕೇವಲ ಉನ್ನತ ವಿದ್ಯಾಭ್ಯಾಸವನ್ನು ಮಾಡಿದವರಿಗೆ ಮಾತ್ರ ಉದ್ಯೋಗ ಅವಕಾಶವನ್ನು ಸೃಷ್ಟಿಸಿತು. ಆದರೆ ಕಾಲ್ ಸೆಂಟರ್ ಹಾಗಲ್ಲ. ಪಿ.ಯು.ಸಿ. ಫೇಲಾದವನೂ ನೌಕರಿ ಗಿಟ್ಟಿಸಿಕೊಳ್ಳಬಹುದಾಗಿದೆ. ನಿರರ್ಗಳ ಇಂಗ್ಲೀಷ್ ಭಾಷೆ ಮತ್ತು ನಯವಾದ ಮಾತುಗಾರಿಕೆ ಇದ್ದರಾಯ್ತು.

ಕಾಲ್‌ಸೆಂಟರ್‌ಗಳು ಬೆಳೆದಂತೆ ಅದರ ಜೊತೆಯಲ್ಲಿ ಬೇರೆ ಉದ್ಯಮಗಳು ತನ್ನಿಂತಾನೇ ಬೆಳೆಯುತ್ತವೆ. ರಾತ್ರಿಯ ಹೊತ್ತಿನಲ್ಲಿ ಇವರು ಕೆಲಸ ಮಾಡುತ್ತಾರಾದ್ದರಿಂದ ಅವರನ್ನು ಕಛೇರಿಗೆ ಕರೆದೊಯ್ಯಲು ಮತ್ತು ಮನೆಗೆ ಬಂದು ಬಿಡಲು ವಾಹನ ಸೌಕರ್ಯ ಬೇಕೇಬೇಕು. ಈ ವಾಹನ ಬಾಡಿಗೆ ಕೊಡುವ ಉದ್ಯಮ ಅತ್ಯಂತ ವೇಗವಾಗಿ ಬೆಳೆಯುತ್ತದೆ. ಒಂದು ಅಂದಾಜಿನ ಪ್ರಕಾರ ಸುಮಾರು ನಾಲ್ಕು ಲಕ್ಷಕ್ಕೂ ಹೆಚ್ಚು ವಾಹನಗಳು ಮುಂದಿನ ಎರಡು ವರ್ಷಗಳಲ್ಲಿ ಬೇಕಾಗುತ್ತದಂತೆ! ಅದೇ ರೀತಿ ಆಹಾರ ಸರಬರಾಜು ಮಾಡುವ ಉದ್ದಿಮೆ, ಕಾಲ್‌ಸೆಂಟರ್ ತರಬೇತಿ ನೀಡುವ ಸಂಸ್ಥೆಗಳ ಉದ್ದಿಮೆ, ಕಟ್ಟಡಗಳನ್ನು ಕಟ್ಟಿ ಬಾಡಿಗೆ ನೀಡುವ ಉದ್ದಿಮೆ, ಮೇಜು ಕುರ್ಚಿಗಳನ್ನು ಮಾಡುವ ಉದ್ದಿಮೆ, ಒಳಾಂಗಣ ಅಲಂಕಾರವನ್ನು ಮಾಡುವ ಉದ್ದಿಮೆ – ಎಲ್ಲವೂ ಒಂದಕ್ಕೊಂದು ತಳಕು ಹಾಕಿಕೊಂಡಿವೆ. ಒಂದು ಉದ್ದಿಮೆ ಅಭಿವೃದ್ಧಿ ಹೊಂದಿದರೆ ಸಾಕು – ಉಳಿದವು ತನ್ನಿಂತಾನೆ ಅಭಿವೃದ್ಧಿ ಹೊಂದುತ್ತವೆ.

ಕಾಲ್‌ಸೆಂಟರ್ ಉದ್ಯೋಗಕ್ಕೆ ಅಂತಹ ಉತ್ತಮ ವಿದ್ಯಾಭ್ಯಾಸ ಬೇಕಿಲ್ಲವೆನ್ನುವುದು ನಮ್ಮ ಯುವಜನಾಂಗಕ್ಕೆ ಮಾರಕವಾಗಿಯೂ ಪರಿಣಮಿಸಬಹುದಾಗಿದೆ. ಪಿ.ಯು.ಸಿ. ಮುಗಿಸಿದ ಕೂಡಲೇ ಹತ್ತು ಸಾವಿರ ಪಗಾರದ ಉದ್ಯೋಗ ಸಿಗುವ ಅವಕಾಶ ಉಂಟಾದರೆ ಯುವಜನತೆ ಉನ್ನತ ವ್ಯಾಸಂಗಕ್ಕಾಗಿ ಹಾತೊರೆಯುವದಿಲ್ಲ. ಈ ಸದ್ಯ ಕೈಗೆ ಸಿಗುವ ಕಾಸು, ಸವಲತ್ತು ಅವನಿಗೆ ಮುಂದಿನ ವಿದ್ಯಾಭ್ಯಾಸದಲ್ಲಿ ಆಸಕ್ತಿಯನ್ನು ಉಳಿಸುವದಿಲ್ಲ. ಚಿಕ್ಕ ವಯಸ್ಸಿಗೇ ಕೈಗೆ ಸಿಗುವ ಕಾಸು ಅವನಲ್ಲಿ ದುರಭ್ಯಾಸಗಳನ್ನು ಸೃಷ್ಟಿಸುತ್ತದೆ. ಈಗಾಗಲೇ ಪಾಶ್ಚಿಮಾತ್ಯ ದೇಶಗಳಲ್ಲಿ ಹತ್ತನೇ ತರಗತಿಗೆ ವಿದ್ಯಾಭ್ಯಾಸಕ್ಕೆ ಮಂಗಳ ಹಾಡಿ ಉದ್ಯೋಗಕ್ಕೆ ಸೇರಿ, ಮದುವೆ ಮಕ್ಕಳನ್ನೂ ಮಾಡಿಕೊಂಡು ಸಂಸಾರ ನಿಭಾಯಿಸಲಾಗದೆ ಒದ್ದಾಡುವ ಯುವಜನಾಂಗ ದೊಡ್ಡ ಸಮಸ್ಯೆಯಾಗಿದ್ದಾರೆ. ಭಾರತಕ್ಕೂ ಆ ಸಮಸ್ಯೆ ಬಾರದಿರಲಿ.

ಕಾಲ್‌ಸೆಂಟರ್ ಉದ್ಯೋಗ ಅತ್ಯಂತ ಏಕತಾನೀಯವಾದುದ್ದಾಗಿದೆ. ದಿನದ ಎಂಟು ಗಂಟೆಗಳ ಕಾಲ ಎಡೆಬಿಡದೆ ಮಾತನಾಡುತ್ತಲೇ ಇರುವ ಕೆಲಸ ಯಾರಿಗೆ ತಾನೆ ಬೇಸರ

ಮೂಡಿಸುವದಿಲ್ಲ? ಬಹುಬೇಗನೆ ನೌಕರರು ನಿರುತ್ಸಾಹಕ್ಕೊಳಗಾಗುವ ಶಕ್ಯತೆಯಿದೆ. ಆದ್ದರಿಂದ ಮೇಲಿಂದ ಮೇಲೆ ಅಲ್ಲಿ ರಾಜೀನಾಮೆಗಳು ಕಂಡುಬರುತ್ತವೆ. 'ಆ ಕಾಲ್ ಸೆಂಟರ್‌ನಲ್ಲಿ ಕೆಲಸ ಕಡಿಮೆ, ಮಧ್ಯದಲ್ಲಿ ಸುಸ್ತಾದರೆ ಮಲಗಿಕೊಳ್ಳಬಹುದಂತೆ' ಎಂದೆಲ್ಲಾ ಮಾತನಾಡಿಕೊಂಡು ಕೆಲಸ ಬದಲಾಯಿಸುವುದು ಸರ್ವೇಸಾಮಾನ್ಯ. ಆದರೆ ಯಾವ ಕಂಪನಿಗೆ ಹೋದರೂ ನಿಮ್ಮನ್ನು ದುಡಿಸಿಕೊಳ್ಳುವ ಕಂಪನಿಗಳು ಸುಮ್ಮನೆ ಕೂತವರಿಗೆ ಕಾಸು ಕೊಡಲು ತಯಾರಿರುವದಿಲ್ಲವೆನ್ನುವುದು ಮೂಲಭೂತ ಸತ್ಯ. ದೂರದ ಬೆಟ್ಟ ನುಣ್ಣಗೆ ಕಾಣುತ್ತದಷ್ಟೇ!

ಈ ಎಡೆಬಿಡದ ಸುಸ್ತನ್ನು ನಿವಾರಿಸಿಕೊಳ್ಳಲು ಯೋಗಾಭ್ಯಾಸ, ಧ್ಯಾನ, ವ್ಯಾಯಾಮಗಳು ಅತ್ಯಂತ ಆವಶ್ಯಕವಾಗಿವೆ. ಅಮೆರಿಕಾದ ಮಧ್ಯಾಹ್ನದ ಊಟದ ಸಮಯದಲ್ಲಿ ನಮ್ಮವರೂ ಒಂದು ಗಂಟೆ ಬಿಡುವನ್ನು ತೆಗೆದುಕೊಳ್ಳಬಹುದು. ಆಗ ನಮಗಿಲ್ಲಿ ರಾತ್ರಿ ಒಂದೋ – ಎರಡೋ ಗಂಟೆಯಾಗಿರುತ್ತದೆ. ಆ ತಂಪು ಹೊತ್ತಿನಲ್ಲಿ ಯಾವುದಾದರೊಂದು ಹೊರಾಂಗಣ ಆಟವನ್ನು ಆಡುವುದು ಒಳ್ಳೆಯದು. ಹಾಗೆ ನೋಡಿದರೆ ದಿನದ ಹನ್ನೆರಡು ತಾಸು ಗೇಟಿನ ಬಳಿ ಬಿಸಿಲಲ್ಲಿ ಕಾಯುತ್ತಲೇ ಕುಳಿತಿರುವ ನಮ್ಮ ಸೆಕ್ಯೂರಿಟಿ ಗಾರ್ಡಿನ ಉದ್ಯೋಗಕ್ಕೆ ಹೋಲಿಸಿದರೆ ಈ ಕೆಲಸ ಎಷ್ಟೋ ವಾಸಿ. ಎಷ್ಟೋ ಪದವೀಧರರು ಸೆಕ್ಯೂರಿಟಿ ಉದ್ಯೋಗವನ್ನು ಮಾಡುತ್ತಿದ್ದಾರೆಂಬುದನ್ನು ಇಲ್ಲಿ ಮರೆಯುವಂತಿಲ್ಲ.

ಕಾಲ್‌ಸೆಂಟರ್ ಉದ್ಯೋಗಕ್ಕೆ ಇಂಗ್ಲೀಷ್ ಭಾಷೆಯ ಮೇಲಿನ ಹಿಡಿತವೇ ಬಂಡವಾಳವೆಂದ ಮೇಲೆ, ಇಲ್ಲಿಯೂ ನಮ್ಮ ಹಳ್ಳಿಗಾಡಿನ ಪದವೀಧರರು ಸೋಲುತ್ತಾರೇನೋ ಎಂಬ ಅನುಮಾನವಾಗುತ್ತದೆ. ಬರೀ ಕನ್ನಡದಲ್ಲಿಯೇ ಮಾತನಾಡಿ ಗೊತ್ತಿರುವ ನಮ್ಮ ಹಳ್ಳಿಯ ಹುಡುಗರು ಪರೀಕ್ಷೆಯಲ್ಲಿ ಉತ್ತರ ಬರೆಯುವಷ್ಟು, ಮತ್ತೊಬ್ಬರು ಮಾತನಾಡಿದರೆ ಅರ್ಥ ಮಾಡಿಕೊಳ್ಳುವಷ್ಟು ಮಾತ್ರ ಇಂಗ್ಲೀಷ್ ತಿಳಿದುಕೊಂಡಿರುತ್ತಾರೆ. ತಾವೇ ಮಾತನಾಡಲು ತಡವರಿಸುತ್ತಾರೆ. ಮುಂಬರುವ ದಿನಗಳಲ್ಲಿ ಕಾಲ್‌ಸೆಂಟರ್ ಉದ್ಯೋಗಾವಕಾಶಗಳು ಹೆಚ್ಚಾಗುತ್ತಾ ಹೋದರೆ, ಪ್ರಾಥಮಿಕ ಶಿಕ್ಷಣದಲ್ಲಿ ಇಂಗ್ಲೀಷ್ ಭಾಷೆಗೇ ಹೆಚ್ಚಿನ ಪ್ರಾಮುಖ್ಯತೆ ಸಿಗಬಹುದು. ನಮ್ಮ ಹಳ್ಳಿ ಹಳ್ಳಿಗಳಲ್ಲಿ ಕಾನ್ವೆಂಟ್‌ಗಳು ನಾಯಿಕೊಡೆಯಂತೆ ತಲೆಯೆತ್ತಬಹುದು. ಆದರೆ ಈಗಾಗಲೇ ಮೂಲೆಗುಂಪಾಗುತ್ತಿರುವ ಕನ್ನಡಭಾಷೆ, ಈ ಜಾಗತೀಕರಣದ ಭರಾಟೆಯಲ್ಲಿ ನಿರ್ನಾಮವಾಗುತ್ತದೇನೋ ಎಂಬ ಹೆದರಿಕೆಯಾಗುತ್ತದೆ.

ಪಶ್ಚಿಮದ ದೇಶಗಳು ಭಾರತೀಯ ಕಾಲ್‌ಸೆಂಟರ್‌ನಿಂದ ಆಗುವ ಉಳಿತಾಯಕ್ಕೆ ಬೆರಗಾಗಿದ್ದಾರೆ. ಅವರ ದೇಶದಲ್ಲಿ ಒಬ್ಬ ಕಾರ್ಮಿಕನಿಗೆ ಕೊಡುವ ಸಂಬಳವನ್ನು ಇಲ್ಲಿ ಹತ್ತು ಜನಕ್ಕೆ ಹಂಚಬಹುದಾಗಿದೆ. ಸಾಧ್ಯವಾದಷ್ಟು ಕೆಲಸವನ್ನು ಭಾರತಕ್ಕೆ ದಬ್ಬುತ್ತಿದ್ದಾರೆ. ಆದರೆ ಈಗಾಗಲೇ ಅಲ್ಲಿ ಕೆಲಸ ಮಾಡುತ್ತಿದ್ದ ನೌಕರರು ತಮ್ಮ ಕೆಲಸಗಳನ್ನು ಕಳೆದುಕೊಳ್ಳುತ್ತಿದ್ದಾರೆ. ಇದಕ್ಕೆ ಕಾರಣವಾದ ಭಾರತವನ್ನು ದ್ವೇಷಿಸುತ್ತಿದ್ದಾರೆ. ಮೊನ್ನೆ ಬ್ರಿಟಿಷ್ ಟೆಲಿಕಾಂ ತನ್ನ ಬೃಹತ್ ಕಾಲ್‌ಸೆಂಟರ್ ಒಂದನ್ನು ಭಾರತಕ್ಕೆ ವರ್ಗಾಯಿಸಲು ಪ್ರಯತ್ನಿಸಿದಾಗ, ಇಡೀ ಇಂಗ್ಲೆಂಡ್ ವಿರೋಧವನ್ನು ವ್ಯಕ್ತಪಡಿಸಿ, ಅಂತಹ ದೊಡ್ಡ ಕಂಪನಿಯನ್ನು ಮಣಿಸಿತು. ಸರಕಾರಕ್ಕೂ ಇಂತಹ ವ್ಯಾಪಾರದ ಗುತ್ತಿಗೆಯನ್ನು ಭಾರತಕ್ಕೆ ನೀಡುವದನ್ನು ನಿಯಂತ್ರಿಸಬೇಕೆಂದು ಬೆದರಿಕೆ ಒಡ್ಡಿತು.

ಆದರೆ ನಾವೀಗ ಬದುಕುತ್ತಿರುವದು ಸ್ಪರ್ಧಾತ್ಮಕ ಯುಗದಲ್ಲಿ. ಜಗತ್ತಿನ ಮೂಲೆಮೂಲೆಯನ್ನು ಒಂದು ದೂರವಾಣಿಯ ಕರೆಯ ಮೂಲಕ ಸಂಪರ್ಕಿಸಬಹುದಾದ ಇಂದಿನ ದಿನಗಳಲ್ಲಿ ಉದ್ಯೋಗಪತಿ ಜನರ ಭಾವನೆಗಳಿಗೆಲ್ಲಾ ಬೆಲೆ ಕೊಡುತ್ತಾ ಕುಳಿತುಕೊಳ್ಳುವುದು ಸಾಧ್ಯವಿಲ್ಲ. ಎಲ್ಲಿ ಕಡಿಮೆ ಖರ್ಚಿನಲ್ಲಿ ಕೆಲಸ ಮಾಡಬಹುದೋ ಅಲ್ಲಿಗೆ ಧಾವಿಸುತ್ತಾನೆ. ಅವನನ್ನು ತಡೆಯಲು ಯಾರಿಂದಲೂ ಸಾಧ್ಯವಿಲ್ಲ. ವ್ಯಾಪಾರವೆಂಬುದು ಬರೀ ಮೂಲೆಯಲ್ಲಿ ಕುಳಿತು ಮಾಡುವ ಸಂಧ್ಯಾವಂದನೆಯಂತಲ್ಲ. ಯಾವುದೋ ದೇಶದ, ಯಾವುದೋ ಕುಗ್ರಾಮದ ವ್ಯಕ್ತಿಯೂ ನಿಮ್ಮ ಗ್ರಾಹಕನೆಂದು ಭಾವಿಸಿದಾಗಲೇ ಇಂದಿನ ಜಗತ್ತಿನಲ್ಲಿ ಬದುಕುಳಿಯಲು ಸಾಧ್ಯ. ಪ್ರಪಂಚದ ಪರಿಚಯ ಮಾಡಿಕೊಂಡಿರುವ ಭಾರತೀಯ ಬರೀ ಕಾಲ್‌ಸೆಂಟರ್‌ಗೆ ವ್ಯಾಪಾರ ನಿಲ್ಲಿಸುವದಿಲ್ಲ. ಹೊಸ ಹೊಸ ವ್ಯಾಪಾರಗಳ ಸಾಧ್ಯತೆಯನ್ನು ಹುಡುಕುತ್ತಲೇ ಇದ್ದಾನೆ. ಅಲ್ಲಿಯ ಎಲ್ಲಾ ಅಕೌಂಟ್ಸ್ ಕೆಲಸಗಳನ್ನು ಇಲ್ಲಿಯ ನಮ್ಮ ಅಕೌಂಟೆಂಟ್‌ಗಳಿಂದ ಮಾಡಿಸಿದರೆ ಹೇಗೆ, ಅವರ ವಿದ್ಯುತ್ ಮತ್ತು ನೀರಿನ ಬಿಲ್ಲುಗಳನ್ನು ಇಲ್ಲಿಂದಲೇ ಇಂಟರ್‌ನೆಟ್ ಮೂಲಕ ಕಟ್ಟಬಹುದಲ್ಲಾ, ಅವರ ಬಟ್ಟೆಗಳನ್ನು ಇಲ್ಲಿಯೇ ಇಸ್ತ್ರಿ ಮಾಡಿ ಅಲ್ಲಿಗೆ ಕಳುಹಿಸಿದರೆ ಹೇಗೆ, ಫ್ರೆಂಚ್, ಜರ್ಮನ್‌ನಂತಹ ಇತರ ಮುಂದುವರಿದ ದೇಶಗಳ ಭಾಷೆಗಳನ್ನು ಕಲಿತುಕೊಂಡು ಅಲ್ಲಿಗೂ ಕಾಲ್‌ಸೆಂಟರ್ ಸೌಲಭ್ಯ ಒದಗಿಸಬಹುದಲ್ಲವೆ – ಅವನ ವಿಚಾರಧಾರೆ ಮುಂದುವರೆಯುತ್ತಲೇ ಇದೆ. ಜಗತ್ತಿನ ಎಲ್ಲಾ ದೇಶಗಳ ಸೇವಾ ಸೌಲಭ್ಯಗಳ ಜವಾಬ್ದಾರಿಯನ್ನು ಭಾರತೀಯರು ವಹಿಸಿಕೊಂಡು ಹಣ ಮಾಡಬೇಕೆನ್ನುವುದು ಅವನ ಯೋಚನೆ.

ಜಗತ್ತಿನ ಸ್ಪರ್ಧೆಯಲ್ಲಿ ಸಶಕ್ತವಾಗಿ ಮುನ್ನುಗ್ಗುತ್ತಿರುವ ನಮ್ಮ ಭಾರತಕ್ಕೆ ನಮ್ಮೆಲ್ಲರ ಶುಭಹಾರೈಕೆಗಳನ್ನು ತಿಳಿಸೋಣ. ನಮ್ಮ ಒಣ ವೈಚಾರಿಕತೆಗಳನ್ನು ಬದಿಗಿಟ್ಟು ವಾಸ್ತವಕ್ಕೆ ನೆರವಾಗೋಣ.

ಬೆಂಗಳೂರು, 2ನೇ ನವೆಂಬರ್ 2003

ಸಂಪಾದಕರಿಗೊಂದು ವಿಷಾದಪತ್ರ

ಮಾನ್ಯ ಸಂಪಾದಕರೆ,

ಛಲ ಬಿಡದ ತ್ರಿವಿಕ್ರಮನಂತೆ ಮತ್ತೊಂದು ಕಥೆಯನ್ನು ಬರೆದು ನಿಮಗೆ ಕಳುಹಿಸುತ್ತಿದ್ದೇನೆ. ದೇವಕಿಯಂತೆ ಈವರೆಗೆ ನಾನು ಜನ್ಮ ನೀಡಿದ ಏಳು ಕಥೆಗಳನ್ನು ನೀವು ಈಗಾಗಲೇ ವಿಷಾದಪತ್ರವನ್ನು ಕಳುಹಿಸಿ ಕಂಸನಂತೆ ಸಂಹಾರ ಮಾಡಿದ್ದೀರ. ಇನ್ನಾದರೂ ಕೃಷ್ಣ ಹುಟ್ಟಿ ಬಂದಾನೆಯೆ? ಕರುಣೆ ತೋರಿ ಬೇತಾಳ 'ಸುಂಯ್' ಎಂದು ಹಾರಿ ಹೋಗಿ ಮರದ ಕೊಂಬೆಗೆ ನೇತಾಡದೆ ಹೆಗಲ ಮೇಲೆ ಉಳಿದಾನೆಯೆ?

ಏಳು ಕಥೆಗಳು ತಿರಸ್ಕೃತಗೊಂಡು ಚೈತನ್ಯದ ಸೆಲೆಯನ್ನು ಮುಚ್ಚಲು ಪ್ರಯತ್ನಿಸಿದರೂ ಮತ್ತೊಂದು ಕಥೆ ಬರೆಯುವ ಉತ್ಸಾಹವೆಲ್ಲಿಯದು ಎಂದು ನಿಮಗೆ ಆಶ್ಚರ್ಯವಾಗಬಹುದು. ಸ್ವಾಮಿ, ನಾನೊಬ್ಬ ಭಾರತೀಯ ಕ್ರಿಕೆಟ್ ಅಭಿಮಾನಿ. ಒಂಬತ್ತು ವಿಕೆಟ್‌ಗಳ ನಷ್ಟವಿದ್ದು, ಕಡೆಯ ಓವರ್‌ನಲ್ಲಿ ಗೆಲ್ಲಲು ಮೂವತ್ತಾರು ರನ್‌ಗಳು ಬೇಕಿದ್ದರೂ, ಏನಾದರೂ ಪವಾಡ ಜರುಗಿ ಪ್ರತಿಯೊಂದು ಬಾಲಿಗೂ ನಮ್ಮವರು ಸಿಕ್ಸರ್ ಬಾರಿಸಿ ಗೆಲ್ಲಬಹುದೇನೋ ಎಂದು ಆಸೆಯಿಂದ ಟಿ.ವಿ.ಯ ಮುಂದೆ ಕೂಡುವ ವ್ಯಕ್ತಿ! ಅಂತಹ ಆಶಾಜೀವಿಗೆ ಮೈಯ ರೋಮ ರೋಮದಲ್ಲೂ ಚೈತನ್ಯದ ಚಿಲುಮೆ, ಉತ್ಸಾಹದ ಬುಗ್ಗೆ.

ನಿಜ ಹೇಳ್ತೇನೆ, ಈ ಕಥೆ ಬರೆಯುವ ಹವ್ಯಾಸವೂ ಒಂದು ಚಟ. ಧೂಮಪಾನ, ಮದ್ಯಪಾನ, ಗುಟ್ಕಾ ಚಟದಂತೆ ಇದೂ ಒಂದು! ಮತ್ತಲ್ಲದೆ ಇನ್ನೇನು ಹೇಳಿ? ದಿನಗಟ್ಟಲೆ ಸಮಯವನ್ನು ಹಾಳು ಮಾಡಿಕೊಂಡು, ಒಂದು-ಎರಡು-ಮೂರು ಬಾರಿ ಬರೆದ ಕಥೆಯನ್ನೇ ತಿದ್ದಿ, ಕಾಗದ-ಅಂಚೆ ಚೀಟಿಗೆ ಹಣವನ್ನು ಸುರಿದು, ದಿನವೂ ಪೋಸ್ಟ್‌ಮ್ಯಾನ್‌ನ ಹಾದಿಯನ್ನು

ಕಾದು, ಕಡೆಗೆ ವಿಷಾದಪತ್ರ ಬಂದಾಗ ಎರಡು ದಿನ ಅದೇ ವ್ಯಥೆಯಲ್ಲಿ ಕೊರಗಿ ಮತ್ತೊಂದು ಹೊಸ ಕಥೆಯನ್ನು ಹೆಣೆಯಲು ಸಿದ್ಧವಾಗುವುದು ಚಟವಲ್ಲದೆ ಮತ್ತೇನು?

ತಣ್ಣನೆಯ ನೀರಿನಲ್ಲಿ ಸ್ನಾನ ಮಾಡುವಾಗಲೋ, ವಾಹನವನ್ನು ಬೆಂಗಳೂರಿನ ರಸ್ತೆಯೆಂಬೋ ರಸ್ತೆಯಲ್ಲಿ ಓಡಿಸುವಾಗಲೋ, ರಾತ್ರಿ ಬಿದ್ದ ಯಾವುದೋ ಸ್ವಪ್ನದಿಂದ ಧಿಗ್ಗನೆ ಎಚ್ಚರವಾದಾಗಲೋ – ಮಿಂಚು ಮಿಂಚಿದಂತೆ ಕಥಾವಸ್ತುವೊಂದು ಹೊಳೆದುಬಿಡುತ್ತದೆ. ಮುಂದೆ ಎರಡು ಗಂಟೆಗಳ ಕಾಲ ಮನಸ್ಸು ಇಹಲೋಕವನ್ನೇ ಮರೆತಂತೆ ಆ ಕಥಾ ಕೂಪದಲ್ಲೇ ಮುಳುಗಿ ತೇಲುತ್ತದೆ. ಕನ್ನಡದಲ್ಲಿ ಇಂತಹ ಕಥಾವಸ್ತುವನ್ನು ಯಾವುದೇ ಕಥೆಗಾರನೂ ಬಳಸಿಕೊಂಡಿಲ್ಲ ಎಂದು ಪ್ರಮಾಣ ಮಾಡಲು ಮನಸ್ಸು ಸಿದ್ಧವಾಗುತ್ತದೆ. ಎರಡು ಲಕ್ಷ ರೂಪಾಯಿ ಲಾಟರಿ ಹೊಡೆದಂತೆ ಖುಷಿಯಾಗುತ್ತದೆ.

ಮಿಂಚು ಮಿಂಚಿದಾಗ ಕಣ್ಣು ಕೋರೈಸುವಷ್ಟು ಬೆಳಕು ಮೂಡಿದ್ದರೂ, ಮಿಂಚು ಮರೆಯಾದ ತಕ್ಷಣ ಎಲ್ಲೆಲ್ಲೂ ಗಾಡಾಂಧಕಾರ ತುಂಬುವಂತೆ – ಒಮ್ಮೊಮ್ಮೆ ಅತ್ಯಂತ ಅದ್ಭುತವಾಗಿ ಕಂಡ ಕಥಾವಸ್ತು ಒಂದೆರಡು ದಿನಗಳಲ್ಲಿಯೇ ಸಪ್ಪೆಯೆನ್ನಿಸುವುದೂ ಉಂಟು. ಕಥಾವಸ್ತುವಿಗೆ ಮೂರ್ತ ಸ್ವರೂಪ ನೀಡಲು ಪ್ರಯತ್ನಿಸಿದಾಗ ಒಂದು ಪುಟ ಬರೆಯುವದರಲ್ಲಿಯೇ ಶೀಘ್ರಸ್ಖಲನ ಗೊಂಡಂತೆ ನಿರುತ್ಸಾಹ ಮೂಡಿ, ಈ ಕಥಾವಸ್ತು ಕಥೆಯಾಗಲು ಯೋಗ್ಯವೇ ಅಲ್ಲ ಎಂದು ನಿರ್ಧಾರಕ್ಕೆ ಬರುವುದೂ ಉಂಟು. ನಾರ್ವೆಯಲ್ಲಿ ದಕ್ಷಿಣಕ್ಕಾಗಿ ಹುಡುಕಾಡಿದಂತೆ ಸುಸ್ತಾಗುತ್ತದೆ!

ಆದರೆ ಎಲ್ಲಾ ಬಾರಿ ಹೀಗಾಗುವದಿಲ್ಲ. ಕೆಲವೊಮ್ಮೆ ಗಟ್ಟಿ ಕಾಳು ಸಿಗುವುದೂ ಉಂಟು. ಒಂದು ಪುಟ ಬರೆಯುವದರಲ್ಲಿಯೇ ಇನ್ನೆರಡು ಪುಟಗಳನ್ನು ಬರೆಯುವ ಉತ್ಸಾಹ ಮೂಡುತ್ತದೆ. ಪೊರೆ ಕಳಚಿದ ಹಾವಿನಂತೆ ಪೆನ್ನು ಸರಸರನೆ ಹರಿಯುತ್ತದೆ. ನವಯೌವನ ಮೂಡಿದಂತೆ ಕುಣಿಕುಣಿಯುತ್ತದೆ. ಬ್ರಹ್ಮಪುತ್ರ ನದಿಯ ಪ್ರವಾಹದಂತೆ ಅಡೆ ತಡೆಗಳಿಲ್ಲದೆ ಮುನ್ನುಗ್ಗುತ್ತದೆ. ಕಥೆ ಬರೆಯುವದಕ್ಕೆ ಮುಂಚೆ ಮನಸ್ಸಿನಲ್ಲಿ ಮೂಡಿದ್ದ ಅಸ್ಪಷ್ಟ ರೇಖೆಗಳು ಸ್ಪಷ್ಟಗೊಳ್ಳುತ್ತವೆ. ಅನುಭವದ ಉಗ್ರಾಣದಿಂದ ಯಾವುಯಾವುದೋ ವಸ್ತುಗಳನ್ನು ಹೊರ ತೆಗೆದು, ಹುಣಸೆ ಹಣ್ಣು – ರಂಗೋಲಿ ಹಾಕಿ ತಿಕ್ಕಿ, ಥಳಥಳನೆ ಹೊಳೆಯುವಂತೆ ಮಾಡಿ ಕಥೆಗಳಲ್ಲಿ ಸೇರಿಸಿಬಿಡುತ್ತೇನೆ. ಅನುಭವದ ಉಗ್ರಾಣದಲ್ಲಿ ಸಿಗದ ವಸ್ತುವನ್ನು ಕಲ್ಪನೆಯ ಕಿರಾಣಿ ಅಂಗಡಿಯಲ್ಲಿ ಕೊಳ್ಳುತ್ತೇನೆ.

ಕಥೆ ಬರೆದು ಮುಗಿಸಿದಾಗ ಹೆರಿಗೆಯಾದಂತೆ ನಿರಾಳವೆನ್ನಿಸುತ್ತದೆ. ಹುಟ್ಟಿದ ಮಗು, ಗರ್ಭಿಣಿಯಾದಾಗ ಊಹಿಸಿದ್ದ ರೂಪಕ್ಕಿಂತ ಭಿನ್ನವಾಗಿರುವ ಸಾಧ್ಯತೆಯೇ ಹೆಚ್ಚು. ಆದರೇನು? ಹೆತ್ತಮ್ಮಗೆ ಹೆಗ್ಗಣ ಮುದ್ದಲ್ಲವೆ? ಬರೆದ ಕಥೆಯನ್ನು ಹತ್ತು ಬಾರಿಯಾದರೂ ಓದುತ್ತೇನೆ. ತರುಣಿಯೊಬ್ಬಳು ಪ್ರತಿಬಾರಿ ತನ್ನ ರೂಪವನ್ನು ಕನ್ನಡಿಯಲ್ಲಿ ನೋಡಿಕೊಂಡಾಗ ತಾನೇ ಮೋಹಗೊಳ್ಳುವಂತೆ, ನಾನು ಎಷ್ಟೇ ಬಾರಿ ಕಥೆ ಓದಿದರೂ ಅದು ತುಂಬಾ ಚೆನ್ನಾಗಿದೆ ಅನ್ನಿಸುತ್ತೆ. ನನ್ನ ಬಗ್ಗೆ ಹೆಮ್ಮೆ ಮೂಡುತ್ತದೆ. ಆ ಕಥೆಯ ಅಂಕುಡೊಂಕುಗಳು ಕಣ್ಣಿಗೆ ಬೀಳುವದಂತೂ ಸಾಧ್ಯವಿಲ್ಲದ ಮಾತು.

ಬರೆದ ಕಥೆಯನ್ನು ಮುದ್ದಾದ ಅಕ್ಷರದಲ್ಲಿ ಹಸ್ತಪ್ರತಿಯನ್ನು ತಯಾರು ಮಾಡುವುದು ನಂತರದ ಅಧ್ಯಾಯ. 'ಒಂದೇ ಒಂದು ಕಾಗುಣಿತ ತಪ್ಪಿದ್ದರೂ ಸಂಪಾದಕರು ನಿನ್ನ

ಕಥೆಯನ್ನು ಸ್ವೀಕರಿಸುವದಿಲ್ಲ' ಅಂತ ಯಾರೋ ಹೇಳಿದ್ದು ನನ್ನ ತಲೆಯಲ್ಲಿ ಉಳಿದುಬಿಟ್ಟಿದೆ. ಸಂಪಾದಕರೆಂದರೆ ಕೈಯಲ್ಲಿ ಬೆತ್ತ ಹಿಡಿದು ಸ್ಪೆಲ್ಲಿಂಗ್ ತಪ್ಪು ಬರೆಯುವ ಕಥೆಗಾರರನ್ನು ಶಿಕ್ಷಿಸುವ ಶಾಲಾಮಾಸ್ತರರು ಎಂಬ ಭಾವನೆ ಬೇರೂರಿದೆ. ಆದ್ದರಿಂದ ಹಸ್ತಪ್ರತಿಯಲ್ಲಿ ಒಂದೇ ಒಂದು ಅಕ್ಷರ ತಪ್ಪಾದರೂ, ಆಸಕ್ತಿಯಿಂದ ಇನ್ನೊಂದು ಬಾರಿ ಆ ಪುಟವನ್ನು ಬರೆಯುತ್ತೇನೆ!

ಬರೆದ ಕಥೆಯನ್ನು ಪತ್ರಿಕೆಗೆ ಕಳುಹಿಸುವ ಮೊದಲು ಯಾರಾದರೂ ಓದಿ ಚೆನ್ನಾಗಿದೆ ಎಂದು ಹೇಳಬೇಕಲ್ಲವೆ? ಸ್ನೇಹಿತರಿಗೆ ಗಂಟು ಬೀಳಲೇ ಬೇಕು.

'ಈ ಕೆಟ್ಟ ಕಥೆ ಬರೆದು ಸಮಯ ಹಾಳು ಮಾಡಿಕೊಳ್ಳುವ ಬದಲು ರೇಷನ್ ಅಂಗಡಿಯಲ್ಲಿ ನಿಂತು ಸೀಮೆ ಎಣ್ಣೆ ತರಬಹುದಿತ್ತು'

'ಛೆ! ತುಂಬಾ ಕೆಲಸ ಕಣೋ, ಓದ್ಲಿಕ್ಕೇ ಆಗ್ಲಿಲ್ಲ. ಮುಂದಿನ ತಿಂಗಳು ಖಂಡಿತಾ ಓದ್ತೀನಿ'

'ಏನ್ ಸಖತ್ತಾಗಿ ಬರದೀಯೋ! ಲಂಕೇಶ್, ತೇಜಸ್ವಿ, ಅನಂತಮೂರ್ತಿ ಎಲ್ಲಾ ನಾಚಿಕೋಬೇಕು ನೋಡು'

'ನಿಮ್ಮ ಮನೆ ತುಂಬಾ ಕಸದ ಬುಟ್ಟಿಗಳನ್ನು ಇಟ್ಟೀಯಾ?'

'ನಿಂಗಿನ್ನೂ ಅನುಭವ ಕಮ್ಮಿ. ದೊಡ್ಡ ದೊಡ್ಡ ಲೇಖಕರ ಪುಸ್ತಕಗಳನ್ನು ಓದ್ಬೇಕು'

ಹೀಗೆ ತರಾವರಿ ಅಭಿಪ್ರಾಯಗಳು ಗೆಳೆಯರ ಬಾಯಿಂದ ಉದುರುತ್ತವೆ. ಕಥೆ ಚೆನ್ನಾಗಿಲ್ಲ ಎಂದವರಿಗೆ ನನ್ನ ಕಥೆ ಅರ್ಥವಾಗಿಲ್ಲವೆಂದೂ, ಕಥೆ ಚೆನ್ನಾಗಿದೆ ಎಂದವರು ಅತ್ಯುತ್ತಮ ಸಾಹಿತ್ಯಾಸಕ್ತರೆಂದೂ ಭಾವಿಸುತ್ತೇನೆ.

ಅಂಚೆ ಕಛೇರಿಗೆ ಹೋಗಿ ತೂಕ ಮಾಡಿಸಿ ಅವರು ಹೇಳಿದ್ದಕ್ಕಿಂತಾ ಎರಡು ರೂಪಾಯಿ ಅಂಚೆ ಚೀಟಿಯನ್ನು ಹೆಚ್ಚಾಗಿಯೇ ಖರೀದಿಸುತ್ತೇನೆ. ಒಂದು ವೇಳೆ ಆ ವ್ಯಕ್ತಿ ತಪ್ಪಾಗಿ ಅಗತ್ಯಕ್ಕಿಂತ ಸ್ವಲ್ಪ ಕಡಿಮೆ ಬೆಲೆಯ ಅಂಚೆ ಚೀಟಿ ಹಚ್ಚಲು ಹೇಳಿದ್ದರೆ? ಎಂಬ ಅನುಮಾನ. ಕೆಲವೊಮ್ಮೆ ಕೊಳ್ಳಬೇಕಾದ ಅಂಚೆ ಚೀಟಿಯ ಬೆಲೆ ತುಂಬಾ ಹೆಚ್ಚಾದರೆ, 'ಇಷ್ಟು ದೊಡ್ಡ ಕಥೆ ಬರೆಯಬಾರದಿತ್ತು' ಅಂತ ಮನಸ್ಸಿಗೆ 'ಚುರ್' ಅನ್ನಿಸುತ್ತದೆ. ನಾನು ಎಂದೂ ಅಂಚೆ ಕಛೇರಿಯಲ್ಲಿ ಸಿಗುವ ಜುಜುಬಿ ಅಂಟಿನಿಂದ ಲಕೋಟೆಯನ್ನು ಮುಚ್ಚುವದಿಲ್ಲ. ದಾರಿಯಲ್ಲಿ ಎಲ್ಲಾದರೂ ಪೋಸ್ಟ್ ಆಫೀಸಿನವರ ಬೇಜವಾಬ್ದಾರಿಯಿಂದ ಲಕೋಟೆ ಬಾಯಿ ತೆರೆದು ಕಥೆ ಜಾರಿ ಹೋಗಿ, ಸಂಪಾದಕರಿಗೆ ಖಾಲಿ ಲಕೋಟೆ ತಲುಪಿದರೆ? ಆದ್ದರಿಂದ ಅತ್ಯುತ್ತಮವಾದ ಫೆವಿಕಾಲ್‌ನಿಂದ ಲಕೋಟೆಯನ್ನು ಮುಚ್ಚಿ, ನಾಸ್ತಿಕನ ಬಗ್ಗೆ ಕಥೆ ಬರೆದಿದ್ದರೂ ದೇವರ ಮುಂದೆ ಅದನ್ನಿಟ್ಟು 'ಹೇ ಪರಮಾತ್ಮ, ಅನಾಥಬಂಧು – ಈ ಬಾರಿಯಾದರೂ ಕಣ್ಣು ತೆರೆದು ನನ್ನ ಕಡೆ ನೋಡು' ಅಂತ ಧ್ಯಾನಿಸಿ, ಸ್ವಲ್ಪ ಹೆಚ್ಚಾಗಿಯೇ ಅರಿಷಿಣ–ಕುಂಕುಮ–ಮಂತ್ರಾಕ್ಷತೆಗಳನ್ನು ಹಾಕಿ ಅಂಚೆ ಪೆಟ್ಟಿಗೆಯಲ್ಲಿ ಹಾಕುತ್ತೇನೆ. ಪಿ.ಯು.ಸಿ.ಯವರೆಗೆ ಮನೆಯಲ್ಲಿ ಬೆಳೆದ ಮಗನನ್ನು ಮುಂದಿನ ವಿದ್ಯಾಭ್ಯಾಸಕ್ಕಾಗಿ ಪರವೂರಿಗೆ ಕಳುಹಿಸಿಕೊಡುವ ತಾಯಿಯ ಸ್ಥಿತಿ ನನ್ನದಾಗುತ್ತದೆ! ಆದರೇನು? ಅದು ಅವನ ಒಳ್ಳೆಯದಕ್ಕಾಗಿಯೇ ಅಲ್ಲವೆ?

ನಂತರದ್ದು 'ನಿರೀಕ್ಷೆ'ಯ ಅಧ್ಯಾಯ. 'ಪಿರವಿ' ಚಿತ್ರದ ಮುದುಕನಂತೆ ಕಾಯುತ್ತೇನೆ. ನಿಮಗೆ ಕಥೆ ತಲುಪಲು ಮೂರು ದಿನ, ನೀವು ಆ ದಿನವೇ ಅದನ್ನು ಓದಿ ನನಗೆ ಪ್ರತಿಕ್ರಿಯೆ

ಕಳುಹಿಸಿದರೆ ಮತ್ತೆ ಮೂರುದಿನ. ಅಂದರೆ ಒಂದು ವಾರದಲ್ಲಿ ನಿಮ್ಮ ಅಭಿಪ್ರಾಯ ನನ್ನ ಕೈ ಸೇರಬೇಕು ಎಂದು ನಿರ್ಧರಿಸುತ್ತೇನೆ.

ಈ ವಾರದ ಅವಧಿಯಲ್ಲಿ ಮನಸ್ಸು ಸಾಕಷ್ಟು ಕನಸು ಕಟ್ಟುತ್ತದೆ. ನನ್ನ ಕಥೆ ತಿಂಗಳ ಅತ್ಯುತ್ತಮ ಕಥೆಯಾದಂತೆ, ವರ್ಷದ ಶ್ರೇಷ್ಠ ಕಥೆಯೆಂದು ಸಾಹಿತ್ಯ ಅಕಾಡೆಮಿಯವರು ಕಥಾ ಸಂಕಲನದಲ್ಲಿ ಸೇರಿಸಿದಂತೆ, ವಾಚಕರು 'ಕನ್ನಡದ ಶ್ರೇಷ್ಠ ಕಥೆಗಾರನೊಬ್ಬನ ಜನನ' ಎಂದು ಬರೆದಂತೆ, 'ನಿಮ್ಮಿಂದ ಇನ್ನೂ ಹೆಚ್ಚು ಕಥೆಗಳು ಪ್ರಕಟವಾಗಲಿ' ಎಂದು ನಿಮ್ಮಿಂದ ಪತ್ರ ಬಂದಂತೆ, ಯಾರಾದರೂ ನಿರ್ದೇಶಕರು ಅದನ್ನು ಚಲನಚಿತ್ರ ಮಾಡಲು ಮನೆ ಬಾಗಿಲಿಗೆ ಕೇಳಿಕೊಂಡು ಬಂದಂತೆ. ಹೀಗೆ......

ಕೆಲವೊಮ್ಮೆ ನಾನು ಬರೆದ ಕಥೆ ಯಾವುದಾದರೂ ಜನಾಂಗದ ಭಾವನೆಗಳನ್ನು ಘಾಸಿಗೊಳಿಸುವದರಿಂದ ಅವರು ರಾಜ್ಯದಾದ್ಯಂತ ಗಲಾಟೆ ಮಾಡಿ, ನಾನು ಭೂಗತನಾಗುವ ಪರಿಸ್ಥಿತಿ ಬಂದರೂ ಬರಬಹುದೆಂದು ಆಲೋಚಿಸುತ್ತೇನೆ. ಮನೆ, ರಸ್ತೆ, ಆಫೀಸು... ಎಲ್ಲೆಲ್ಲೂ ನನಗೆ ಧಿಕ್ಕಾರ ಕೂಗುತ್ತಾ ಜನ ಗುಂಪುಗೂಡುವ ದೃಶ್ಯ ಕಣ್ಣ ಮುಂದೆ ಮೂಡುತ್ತದೆ. ದೂರದರ್ಶನ, ವೃತ್ತಪತ್ರಿಕೆಗಳ ಮುಖ್ಯ ಸುದ್ದಿಯೇ ನನ್ನ ಕಥೆಯಾಗಬಹುದೆಂದು ಅನ್ನಿಸುತ್ತದೆ. ಹಾಗೇನಾದರೂ ಆದರೆ, ನನ್ನನ್ನು ಯಾರಾದರೂ ಸಂದರ್ಶನ ಮಾಡಿದರೆ, ಅವರು ಕೇಳಬಹುದಾದ ಪ್ರಶ್ನೆ ಮತ್ತು ಅದಕ್ಕೆ ನಾನು ಕೊಡಬೇಕಾದ ಉತ್ತರ ಎರಡನ್ನೂ ಭಾವೋದ್ವೇಗದ ಪದಗಳಲ್ಲಿ ಸಿದ್ಧ ಮಾಡುತ್ತೇನೆ.

ರಸ್ತೆಯಲ್ಲಿ ವಾಹನ ಓಡಿಸುವಾಗಲೂ ನನ್ನ ಕಥೆಯ ಪಾತ್ರಗಳು ನನ್ನನ್ನು ಕಾಡುತ್ತವೆ. 'ನಾವು ನಿನ್ನ ಮನಸ್ಸಿನ ಕೋಟೆಯಿಂದ ಹೊರಬಿದ್ದು ಹಕ್ಕಿಯಂತೆ ಹಾರಾಡಿ ಕರ್ನಾಟಕದ ಪ್ರತಿಯೊಬ್ಬ ವ್ಯಕ್ತಿಯೊಡನೆ ಮಾತನಾಡುವುದು ಯಾವಾಗ?' ಎಂದು ಅಧಿಕಾರದಿಂದ ಪ್ರಶ್ನಿಸುತ್ತವೆ. 'ಸ್ವಲ್ಪ ದಿನ ತಡೆಯಿರಿ. ಆ ಕಾಲ ತುಂಬಾ ದೂರವಿಲ್ಲ' ಎಂದು ಸಮಾಧಾನ ಮಾಡುತ್ತೇನೆ. ಮತ್ತೆಮತ್ತೆ ಅವು ನನ್ನನ್ನು ಕೆಣಕಿದಾಗ ಕೋಪ ಬರುತ್ತದೆ. ನಾನು ಸೃಷ್ಟಿಸಿದ ಪಾತ್ರಗಳು ನನ್ನ ಮೇಲೆ ಅಧಿಕಾರ ಚಲಾಯಿಸುವದೆಂದರೇನು?

ಈ ದಿನಗಳಲ್ಲಿ ಪೋಸ್ಟ್‌ಮ್ಯಾನ್ ನನಗೆ ಅತ್ಯಂತ ಮಹತ್ವದ ವ್ಯಕ್ತಿಯಾಗಿ ಕಾಣುತ್ತಾನೆ. ಕಥೆಯ ಸ್ವೀಕೃತಿ ಪತ್ರ ಅವನೇ ಬರೆದು ಕೊಡುತ್ತಾನೇನೋ ಎನ್ನಿಸುವಷ್ಟು! ಅವನು ಮಧ್ಯಾಹ್ನ ಮನೆಗೆ ಬಂದು ಕಾಗದ ಕೊಡುವ ತನಕ ಕಾಯುವದಕ್ಕೆ ಮನಸ್ಸು ಒಪ್ಪುವದಿಲ್ಲ. ಜೊತೆಗೆ ಅವನು ನನ್ನ ಪತ್ರವನ್ನು ಬೇಜವಾಬ್ದಾರಿಯಿಂದ ರಸ್ತೆಯಲ್ಲಿ ಬೀಳಿಸಿಕೊಂಡರೆ ಅಥವಾ ಬೇರೆಯವರ ಮನೆಯಲ್ಲಿ ಹಾಕಿಬಿಟ್ಟರೆ ಎಂಬ ಸಂಶಯ ಮೂಡಿ, ನಾನೇ ಸೀದಾ ಅಂಚೆ ಕಛೇರಿಗೆ ಹೋಗುತ್ತೇನೆ.

'ನಂಗೇನಾದ್ರೂ ಪತ್ರ ಇದೆಯೇನಪ್ಪ?'

'ಇಲ್ಲ ಬಿಡಿ ಸಾರ್, ಇಲ್ಲೀ ತನಕಾ ಯಾಕೆ ಬರ್ತೀರಾ? ಇದ್ರೆ ಮನೆಯಲ್ಲಿ ಕೊಡ್ತೀನಿ. ಯಾವ್ದಾದ್ರೂ ಇಂಪಾರ್ಟೆಂಟ್ ಕಾಗದ ಬರೋದಿತ್ತಾ?'

'ಹಾಗೇನೂ ಇಲ್ಲ. ಸುಮ್ನೆ ಈ ಕಡೆ ಬಂದಿದ್ದೆ. ಹಂಗೇ ಕೇಳ್ದೆ ಅಷ್ಟೆ!'

ನಾನು ದಿನ ನಿತ್ಯ ಅಂಚೆ ಕಛೇರಿಗೆ ಹೋಗುವದನ್ನು ಕಂಡು ಪೋಸ್ಟ್‌ಮ್ಯಾನ್‌ಗೂ ಸಂಶಯ ಬರುತ್ತದೆ. ಇದ್ಯಾವುದೋ ಕಥೆ ಬರೆಯುವ ಹುಚ್ಚಿನ ಕೇಸೇ ಎಂದು ಅರ್ಥವಾಗುತ್ತದೆ. ನನ್ನನ್ನು ನೋಡಿದೊಡನೆ ತುಟಿಯಂಚಿನಲ್ಲಿಯೇ ನಗೆಯನ್ನು ತುಳುಕಿಸುತ್ತಾನೆ. 'ಸಾರ್, ನಿಮಗೊಂದು ಪತ್ರ ಬಂದಿದೆ, ಟೆಲಿಫೋನ್ ಬಿಲ್‌ದು'. ಒಬ್ಬ ಜುಜುಬಿ ಪೋಸ್ಟ್‌ಮ್ಯಾನ್ ಹಾಸ್ಯ ಮಾಡುತ್ತಾನೆ.

ಆದರೆ ಒಂದು ವಾರ ಕಳೆದರೂ ಯಾವುದೇ ಪ್ರತಿಕ್ರಿಯೆ ನಿಮ್ಮಿಂದ ಬರದಿದ್ದಾಗ, ನನ್ನ ಕಥೆಗೆ ಮುಕ್ಕಾಸಿನ ಬೆಲೆಯನ್ನೂ ಕೊಡದೆ ಕಸದ ಬುಟ್ಟಿಗೆ ಒಗೆದುಬಿಟ್ಟಿರುವಿರಾ? ಎಂದು ದಿಗಿಲಾಗುತ್ತದೆ. ಕಹಿಯನ್ನು ಸ್ವೀಕರಿಸಲು ಸಿದ್ಧವಿಲ್ಲದ ಮನಸ್ಸು ನೂರಾರು ಅಸಾಮಾನ್ಯ ಸಾಧ್ಯತೆಗಳನ್ನು ಊಹಿಸುತ್ತದೆ. ನನ್ನ ವಿಳಾಸವನ್ನೇ ಬರೆಯಲು ಮರೆತಿದ್ದೇನೆಯೆ? ವಿಳಾಸವೇನಾದರೂ ತಪ್ಪು ಬರೆದಿದ್ದೆನೆ? ಮೊನ್ನೆ ಮಳೆ ಬಂದಾಗ ನೀರು ಅಂಚೆ ಪೆಟ್ಟಿಗೆಯಲ್ಲಿ ನುಗ್ಗಿ ಕಥೆ ಕೊಚ್ಚಿಕೊಂಡು ಹೋಯಿತೆ? ನಾನಿಲ್ಲದಾಗ ಬಂದ ಪೋಸ್ಟ್‌ಮ್ಯಾನ್ ಪತ್ರವನ್ನು ಡಬ್ಬದಲ್ಲಿ ಹಾಕದೆ ಬಾಗಿಲಿನ ಮುಂದೆಯೇ ಹಾಕಿದ್ದಾಗ ಜೋರಾಗಿ ಬೀಸಿದ ಗಾಳಿಗೆ ಹಾರಿ ಹೋಯಿತೆ? ದುಗುಡಗೊಂಡ ಮನಸ್ಸಿಗೆ ಯಾವುದೂ ಸರಿಯೆನ್ನಿಸುವದಿಲ್ಲ ಅಥವಾ ಎಲ್ಲವೂ ಸರಿಯೆನ್ನಿಸುತ್ತದೆ. ಕಡೆಗೊಮ್ಮೆ ನನ್ನೆಲ್ಲಾ ಕನಸುಗಳನ್ನು ಶಿಲುಬೆಗೇರಿಸುವ ದಿನ ಬರುತ್ತದೆ. ದೂರದಿಂದಲೇ ನನ್ನನ್ನು ನೋಡಿದ ಪೋಸ್ಟ್‌ಮ್ಯಾನ್ ಕೂಗುತ್ತಾನೆ.

'ಸಾರ್, ಸಾರ್, ನಿಮಗೊಂದು ವಿಷಾದಪತ್ರ ಬಂದಿದೆ. ಇದಕ್ಕೇನಾ ನೀವು ಇಷ್ಟು ದಿನ ಕಾದಿದ್ದು?'

ತುಟಿ ಪಿಟ್ಟೆನ್ನದೆ ಅವನ ಕಡೆ ಕೆಕ್ಕರುಗಣ್ಣಿಂದ ನೋಡುತ್ತೇನೆ. ಸೈಕಲ್ ಬೆಲ್ 'ಟ್ರಿಣ್, ಟ್ರಿಣ್' ಸದ್ದು ಮಾಡುತ್ತಾ 'ಎಂಥಾ ಮರುಳಯ್ಯಾ ಇದು ಎಂಥಾ ಮರುಳು.....' ಎಂದು ಹಾಡುತ್ತಾ ಹೊರಟು ಹೋಗುತ್ತಾನೆ.

ಸಂಪಾದಕ ಮಹಾಶಯರೆ, ನೀವೇನಾದರೂ ಆ ಸಂದರ್ಭದಲ್ಲಿ ನನ್ನ ಕೈಗೆ ಸಿಗುವಂತಿದ್ದರೆ ನಿಮ್ಮನ್ನು ಕಾರ್ಚೀಕಡ್ಡಿಯಂತೆ ಸೀಳಿ, ಪೂರ್ವಕ್ಕೊಂದು ಪಶ್ಚಿಮಕ್ಕೊಂದು ಭಾಗವನ್ನು ಎಸೆದುಬಿಡುತ್ತಿದ್ದೆ. ಕಥೆ ತಿರಸ್ಕೃತಗೊಂಡ ವಿಷಯ ಇಡೀ ಅಂಚೆ ಇಲಾಖೆಗೆ ಗೊತ್ತಾಗುವಂತೆ ಕಾರ್ಡಿನಲ್ಲಿ ಬರೆಯುವದಾದರೂ ಏಕೆ? ಒಂದು ಕವರಿನಲ್ಲಿ ಹಾಕಿ ಕಳುಹಿಸಬಾರದೆ? ಕಥೆಗಾರರ ಮಾನವನ್ನು ಮುಲಾಜಿಲ್ಲದೆ ಹರಾಜು ಹಾಕುವ ಅಧಿಕಾರ ನಿಮಗೆ ಕೊಟ್ಟವರ್ಯಾರು? ಯಾಕೋ ಎಲ್ಲಾ ಕೆಲಸಗಳಲ್ಲೂ ಆಸಕ್ತಿಯೇ ಹೊರಟುಹೋಗುತ್ತದೆ. ಬೇರೆ ಯಾರೊಡನೆಯೂ ಮಾತನಾಡುವ ಆಸಕ್ತಿಯಿಲ್ಲದೆ ಏಕಾಂಗಿಯಾಗಿರುವಾಸೆ ಆಗುತ್ತದೆ. ಗೆಳೆಯರು ನನ್ನ ಬಗ್ಗೆ ಏನೇ ಮಾತನಾಡಿದರೂ, ನನ್ನ ಬಗ್ಗೆ ಗೇಲಿ ಮಾಡುತ್ತಿದ್ದಾರೆಯೆ ಎಂದು ಸಂಶಯ ಮೂಡುತ್ತದೆ.

ಆದರೆ ಮತ್ತೆರಡು ದಿನಗಳಲ್ಲಿ ಮನಸ್ಸು ಶಾಂತವಾಗುತ್ತದೆ. ಕಥೆ ತಿರಸ್ಕೃತಗೊಂಡಿರುವ ಕಾರಣಗಳಿಗಾಗಿ ಹುಡುಕಾಟ ನಡೆಸುತ್ತೇನೆ. ಮತ್ತೊಮ್ಮೆ ನನ್ನ ಕಥೆಯನ್ನು ಹೊಸ ದೃಷ್ಟಿಕೋನದಿಂದ ಓದುತ್ತೇನೆ. ಆಶ್ಚರ್ಯವೆಂದರೆ, ಈ ಬಾರಿ ಓದಿದಾಗ ಅನೇಕ ಅಂಕುಡೊಂಕುಗಳು ಕಾಣುತ್ತವೆ. ಕಥಾವಸ್ತು ಸ್ವಲ್ಪ ಹಳಸಲಾಗಿದೆ, ಶೈಲಿಯಲ್ಲಿ ಅಷ್ಟೊಂದು ಬಿಗಿಯಿಲ್ಲ, ಕೆಲವೊಂದು ಪಾತ್ರಗಳು ಅನಾವಶ್ಯಕ, ಸರಿಯಾದ ಪ್ರತೀಕಗಳ ಬಳಕೆಯಿಲ್ಲ... ಹೀಗೆ!

ಒಮ್ಮೊಮ್ಮೆ ನನ್ನ ಕಥೆ ತುಂಬಾ ಚೆನ್ನಾಗಿದೆಯಾದರೂ ತುಂಬಾ ದೊಡ್ಡದಾಗಿದೆಯೆಂಬ ಕಾರಣದಿಂದ ಪ್ರಕಟಿಸಿಲ್ಲ ಎಂಬ ಅನುಮಾನ ಬರುತ್ತದೆ. ತಕ್ಷಣ ನಿಮ್ಮ ಪತ್ರಿಕೆಯಲ್ಲಿ ಪ್ರಕಟವಾದ ಯಾವುದಾದರೂ ಒಂದು ಕಥೆಯಲ್ಲಿನ ಎಲ್ಲಾ ಪದಗಳನ್ನು ಗಣನೆ ಮಾಡುತ್ತೇನೆ. ನನ್ನ ಕಥೆಯಲ್ಲಿನ ಪದಗಳ ಸಂಖ್ಯೆ ಅದಕ್ಕಿಂತ ಹೆಚ್ಚಾದಾಗ 'ಅದೇ ಕಾರಣ' ಅಂತ ಅನ್ನಿಸಿ ಮನಸ್ಸು ನಿರಾಳವಾಗುತ್ತದೆ. ಇನ್ನೊಮ್ಮೆ ಒಂದು ಪದದಲ್ಲಿನ ಅಕ್ಷರಗಳ ಸಂಖ್ಯೆ ಮತ್ತೊಂದಕ್ಕಿಂತ ಬೇರೆಯೇ ಬೇರೆ ಅನ್ನಿಸಿ, ಅಕ್ಷರ ಗಣನೆಯೇ ಹೆಚ್ಚು ನಿಖರವೆಂದು ಆ ಹುಚ್ಚು ಕಾರ್ಯಕ್ಕೂ ತೊಡಗುವುದುಂಟು.

ಆದರೆ ಅತ್ಯಂತ ಆಶ್ಚರ್ಯಕರವಾಗಿ, ಅದೇ ಸಮಯದಲ್ಲಿ ಮತ್ತೊಂದು ಕಥಾವಸ್ತು ಹೊಳೆಯುತ್ತದೆ. ಈ ಕಥಾವಸ್ತು ಖಂಡಿತವಾಗಿಯೂ ಹಿಂದಿನ ನನ್ನ ಎಲ್ಲಾ ಕಥೆಗಳಿಗಿಂತ ಅತ್ಯುತ್ತಮವಾದದ್ದೆಂದು ಅನ್ನಿಸಿಬಿಡುತ್ತದೆ. ಹಿಂದಿನ ಕಥೆಯನ್ನು ಇನ್ನೊಮ್ಮೆ ಕಣ್ಣೆತ್ತಿಯೂ ನೋಡಲಾರದಷ್ಟು ಈ ಹೊಸ ಕಥೆಯ ಮೇಲೆ ಆಕರ್ಷಣೆ ಉಂಟಾಗುತ್ತದೆ. ಹಿಂದೆ ಮಾಡಿದ ಯಾವುದೇ ತಪ್ಪನ್ನೂ ಈ ಬಾರಿ ಮಾಡುವದಿಲ್ಲವೆಂದು ನಿರ್ಧರಿಸಿ ಹೊಸ ಕಥೆಯನ್ನು ಬರೆಯಲು ಪ್ರಾರಂಭಿಸುತ್ತೇನೆ. ಸುಟ್ಟು ಬೂದಿಯಾದರೂ ಫೀನಿಕ್ಸ್ ಪಕ್ಷಿಯಾಗಿ ಬದುಕಿ ಬರುವ ಆಸೆ! ರುಂಡ ಹೋದರೂ ಮುಂಡದಿಂದ ಓಡಾಡುವ ಬಯಕೆ!

ಅಯ್ಯಾ ಸಂಪಾದಕ ಮಹಾಶಯ, ನಿಮಗೆ ನನ್ನೆಲ್ಲಾ ಭಾವನೆಗಳು ಅತಿರೇಕವೆನ್ನಿಸಬಹುದು, ಭಾವೋನ್ಮಾದವೆನ್ನಿಸಬಹುದು ಇಲ್ಲವೇ ಹುಚ್ಚಾಗಿಯೂ ಕಾಣಬಹುದು. ಇರಲಿ. ಎಸ್ಕಿಮೋ ಜನರು ಬಿಸಿಲಿಗಾಗಿ ಪರದಾಡುವದನ್ನು ಬಳ್ಳಾರಿಯವ ಹೇಗೆ ತಾನೆ ಅರ್ಥಮಾಡಿಕೊಂಡಾನು? ಮರಕುಟುಕವೊಂದು ಮರವನ್ನು ಕೊರೆದು ಗೂಡು ಮಾಡಿಕೊಂಡಿದ್ದು, ಮರವನ್ನೇ ಉರುಳಿಸುವ ಆನೆ ಹೇಗೆ ತಾನೆ ಮಹತ್ವದ್ದೆಂದು ಪರಿಗಣಿಸೀತು?

ಅದೇನೇ ಇರಲಿ, ಮತ್ತೊಮ್ಮೆ ನನ್ನ ಕಥೆಯನ್ನು ನಿಮ್ಮ ಮಡಿಲಿಗೆ ಹಾಕುತ್ತಿದ್ದೇನೆ. ಶಂತನುವಿನ ಕಂದಮ್ಮಗಳನ್ನು ಗಂಗೆ ನೀರಿಗೆ ಹಾಕಿದಂತೆ! ಇನ್ನು ಮುಂದೆ ವಿಷಾದ ಪತ್ರವನ್ನು ನಿರೀಕ್ಷಿಸುವದೇ ನನಗಿರುವ ಏಕೈಕ ಗುರಿ. ಇದೋ ನೋಡು – ಉರುಳಿಹೋಗುವ ದಿನಗಳನ್ನು, ದಿನಗಳಲ್ಲಿನ ಗಂಟೆಗಳನ್ನು, ಗಂಟೆಗಳಲ್ಲಿನ ನಿಮಿಷಗಳನ್ನು, ನಿಮಿಷಗಳಲ್ಲಿನ ಕ್ಷಣಗಳನ್ನು ಎಣಿಸುತ್ತೇನೆ.

ಒಂದು, ಎರಡು, ಮೂರು...

ಹೀಗೊಬ್ಬ

ತಿರಸ್ಕೃತ ಕಥೆಗಾರ

ಬೆಂಗಳೂರು, 1ನೇ ಜನವರಿ 1998

ಮೌನ ಪಟಾಕಿಗಳು

ದೀಪಾವಳಿ ಮತ್ತೊಮ್ಮೆ ಸದ್ದು ಮಾಡಿ 'ಮತ್ತೆ ಬರುವೆ' ಎಂದು ಹೇಳಿಹೋಯ್ತು. 'ಪಟಾಕಿ ಈ ಬಾರಿ ತುಂಬಾ ದುಬಾರಿ' ಅಂತ ಮಾತುಗಳು ಕೇಳಿ ಬಂದವು. ದುಬಾರಿಯ ಮಾತು ಅತ್ತ ತಳ್ಳಿ. ಉಳ್ಳವರು ಯಥಾಪ್ರಕಾರ ಈ ಬಾರಿಯೂ ರಾಶಿರಾಶಿ ಪಟಾಕಿ ಸಿಡಿಸಿದರು. ಇಲ್ಲದವರು ಈ ಬಾರಿಯೂ ಇಲ್ಲ. ಈ ಪಟಾಕಿ ದುಬಾರಿಯ ಮಾತು ಇಂದಿನದಲ್ಲ. ಆಗಲೂ ನನ್ನಪ್ಪ ಅದೇ ಮಾತನ್ನು ಹೇಳುತ್ತಿದ್ದ. 'ರೊಕ್ಕ ಸುಟ್ಟು ಬೂದಿ ಮಾಡೋದು ಯಾವ ದೇವರು ಹೇಳಿದ್ದಾನಾದೀತು?' ಎಂದು ಹತ್ತಾರು ಸಲ ಗೊಣಗುತ್ತಾ ದೀಪಾವಳಿಯ ಹಿಂದಿನ ದಿನದ ತನಕ ಪಟಾಕಿ ತರುವದನ್ನು ಮುಂದೂಡುತ್ತಿದ್ದ. ಮಕ್ಕಳನ್ನು ಬೆದರಿಸಿ ಪಟಾಕಿಗೆ ಸೊನ್ನೆ ಹಾಕುವುದು ಅಪ್ಪನಿಗೆ ಅಂತಹ ಕಷ್ಟದ ಕೆಲಸವೇನೂ ಆಗಿರಲಿಲ್ಲ. ಆದರೆ ಅಮ್ಮನ ಮಾತಿಗೆ ಅಪ್ಪ ಹೆದರುತ್ತಿದ್ದ. 'ಮಕ್ಕಳು ಖುಷಿ ಆಗ್ತಾವೆ ಅಂತಂದ್ರೆ ರೊಕ್ಕನಾದ್ರೂ ಸುಟ್ಟು ಬೂದಿ ಮಾಡಾಣ. ಅದಕ್ಕಿಂತ ದೊಡ್ಡದು ಆ ರೊಕ್ಕದಿಂದ ಆಗೋದು ಅಷ್ಟರಾಗೆ ಅದೆ' ಅಂತ ಅಮ್ಮ ನಿರ್ದಾಕ್ಷಿಣ್ಯವಾಗಿ ಹೇಳಿಬಿಡುತ್ತಿದ್ದಳು.

ದೇವಸ್ಥಾನದ ಅಂಗಳದಲ್ಲಿ ದೀಪಾವಳಿ ಹಬ್ಬಕ್ಕೆ ಒಂದು ತಿಂಗಳ ಮುಂಚೆಯೇ ಪಟಾಕಿ ಅಂಗಡಿ ತೆರೆದುಕೊಳ್ಳುತ್ತಿತ್ತು. ನಮ್ಮ ಹಂಪಿಮಾಸ್ತರರೇ ಆ ಅಂಗಡಿಯನ್ನಿಡುತ್ತಿದ್ದುದು. ಬಳ್ಳಾರಿಯಿಂದ ಪಟಾಕಿಗಳನ್ನು ತಂದು ಮಾರುತ್ತಿದ್ದರು. ನಮ್ಮನ್ನು ಅಂಗಡಿಯನ್ನು ಕಾಯಲು ಹೇಳುತ್ತಿದ್ದರು. ನಮಗೆ ಅದಕ್ಕಿಂತಲೂ ಖುಷಿಯ ಕೆಲಸ ಮತ್ತೊಂದಿರಲಿಲ್ಲ. ರಜೆಯ ದಿನಗಳವು. ಬಾಣ, ಬಿರುಸು, ಪಟಾಕಿಗಳನ್ನು ಕಣ್ಣ ತುಂಬ ತುಂಬಿಕೊಳ್ಳುತ್ತಿದ್ದೆವು. ಜನರು ಖರೀದಿಸಿದ್ದನ್ನು ಪೊಟ್ಟಣ ಕಟ್ಟಿ ಕೊಡುವುದು, ಬೇರೆ ಬೇರೆ ಬಾಣಗಳ ಬೆಲೆಯನ್ನು ಹೇಳುವುದು, ಹೊಸದಾಗಿ ಆ

ವರ್ಷವೇ ಬಂದ ಪಟಾಕಿಗೆ ಸುಂದರ ಹೆಸರನ್ನು ಕೊಡುವುದು – ನಮ್ಮ ಕೆಲಸವಾಗಿತ್ತು. ಹಣದ ವ್ಯವಹಾರವನ್ನು ಮಾಸ್ತರರು ನೋಡಿಕೊಳ್ಳುತ್ತಿದ್ದರು. ನಮ್ಮ ಕಡೆಯೂ ಒಂದು ಕಣ್ಣಿಟ್ಟಿರುತ್ತಿದ್ದರು. ಅಪ್ಪ ಪಟಾಕಿ ಖರೀದಿಸಲು ಬಂದಾಗ ನಾನು ಅಂಗಡಿ ಕಾಯುವದನ್ನು ನಿಲ್ಲಿಸಿ, ಅಪ್ಪನ ಜೊತೆ ಪಟಾಕಿ ಕೊಳ್ಳುವ ಕಾರ್ಯದಲ್ಲಿ ಸೇರಿಕೊಳ್ಳುತ್ತಿದ್ದೆ. 'ಅಪ್ಪ ಅದು ತೊಗೊಳಪ್ಪ', 'ಅಪ್ಪ ಇದು ತೊಗೊಳಪ್ಪ' – ಅಂತೆಲ್ಲಾ ದುಂಬಾಲು ಬೀಳುತ್ತಿದ್ದೆನಾದರೂ, ಅಪ್ಪ 'ನೀ ಸ್ವಲ್ಪ ಸುಮ್ಮನಿರು...' ಎಂದು ಮತ್ತದೇ ಹಳೆಯ ತಂತಿಬಾಣ, ಬಿರುಸು, ಭೂಚಕ್ರ, ವಿಷ್ಣುಚಕ್ರಗಳನ್ನು ಕೊಳ್ಳುತ್ತಿದ್ದ.

ಒಂದು ಸಲ ಇದ್ದಕ್ಕಿದ್ದಂತೆಯೇ ಜೋರಾಗಿ ಮಳೆ ಬಂದು, ನಾವೆಲ್ಲಾ ಪಟಾಕಿಗಳನ್ನು ಎತ್ತಿಕೊಂಡು ದೇವಸ್ಥಾನದೊಳಗೆ ಓಡಿದೆವು. ಆದರೂ ಮಳೆಯಿಂದಾಗಿ ಸಾಕಷ್ಟು ಪಟಾಕಿಗಳು ತೊಯ್ದು ಹೋಗಿದ್ದವು. ಒರೆಸಲು ಬಟ್ಟೆಗಾಗಿ ಹುಡುಕಿದರೆ ಏನೂ ಸಿಗಲಿಲ್ಲ. ಮಾಸ್ತರರು ತಮ್ಮ ಅಂಗಿ ಬಿಚ್ಚಿ, ಅದರಿಂದಲೇ ಪಟಾಕಿಗಳನ್ನು ಒರೆಸಲು ಶುರು ಮಾಡಿದರು. 'ಎಲ್ಲಾ ಪಟಾಕಿ ಹಾಳಾಯ್ತು' ಅಂತ ಅನ್ನುವಾಗ ಅವರ ಧ್ವನಿ ಅಳುಬುರುಕವಾಗಿತ್ತು. ನಮಗೂ ಏನನ್ನಿಸಿತೋ ಗೊತ್ತಿಲ್ಲ, ನಮ್ಮ ಅಂಗಿಯನ್ನೂ ಬಿಚ್ಚಿ ಒದ್ದೆಯಾದ ಪಟಾಕಿಗಳನ್ನು ಒರೆಸಲಾರಂಭಿಸಿದೆವು. ಅಂಗಿಯಿಲ್ಲದೆ ಬರಿಮೈಯಲ್ಲಿದ್ದ ನಮ್ಮನ್ನು ನೋಡಿ, ಗರ್ಭಗುಡಿಯಲ್ಲಿದ್ದ ಪೂಜಾರಿ ನಕ್ಕಿದ್ದ.

ನರಕ ಚತುರ್ದಶಿಯ ದಿನ ಬೆಳಿಗ್ಗೆ ಎದ್ದು, ವಾಸನೆ ಎಣ್ಣೆ ತಲೆಗೆ ಹಚ್ಚಿ ಆರತಿ ಮಾಡಿಸಿಕೊಂಡಿದ್ದೇ ಪಟಾಕಿ ಹೊಡೆಯಲು ಸಜ್ಜು. 'ಹಳೆ ಬಟ್ಟೆ ಹಾಕಿಕೊಳ್ಳಿ' ಅಂತ ಅಮ್ಮ ಅಪ್ಪಣೆ ಕೊಡುತ್ತಿದ್ದಳು. ಅಕ್ಕ ಮತ್ತು ನಾನು ಮನೆಯ ಅಂಗಳದಲ್ಲಿ ಪಟಾಕಿ ಬಿಡುತ್ತಿದ್ದರೆ, ಹತ್ತಾರು ಬಡ ಮಕ್ಕಳು ಆಸೆಗಣ್ಣಿಂದ ನಮ್ಮ ಕಡೆ ನೋಡುತ್ತಾ ನಿಲ್ಲುತ್ತಿದ್ದರು. ನಾವು ಪಟಾಕಿ ಹಚ್ಚಿ ಓಡಿ ಬರುತ್ತಲೇ ಅವರು ಪಟಾಕಿಯ ಕಡೆ ಓಡಿ ಹೋಗುತ್ತಿದ್ದರು. ಅಕಸ್ಮಾತ್ತಾಗಿ ಟುಸ್ ಎಂದ ಪಟಾಕಿ, ಬೆಂಕಿಯ ಕಿಡಿ ತಗಲದೇ ಉಳಿದ ಪಟಾಕಿಗಳನ್ನು ಬಡಿದಾಡಿ ಆರಿಸಿಕೊಳ್ಳುತ್ತಿದ್ದರು. ಭೂಚಕ್ರ ತಿರುಗುವಾಗ ಅಂಜಿಕೆಯಿಲ್ಲದೆ ಅದನ್ನು ಕಾಲಿನಿಂದ ಒದ್ದು ಕೇಕೆ ಹಾಕುತ್ತಿದ್ದರು.

ಈ ರೀತಿ ನಮ್ಮ ಅಂಗಳದಲ್ಲಿ ಕಲೆಯುವ ಬಡ ಮಕ್ಕಳಲ್ಲಿ ನನ್ನ ಸಹಪಾಠಿಗಳೂ ಇರುತ್ತಿದ್ದರು. ಹಂಪಿಮಾಸ್ತರರ ಮಗ ಕಲ್ಲೇಶಿಯೂ ಇರುತ್ತಿದ್ದ (ಅವರಪ್ಪ ಮನೆಗಾಗಿ ಪಟಾಕಿಯನ್ನು ಎಂದೂ ಕೊಳ್ಳುತ್ತಿರಲಿಲ್ಲ). ಶಾಲೆಯಲ್ಲಿ ನನ್ನ ಅಕ್ಕ-ಪಕ್ಕ ಕುಳಿತುಕೊಳ್ಳುವವರೇ ಈಗ ನನ್ನ ಪಟಾಕಿ ಸಂಭ್ರಮವನ್ನು ನೋಡುತ್ತಾ ನಿಲ್ಲುವುದು ನನಗೆ ಸಂಕೋಚವನ್ನು ತರುತ್ತಿತ್ತು. ಜೊತೆಗೆ ಎಂತಹದೋ ಅಹಂಕಾರವನ್ನು ನನ್ನೊಳಗೆ ತುಂಬುತ್ತಿತ್ತು. ನನ್ನ ಪಟಾಕಿಗಳು 'ಡಂ' ಎಂದು ಪೂರ್ತಿ ಬದುಕನ್ನು ಬಾಳುವದಕ್ಕೆ ಅವರು ಬಿಡುವದಿಲ್ಲವೆಂಬ ಸಿಟ್ಟು ಬೇರೆ.

ಒಮ್ಮೆ ಅವರೆಲ್ಲಾ ನಾನು ಕಿಡಿ ಹಚ್ಚಿದ ಪಟಾಕಿ ಸರದ ಕಡೆಗೆ ಓಡಿ ಹೋದಾಗ ನನಗ್ಯಾವ ಕೆಟ್ಟ ಬುದ್ಧಿ ಬಂತೋ ಗೊತ್ತಿಲ್ಲ, ಅದೇ ತಾನೆ ಸುಟ್ಟ ತಂತಿಬಾಣವನ್ನು ಅವರ ಕಡೆ ಎಸೆದುಬಿಟ್ಟೆ. ನನ್ನ ಸಹಪಾಠಿಯ ಪುಟ್ಟ ತಂಗಿ ಅದರ ಮೇಲೆ ಕಾಲಿಟ್ಟುಬಿಟ್ಟಳು. 'ಹೋ...' ಎಂದು ಅಳಲಾರಂಭಿಸಿದಳು. ಅವಳ ಪುಟ್ಟ ಅಂಗಾಲಿಗೆ ಬರೆ ಬಿದ್ದಿತ್ತು. ನನ್ನ ಗೆಳೆಯ ಅವಳನ್ನು ಎತ್ತಿಕೊಂಡು ಸಮಾಧಾನ ಮಾಡುತ್ತಾ ಮನೆಗೆ ಹೋದ. ಅವನಮ್ಮ ನಮ್ಮ ಮನೆಗೆ ಬಂದು ಅಮ್ಮನನ್ನು ಬೇಡಿ ಬರ್ನಾಲ್ ಮುಲಾಮನ್ನು ತುಂಡು ಕಾಗದದ ಮೇಲೆ ಹಾಕಿಸಿಕೊಂಡು

ಹೋದಳು. ಮರುದಿನವೂ ಬಂದು ತೆಗೆದುಕೊಂಡು ಹೋದಳು. ಮುಂದಿನ ದಿನ ಮತ್ತೆ ಬಂದಾಗ ಅಮ್ಮ ಮುಲಾಮು ಮುಗಿದು ಹೋಯ್ತೆಂದು ಹೇಳಿ ವಾಪಾಸು ಕಳುಹಿಸಿಬಿಟ್ಟಳು. ರಜೆ ಮುಗಿದು ಶಾಲೆಗೆ ಹೋದ ಮೊದಲನೆ ದಿನ ನನ್ನ ಸಹಪಾಠಿ ನನ್ನನ್ನು ಕೆಳಕ್ಕೆ ಕೆಡವಿ, ಕಾಲಿನಿಂದ ಮೈಗೆಲ್ಲಾ ಒದ್ದಿದ್ದ. 'ಯಾರ ಮುಂದನ್ನಾ ಬಾಯಿ ಬಿಟ್ಟರೆ ಇನ್ನೊಂದು ನಾಕು ಇಕ್ತೀನಿ...' ಎಂದು ಬೆದರಿಸಿ ಹೋಗಿದ್ದ. ನನ್ನ ಬಿಳಿಯ ಅಂಗಿಯ ಮೇಲೆಲ್ಲಾ ಅವನ ಕಾಲಿನ ಗುರುತುಗಳಿದ್ದವು. ಅದನ್ನು ನೋಡಿದರೆ ಅಮ್ಮಗೆ ಸಂಶಯ ಬರುತ್ತೆಂದು, ಹಿತ್ತಲ ಬಾಗಿಲ ಮೂಲಕ ಮನೆಗೆ ಹೋಗಿ ತಕ್ಷಣ ನೀರಿನಲ್ಲಿ ನೆನೆಯಿಟ್ಟು ಬಟ್ಟೆ ಒಗೆದುಕೊಂಡಿದ್ದೆ.

ಟೈಲರ್ ವೆಂಕಟೇಶಿಗೆ ಪೋಸ್ಟ್ ಮಾಸ್ತರರ ಮಗಳು ಮೀನಾಕ್ಷಿಯನ್ನು ಕಂಡರೆ ತುಂಬಾ ಇಷ್ಟ. ಅವಳ ಗಮನವನ್ನು ತನ್ನ ಕಡೆಗೆ ಹರಿಸಿಕೊಳ್ಳಬೇಕೆಂದು ಇನ್ನಿಲ್ಲದ ಸಾಹಸ ಮಾಡುತ್ತಿದ್ದ. ಬಾವಿಯಲ್ಲಿ ಅವಳ ಕೊಡ ಬಿದ್ದರೆ, ಹಿಂದು ಮುಂದು ಯೋಚಿಸದೆ ಹಗ್ಗ ಸೊಂಟಕ್ಕೆ ಕಟ್ಟಿಕೊಂಡು ಬಾವಿಯಲ್ಲಿಳಿದು ಕೊಡವನ್ನು ಹುಡುಕಿ ತಂದುಕೊಡುತ್ತಿದ್ದ. ವೀರಭದ್ರ ದೇವರನ್ನು ಮಾಡಿದ ದಿನ ಅವಳು ನೋಡುತ್ತಿದ್ದರೆ ಕೈ, ಬಾಯಿ, ಮೂಗು, ಕಿವಿಗೆಲ್ಲಾ ಚೂಪಾದ ಲೋಹದ ಸೂಜಿಗಳನ್ನು ಚುಚ್ಚಿಕೊಂಡು ಚಂಡೆಯ ಕುಣಿತಕ್ಕೆ ಮೈಮರೆತು ಕುಣಿಯುತ್ತಿದ್ದ. ಬೆಂಕಿ ಕಡ್ಡಿ ಗೀರಿ ಬಾಯಲ್ಲಿಟ್ಟು ಕೊಂಡು, ಬಾಯನ್ನು ಸ್ವಲ್ಪ ಹೊತ್ತು ಮುಚ್ಚಿ, ಮತ್ತೆ ಬಾಯಿ ತೆಗೆದು ಉರಿಯುವ ಕಡ್ಡಿಯನ್ನು ಕಣ್ಣ ಮುಂದೆ ಸುಳಿದಾಡಿಸುತ್ತಿದ್ದ. ಆದರೆ ಅವಳು ಅವನನ್ನು ಕಣ್ಣೆತ್ತಿಯೂ ನೋಡುತ್ತಿರಲಿಲ್ಲ.

ಒಮ್ಮೆ ದೀಪಾವಳಿ ಹಬ್ಬದಲ್ಲಿ ರೇಷ್ಮೆ ಲಂಗ ಚೋಳಿ ತೊಟ್ಟುಕೊಂಡ ಮೀನಾಕ್ಷಿ ಪೂಜೆಗೆ ನೀರು ತರುತ್ತಿದ್ದಳು. ಎಲ್ಲಿಂದಲೋ ನುಗ್ಗಿ ಬಂದ ವೆಂಕಟೇಶಿ ಅವಳ ಮುಂದೆ ಅಂಗೈಯಲ್ಲಿ ಬಿರುಸನ್ನು ಹಿಡಿದುಕೊಂಡು ನಿಂತುಬಿಟ್ಟ. ಬೆಂಕಿಯ ಹೂಗಳು ಅವರಿಬ್ಬರ ಮೇಲೂ ಸುರಿಯಲಾರಂಭಿಸಿದವು. ಆ ಹೂಮಳೆಯಲ್ಲಿ ಮಾತನಾಡಲು ತೋಚದಂತೆ ಮೀನಾಕ್ಷಿ ಅವನ ಕಣ್ಣುಗಳನ್ನು ನೋಡುತ್ತಾ ನಿಂತುಬಿಟ್ಟಳು. ಎಲ್ಲಾ ಒಂದೆರಡು ಕ್ಷಣದ ಸಂಭ್ರಮವಷ್ಟೇ! ಬಿರುಸು ಲಕ್ಷ್ಮಿಬಾಂಬಿನಂತೆ ಸದ್ದು ಮಾಡಿ ಸಿಡಿಯಿತು. ವೆಂಕಟೇಶಿಯ ಕೈಯೆಲ್ಲಾ ಸುಟ್ಟು ಹೋಯ್ತು. ನೋವನ್ನು ತಾಳಲಾರದೆ ವೆಂಕಟೇಶಿ ಅವಳು ಸೊಂಟದ ಮೇಲೆ ಹೊತ್ತು ನಿಂತಿದ್ದ ಕೊಡದಲ್ಲಿ ಕೈ ಅದ್ದಿ, ಅವಳ ಕಡೆ ನೋಡಿ ಅಳಲಾರಂಭಿಸಿದ. ಮತ್ತೆ ಮೂರು ತಿಂಗಳ ಕಾಲ ಅವನ ಗಾಯ ಮಾಯಲಿಲ್ಲ. ಅಷ್ಟರಲ್ಲಿ ಮೀನಾಕ್ಷಿಯ ಮದುವೆ ಬಳ್ಳಾರಿಯ ಹುಡುಗನೊಂದಿಗೆ ಆಯ್ತು. ಹುಡುಗನಿಗೆ ಬ್ಯಾಂಕಿನಲ್ಲಿ ಉದ್ಯೋಗ. ಕೈತುಂಬ ಸಂಬಳ. ವೆಂಕಟೇಶಿ ಆ ಮೂರು ತಿಂಗಳ ಕಾಲ ಹೊಲಿಗೆಯಂತ್ರವನ್ನು ಉಪಯೋಗಿಸಲು ಸಾಧ್ಯವಿಲ್ಲದ್ದರಿಂದ ಅವರ ಮನೆಯಲ್ಲಿ ಹಣದ ಅಡಚಣೆ ಹೆಚ್ಚಾಯ್ತು. ಅವನಮ್ಮ ನಮ್ಮ ಮನೆಗೆ ಬಂದು ಅಕ್ಕಿ ಬೇಳೆಯ ಕಡವನ್ನು ತೆಗೆದುಕೊಂಡು ಹೋಗಿದ್ದಳು.

ಒಮ್ಮೆ ದೀಪಾವಳಿಗೆ ಅಕ್ಕ ಚೂಡಿದಾರ್ ಹೊಲಿಸೆಂದು ಅಮ್ಮನ ಬಳಿ ಕೇಳಿಕೊಂಡಳು. 'ಮರ್ಯಾದಸ್ಥರು ಹಾಕುವಂತಾ ಉಡುಪಲ್ಲದು. ಪ್ಯಾಂಟು ಅಂಗಿ ಥರ ಇರ್ತದೆ...' ಅಂತ ಅಮ್ಮ ನಿರಾಕರಿಸಿಬಿಟ್ಟಳು. ಅಕ್ಕ ಪಟ್ಟು ಬಿಡದೆ ಅತ್ತು ಕರೆದು, ಊಟ ಬಿಟ್ಟರೂ ಅಮ್ಮ ಬಗ್ಗಲಿಲ್ಲ.

ಕಡೆಗೂ ಅಂಗಡಿಯಲ್ಲಿ ಲಂಗ ಚೋಳಿಗೆಂದು ಅಂಗೈ ಅಗಲದ ಬಣ್ಣಬಣ್ಣದ ಹೂಗಳಿರುವ ಚೀಟಿ ಬಟ್ಟೆಯನ್ನು ಕೊಡಿಸಿದಳು. ಅಕ್ಕ ಹಠದಲ್ಲಿ ಅಮ್ಮನಿಗಿಂತಲೂ ಒಂದು ಕೈ ಮೇಲೆ. ಟೇಲರ್ ಬಳಿ ಆ ಬಟ್ಟೆಯನ್ನು ಒಯ್ದು ಅದರಿಂದಲೇ ಚೂಡಿದಾರ್ ಹೊಲಿಸಿಕೊಂಡಳು. ಹಬ್ಬದ ದಿನ ಆ ಉಡುಪನ್ನು ಹಾಕಿಕೊಂಡಾಗಲೇ ಅಮ್ಮನಿಗೆ ಗೊತ್ತಾಗಿದ್ದು. ಅಮ್ಮನ ಸಿಟ್ಟು ನೆತ್ತಿಗೇರಿತ್ತಾದರೂ ಹಬ್ಬದ ದಿನ ಮಕ್ಕಳಿಗೆ ಹೊಡೆಯಬಾರದೆಂದು ನುಂಗಿಕೊಂಡಿದ್ದಳು. ಆದರೆ ಅಮ್ಮನ ಗೆಳತಿಯರೆಲ್ಲಾ 'ನಿಮ್ಮ ಮಗಳು ಸ್ವಲ್ಪೇ ದಿನಕ್ಕೆ ಮೈನೆರಿತಾಳೆ ನೋಡ್ರಿ, ಕಣ್ಣಿಗೆ ಛಂದ ಕಾಣಿಸ್ತಿದಾಳೆ...' ಅಂತ ಅಂದ ಮೇಲೆ ರಾತ್ರಿಯ ಹೊತ್ತಿಗೆ ತಣ್ಣಗಾಗಿದ್ದಳು. ಊಟವಾದ ಮೇಲೆ ಅಕ್ಕನನ್ನು ತಲಬಾಗಿಲ ಬಳಿ ನಿಲ್ಲಿಸಿ, ಕಾರ್ಚಿ ಕಡ್ಡಿಯಿಂದ 'ನಾಯಿ ದೃಷ್ಟಿ, ನರಿ ದೃಷ್ಟಿ, ಹಂದಿ ದೃಷ್ಟಿ, ಮಂದಿ ದೃಷ್ಟಿ...' ಎಂದೆಲ್ಲಾ ಹೇಳುತ್ತಾ '...ತಾಯಿ ದೃಷ್ಟಿ...'ಯನ್ನೂ ಸೇರಿಸಿ ನಿವಾಳಿಸಿ, ಕಾರ್ಚಿಕಡ್ಡಿಗೆ ಬೆಂಕಿ ಇಟ್ಟರೆ ಪಟಪಟನೆ ಸದ್ದು ಮಾಡುತ್ತಾ ಉರಿದಿತ್ತು.

ಮೂರು ತಿಂಗಳಿನ ನಂತರ ಸಂಕ್ರಾಂತಿ ಹಬ್ಬ ಬಂದಿತ್ತು. ಭೋಗಿಯ ದಿನ ಬಾಗಿನವನ್ನು ತೆಗೆದುಕೊಳ್ಳಲೆಂದು ಎಂಬತ್ತು ವರ್ಷದ ಹಿರಿಯ ಮುತ್ತೈದೆ ರಾಗಮ್ಮ ಮನೆಗೆ ಬಂದಿದ್ದಳು. ಅಮ್ಮ ಬಾಗಿನವನ್ನು ಕೊಟ್ಟು ಮೇಲಿನ ಮೊರವನ್ನು ಸರಿಸಿ ತೋರಿಸಿದಾಗ 'ಸೀರಿಕುಬುಸಾನೇ ಇಟ್ಟಿಯಲ್ಲೇನು... ಮತ್ತೆ ಚೂಡಿದಾರ್ ಇಟ್ಟಿರ್ತೀಯೇನೋ ಅಂದುಕೊಂಡಿದ್ದೆ ನೋಡವ್ವ...' ಅಂತ ಚಾಳೀಸನ್ನು ಸರಿಪಡಿಸಿಕೊಳ್ಳುತ್ತಾ ಗಂಭೀರವಾಗಿ ಹೇಳಿದ್ದಳು. ಆಮೇಲೆ ಅಮ್ಮ 'ನಾಲ್ಕು ಮಂದಿ ಮುಂದೆ ನಾವು ಅಗ್ಗ ಆಗೋ ಹಂಗೆ ಮಾಡಿಬಿಟ್ಟಿ...' ಅಂತ ಅಕ್ಕನನ್ನು ಒಂದೇ ಸಮನೆ ಬೈಯ್ದಿದ್ದಳು. ಅಕ್ಕ ಮುಂದಿನ ದೀಪಾವಳಿಗೆ ಮತ್ತೆ ಇನ್ನೊಂದು ಚೂಡಿದಾರ್ ಹೊಲಿಸಿಕೊಂಡಳು.

ದೀಪಾವಳಿ ಹಬ್ಬಕ್ಕೆ ತಪ್ಪದಂತೆ ಹೊಸಬಟ್ಟೆ ಹೊಲಿಸಿಕೊಳ್ಳುತ್ತಿದ್ದೆವು. ನಮ್ಮಿಬ್ಬರಿಗೆ ಅಂಗಡಿಗೆ ಹೋಗಲು ಖುಷಿಯೋ ಖುಷಿ. ಅಪ್ಪ ಮಾತ್ರ ಅಂಗಡಿಗೆ ಹೋಗುವಾಗ ಭೂಮಿಗಿಳಿದುಬಿಟ್ಟಿರುತ್ತಿದ್ದ. ಉದ್ರಿ ಬಟ್ಟೆ ತೆಗೆದುಕೊಳ್ಳುವವರಿಗೆ ಯಾವ ಅಂಗಡಿಯವನು ತಾನೆ ಮರ್ಯಾದೆ ಕೊಟ್ಟಾನು? ತಿಂಗಳಿಗೊಮ್ಮೆ ತಪ್ಪದೆ ಹಣ ಕೊಟ್ಟು ತೀರಿಸುತ್ತಿದ್ದನಾದರೂ ಉದ್ರಿ ಉದ್ರಿಯೇ! (ಇಂದು ಕ್ರೆಡಿಟ್ ಕಾರ್ಡಿನಲ್ಲಿ ಕೊಳ್ಳುವವರಿಗೆ ಮರ್ಯಾದೆ ಸಿಗುವುದು ನೆಮ್ಮದಿಯ ಸಂಗತಿ) ಅಂಗಡಿಯಲ್ಲಿ ಹೋದ ತಕ್ಷಣ ನಮಗೆ ಬಟ್ಟೆ ತೋರಿಸುತ್ತಿದ್ದಿಲ್ಲ. ಹಣ ಕೊಟ್ಟು ಕೊಳ್ಳುವವರ ವ್ಯಾಪಾರವೆಲ್ಲಾ ಮುಗಿಯುವ ತನಕ ಸುಮ್ಮನೆ ನಿಂತಿರುತ್ತಿದ್ದೆವು. ಬಟ್ಟೆ ತೋರಿಸುವ ಹುಡುಗರಿಗೂ ನಮ್ಮದು ಉದ್ರಿ ಖಾತೆಯೆಂದು ಗೊತ್ತು. ಹೊಸದಾಗಿ ಬಂದ ಬಟ್ಟೆಗಳನ್ನು ತೋರಿಸುತ್ತಿರಲಿಲ್ಲ. ಹಳೆಯ ಮಾಲಿನಲ್ಲೇ ಆಯ್ಕೆ ಮಾಡಿಕೊಳ್ಳಬೇಕಿತ್ತು. ಅಮ್ಮನ ಕಣ್ಣಿಗೆ ಚಂದ ಕಂಡ ಯಾವುದೋ ಬಟ್ಟೆಯನ್ನು ತೋರಿಸೆಂದು ಕೇಳಿದಾಗ 'ಅದಕ್ಕೆ ರೊಕ್ಕ ಜಾಸ್ತಿ...' ಅಂತ ಹೇಳಿ ತೋರಿಸಲೂ ನಿರಾಕರಿಸಿಬಿಡುತ್ತಿದ್ದರು. ನಮ್ಮ ಬಟ್ಟೆಯ ಆಯ್ಕೆಯೆಲ್ಲಾ ಮುಗಿದಾದ ಮೇಲೆ 'ನೀವೂ ಅಂಗಿ ಬಟ್ಟಿ ತೊಗೊಳ್ರಿ...' ಅಂತ ಅಮ್ಮ ಅಪ್ಪನಿಗೆ ಹೇಳುತ್ತಿದ್ದಳು. 'ಈ ಸರ್ತಿ ನಂಗೇನೂ ಬೇಡ...' ಅಂತ ಅಪ್ಪ ನಿರಾಕರಿಸುತ್ತಿದ್ದ. ಅಮ್ಮ ಕೇಳುತ್ತಿರಲಿಲ್ಲ. 'ನೀವು ತೊಗೊಳಲ್ಲ ಅಂದ್ರೆ ನಂಗೂ ಬೇಡ...' ಎಂದ ತಕ್ಷಣ 'ನಿಂದೊಂದು ಕಿರಿಕಿರಿ ತಪ್ಪಿದ್ದಲ್ಲ ನೋಡು...' ಎನ್ನುತ್ತಾ ಅಂಗಿ ಬಟ್ಟೆ ಆಯ್ಕೆ ಮಾಡುತ್ತಿದ್ದ.

ಶಾಂಭವಿ ಹುಟ್ಟಾಕುರುಡಿ. ದೀಪಾವಳಿಗೆ ಪಟಾಕಿ ಕೊಂಡು ನಮ್ಮ ಮನೆಗೆ ಬರುತ್ತಿದ್ದಳು. ಬೆಳಕಿನ ಹೂ ಚೆಲ್ಲುವ ಬಿರುಸು, ಭೂಚಕ್ರ, ವಿಷ್ಣುಚಕ್ರಗಳಲ್ಲಿ ಅವಳಿಗೆ ಆಸಕ್ತಿಯಿರಲಿಲ್ಲ. ಕಿವಿಯಲ್ಲಿ ಶಬ್ದ ತರಂಗಗಳನ್ನೇಳಿಸುವ 'ಢಂ, ಢಂ...' ಪಟಾಕಿಗಳೇ ಅವಳಿಗೆ ಇಷ್ಟ. ಅಂಗಳದಲ್ಲಿಟ್ಟ ಪಟಾಕಿಗೆ ಕಿಡಿ ಹಚ್ಚಲು ನಾವು ಅವಳ ಕೈ ಹಿಡಿದು ಸಹಾಯ ಮಾಡಲು ಹೋದರೆ ಅವಳಿಗೆ ಕೋಪ. ನಾವು ಜಗುಲಿಯಲ್ಲಿ ನಿಂತು 'ಇನ್ನ ಸ್ವಲ್ಪ ಈ ಕಡಿ ಶಾಂಭಕ್ಕಾ... ಅಷ್ಟು ದೂರ ಅಲ್ಲ, ಇನ್ನಾ ಹತ್ತಿರ...' ಅಂತೆಲ್ಲಾ ಹೇಳಬೇಕಿತ್ತು. 'ಹತ್ತಿತೇನೋ... ಹತ್ತಿತೇನೋ...' ಎಂದು ಅವಳು ಕೇಳುತ್ತಲೇ ಪಟಾಕಿಗೆ ಕಿಡಿ ಹಚ್ಚಲು ಪ್ರಯತ್ನಿಸುತ್ತಿದ್ದಳು. ನಾವು 'ಓಡಿ ಬಾ... ಹತ್ತಿಗೊಳ್ತು...' ಅಂದ ತಕ್ಷಣ ಓಡಿ ಬಂದು ನಮ್ಮ ಕೈ ಹಿಡಿದುಕೊಳ್ಳುತ್ತಿದ್ದಳು. ಪಟಾಕಿ 'ಢಂ...' ಅಂದ ತಕ್ಷಣ ಕೇಕೆ ಹಾಕಿ ನಗುತ್ತಿದ್ದಳು. ಪಟಾಕಿಯ ಸದ್ದಡಗಿದ ಮೇಲೂ ಅವಳ ಖುಷಿಯ ಸದ್ದು ನಿಲ್ಲುತ್ತಿರಲಿಲ್ಲ.

ಅಪರೂಪಕ್ಕೆ ಅಪ್ಪ ಒಮ್ಮೆ ಟೆಲಿಫೋನ್ ಪಟಾಕಿಯನ್ನು ತಂದಿದ್ದರು. ಮನೆಯ ಕಿಟಕಿಯ ಸರಳಿಗೆ ಮತ್ತು ದೂರದಲ್ಲಿದ್ದ ದಾಳಿಂಬೆ ಮರದ ಕೊಂಬೆಗೆ ಒಂದು ದಾರವನ್ನು ಕಟ್ಟಿ, ಅದರ ಮಧ್ಯದಲ್ಲಿ ಟೆಲಿಫೋನ್ ಪಟಾಕಿಯನ್ನು ಸಿಗಿಸಿ, ಕಿಡಿ ಹಚ್ಚಿದರೆ ಆ ತುದಿಯಿಂದ ಈ ತುದಿಗೆ ಅದು ಸದ್ದು ಮಾಡುತ್ತಾ ಓಡಾಡುತ್ತಿತ್ತು. ನಾನು ದೂರ ನಿಂತು ಕಿಡಿ ಹಚ್ಚಿದೆನಾದರೂ, ದಾರದ ಹತ್ತಿರ ನಿಂತಿದ್ದೆನಾದ್ದರಿಂದ ಆ ಪಟಾಕಿ 'ಸುಯ್' ಎಂದು ವೇಗದಲ್ಲಿ ಬಂದು ನನ್ನ ಕಣ್ಣುಗಳಲ್ಲಿ ಬೆಂಕಿಯ ಕಿಡಿಗಳನ್ನು ಚಿಮ್ಮಿಸಿ ಹೋಯ್ತು. ನೋವಿನಿಂದ ಕಿರುಚಲಾರಂಭಿಸಿದೆ. ಮನೆಯವರೆಲ್ಲರೂ ಓಡಿಬಂದರು. ನನ್ನ ಸುತ್ತಲೂ ಅಮ್ಮ, ಅಪ್ಪ, ಅಕ್ಕ, ಶಾಂಭಕ್ಕ ಎಲ್ಲರೂ ನಿಂತು 'ಕಣ್ಣು ತೆಗಿಯೋ... ಕಣ್ಣು ತೆಗಿಯೋ...' ಎಂದು ಬೇಡಿಕೊಳ್ಳಲಾರಂಭಿಸಿದರು. ನನಗೆ ಕಣ್ಣನ್ನು ತೆರೆಯಲು ಸಾಧ್ಯವಾಗಲಿಲ್ಲ. ಅಮ್ಮ ಅಳಲು ಶುರುವಿಟ್ಟಳು. 'ಶಾಂಭವಿ, ನನ್ನ ಮಗಾನೂ ನಿನ್ನ ಹಂಗೆ ಕುರುಡ ಆಗ್ತಾನೇನೆ?' ಎಂದು ಶಾಂಭವಿಯನ್ನು ಅಪ್ಪಿಕೊಂಡು ಕಣ್ಣೀರು ಹಾಕಿದರು.

ಶಾಂಭಕ್ಕ ಅಮ್ಮನ ಬೆನ್ನು ಸವರಿ 'ಬಿಡ್ತು ಅನ್ರಿ, ಹಬ್ಬದ ದಿನ ಕೆಟ್ಟ ಮಾತು ಆಡಬ್ಯಾಡ್ರಿ...' ಎಂದು ಸಮಾಧಾನ ಮಾಡಿದಳು. ಅಪ್ಪ ಡಾಕ್ಟರನ್ನು ಕರೆತಂದ. ಡಾಕ್ಟರರು ನನ್ನ ಕಣ್ಣ ರೆಪ್ಪೆಯನ್ನು ಬಲವಂತದಿಂದ ಮೇಲಕ್ಕೆತ್ತಿ, ಯಾವುದೋ ಮುಲಾಮನ್ನು ಸವರಿ 'ಈಗ ಅವನು ಮಲಕೊಳ್ಳಲಿ... ನಾಳೆ ಬೆಳಿಗ್ಗೆ ನೋಡಾಣ...' ಎಂದು ಹೇಳಿ ಹೋದರು. ನೋವು ಕಡಿಮೆಯಾದ ತಕ್ಷಣ ನಾನು ಗೊರಕೆ ಹೊಡೆದು ನಿದ್ದೆ ಮಾಡಿದೆ. ಬೆಳಿಗ್ಗೆ ನನಗೆ ಎಚ್ಚರವಾದಾಗ ನಡೆದ ಘಟನೆಯೆಲ್ಲಾ ಮರೆತು ಹೋಗಿತ್ತು. ಕಣ್ಣು ಬಿಟ್ಟಾಗ ಎದುರಿಗೆ ಅಪ್ಪ, ಅಮ್ಮ, ಅಕ್ಕ, ಶಾಂಭಕ್ಕ ಕಾತುರದಿಂದ ಕುಳಿತಿದ್ದು ಕಂಡು ಕಕ್ಕಾಬಿಕ್ಕಿಯಾಯ್ತು. 'ನಾವೆಲ್ಲಾ ಕಾಣಿಸ್ತೀವೇನೋ..' ಎಂದು ಅಮ್ಮ ಅಳುವಿನ ಧ್ವನಿಯಲ್ಲಿ ಶುರುವಿಟ್ಟಳು. ನಾನು ಏನು ಮಾತನಾಡಬೇಕೋ ತೋಚದಂತೆ ಕುಳಿತಿದ್ದೆ. ನನ್ನ ಮೌನ ಅಮ್ಮಗೆ ಸಿಟ್ಟು ತರಿಸಿತು. 'ಕಾಣಿಸ್ತದೋ ಇಲ್ಲೋ ಬೊಗುಳೋ...' ಎಂದು ಗದರಿಸಿದಳು. ಅಮ್ಮ ಬೈಯ್ದಿದ್ದಕ್ಕೆ ನನಗೆ ಮತ್ತಷ್ಟು ದಿಕ್ಕು ತೋಚದಂತಾಯ್ತು. ಕಕ್ಕಾಬಿಕ್ಕಿಯಾಗಿ ಎಲ್ಲರತ್ತ ನೋಡತೊಡಗಿದೆ. ಆಗ ಶಾಂಭಕ್ಕ ಎಲ್ಲರಿಗೂ ಸುಮ್ಮನೆ ಇರುವಂತೆ ಹೇಳಿ, ಅಡಿಗೆ ಮನೆಯೊಳಗೆ ಹೋಗಿ ಏನೋ ಎಡಗೈಯಲ್ಲಿ ಮುಚ್ಚಿಕೊಂಡು ತಂದಳು. ನನ್ನ ಮುಂದೆ

ಕುಳಿತುಕೊಂಡು, ತನ್ನ ಬಲಗೈಯಿಂದ ನನ್ನ ಕೆನ್ನೆ, ಹಣೆ, ಗದ್ದಗಳನ್ನು ಸವರಿ, ನನ್ನೆರಡು ಕಣ್ಣುಗಳೆಲ್ಲಿವೆಯೆಂದು ಗುರುತು ಮಾಡಿಕೊಂಡಳು. ನಂತರ ಎಡಗೈ ಮುಷ್ಟಿಯನ್ನು ತೆರೆದಳು. ಅದರಲ್ಲೊಂದು ಹಸಿ ಮೆಣಸಿನಕಾಯಿ ಇತ್ತು! ಅದನ್ನು ಎರಡು ತುಂಡು ಮಾಡಿ, ಒಂದೊಂದು ತುಂಡನ್ನು ಒಂದೊಂದು ಕೈಯಲ್ಲಿ ಹಿಡಿದುಕೊಂಡು ನನ್ನ ಕಣ್ಣಿನ ಕಡೆ ತರಲಾರಂಭಿಸಿದಳು. 'ಅಯ್ಯಯಪ್ಪೋ...' ಎಂದಿದ್ದೇ ಎದ್ದು ಓಡಿ ಹೋದೆ. 'ಕಣ್ಣು ಕಾಣಿಸ್ತವೆ...' ಎಂದು ಶಾಂಭಕ್ಕ ಖುಷಿಯಿಂದ ಘೋಷಿಸಿದಳು. ಮನೆಯಲ್ಲಿ ಎಲ್ಲರ ಮುಖವೂ ಸಂತಸದಿಂದ ಅರಳಿತು. ಅಮ್ಮ 'ಅಲ್ಲೆ ಶಾಂಭವಿ, ಅಷ್ಟೊಂದು ಶ್ಯಾಣಾತನ ಹೆಂಗೇ ಹೊಳೀತು?' ಎಂದು ಕೇಳಿದ್ದಕ್ಕೆ 'ಒಂದು ಸಲ ನಮ್ಮ ಚಿಕ್ಕಮ್ಮಗೆ ಸಿಟ್ಟು ಬಂದು, ನನ್ನ ಕಣ್ಣಾಗ ಹಿಂಗೇ ಮೆಣಸಿನ ಕಾಯಿ ಇಟ್ಟುಬಿಟ್ಟಿದ್ದಳು. ಮೂರು ದಿನ ಉರಿ ಉರಿ ಅಂತ ಒದ್ದಾಡಿದ್ದೆ. ನನಗೂ ಕಣ್ಣು ಕಾಣಿಸೋ ಹಂಗಿದ್ರೆ ಓಡಿ ಹೋಗಬೋದಿತ್ತು ಅಂತ ಆವಾಗ ಅನಿಸಿತ್ತು' ಎಂದು ನಗು ನಗುತ್ತಾ ಹೇಳಿದಳು.

ಬೆಂಗಳೂರು, 24ನೇ ಅಕ್ಟೋಬರ್ 2003

ಮೊದಲ ಕತೆ ಬರೆದಾಗ

ನಾನಾಗ ಒಂಬತ್ತನೆ ತರಗತಿಯಲ್ಲಿ ಓದುತ್ತಿದ್ದೆ. ಶಾಲೆಯ ಸಮವಸ್ತ್ರ ಪದ್ಧತಿಯ ಪ್ರಕಾರ ಪ್ಯಾಂಟು ಹಾಕುತ್ತಿದ್ದೇನಾದ್ದರಿಂದ ಹೈಸ್ಕೂಲು ಕಟ್ಟೆ ಹತ್ತಿದ್ದೆನೆಂದು ಹೇಳಬಹುದಾಗಿತ್ತೇ ಹೊರತು ನಿಕ್ಕರ್ ಹಾಕಿಕೊಂಡರೆ ಥೇಟ್ ಆರನೇ ತರಗತಿಯವನಂತೆ ಕಾಣುತ್ತಿದ್ದೆ. ಶಾಲೆಯಲ್ಲಿ ಮೊದಲ ಬೆಂಚಿನಲ್ಲಿ ಬಾಯಿ ಬಿಟ್ಟುಕೊಂಡು ಪಾಠ ಕೇಳುತ್ತಿದ್ದೆ. ಮಾಸ್ತರರು ತರಗತಿಯೊಳಗೆ ಕಾಲಿಟ್ಟ ತಕ್ಷಣ ಹೋಂವರ್ಕ್ ಪುಸ್ತಕವನ್ನು ಒಯ್ದು ಮೇಜಿನ ಮೇಲಿಟ್ಟು ಮಾಸ್ತರರಿಂದ ಶಹಭಾಸ್‌ಗಿರಿ ಗಿಟ್ಟಿಸುತ್ತಿದ್ದೆ. ಹೋಂವರ್ಕ್ ಮಾಡದ ಉಳಿದ ಹುಡುಗರಿಗೆ ಮಾಸ್ತರರು ದಂಡಿಸಿ, 'ಅವನ್ನ ನೋಡಿ ಕಲೀರಿ....' ಅಂತಂದಾಗ ಒಳಗೊಳಗೇ ಖುಷಿ!

ಆ ದಿನ ಹಾಗೇ ಆಯ್ತು. ದಿನದ ಕಡೆಯ ಪಿರಿಯಡ್ಡದು. ಕನ್ನಡ ಮಾಸ್ತರರು ಪಾಠ ಮಾಡುವದನ್ನು ಮುಗಿಸಿ ಹೊರಗೆ ಹೋಗುತ್ತಿರುವಾಗ, 'ಸಾರ್ ಸಾರ್, ನಾಳೆಗೆ ಹೋಂವರ್ಕ್ ಏನು ಅಂತ ಹೇಳ್ಲೇ ಇಲ್ಲ...' ಅಂತ ಅನಾಹುತವಾದಂತೆ ಕೂಗಿದ್ದೆ. ಮಾಸ್ತರರಿಗೆ ತಕ್ಷಣ ಏನೆಂದು ಹೇಳಬೇಕೆಂದು ತೋಚಲಿಲ್ಲ. ಕಾಫಿ ಕುಡಿಯಲು ಹೊರಟವರನ್ನು ತಡೆದದ್ದರಿಂದ ಸ್ವಲ್ಪ ಕಿರಿಕಿರಿಯಾಗಿತ್ತು. ಕಡೆಗೆ 'ಎಲ್ಲಾರೂ ಒಂದೊಂದು ಕತೆ ಬರಕೊಂಡು ಬರ್ರಿ. ಶಾಲೆಯ ವಾರ್ಷಿಕ ಪತ್ರಿಕೆಗೆ ಹಾಕಲಿಕ್ಕೆ ಬೇಕು...' ಅಂತ ಹೇಳಿ ಹೋಗಿಬಿಟ್ಟರು.

ನಾನು ಅತ್ಯಂತ ಪ್ರಾಮಾಣಿಕವಾಗಿ 'ಶಾಲೆಯ ವಾರ್ಷಿಕ ಪತ್ರಿಕೆಗೆ ಒಂದು ಕತೆ ಬರೆಯಿರಿ' ಎಂದು ನೋಟ್ ಪುಸ್ತಕದಲ್ಲಿ ಬರೆದು ತಲೆಯೆತ್ತುವದರೊಳಗೆ ಹಿಂದಿನ ಬೆಂಚಿನ ಶೀನ ತಲೆಗೊಂದು ಮೊಟಕಿದ್ದ. ನಾನು 'ಕುಯ್ಯೋ...' ಎಂದು ಸದ್ದು ಮಾಡುವದರೊಳಗೆ ಮತ್ತೊಂದು ನಾಲ್ಕು ಸ್ನೇಹಿತರು ಬೆನ್ನಿಗೆ ಬಾರಿಸಿದರು. 'ಹಾಕು ಆ ಸೂವರ್‌ಗೆ... ಹೋಂವರ್ಕ್

ಇಲ್ಲ ಅಂದರೆ ತಂಬಿತೊಂಡು ಬರಂಗಿಲ್ಲ ಅನ್ನೋರಂಗೆ ಆಡ್ತಾನೆ...' ಕಡೆಯ ಬೆಂಚಿನಿಂದೊಬ್ಬ ಸಿಟ್ಟಿನಿಂದ ಕೂಗಿದ. 'ಏನೋ ಪ್ರಶ್ನೆ ಉತ್ತರ ಬರಕೊಂಬರ್‍ರಿ ಅಂದ್ರೆ ಅವನ ನೋಟ್ ಪುಸ್ತಕಾನೇ ನೋಡಿ ಬರೀಬಹುದು. ಈಗ ನೋಡಿದ್ರೆ ಕತೆ ಬರೀಬೇಕಂತೆ ಕತೆ...' ಅಂತ ಇನ್ನೊಬ್ಬ ಆಕ್ರೋಶದಿಂದ ತನ್ನ ನೋಟ್ ಪುಸ್ತಕದಿಂದ ನನ್ನ ತಲೆಗೆ ಬಾರಿಸಿದ.

ಆ ದಿನ ನನ್ನನ್ನು ಯಾರೂ ಆಟದ ಗುಂಪಿನೊಳಗೂ ಸೇರಿಸಲಿಲ್ಲ. ಮನೆಗೆ ಒಬ್ಬನೇ ಹೋಗುವಾಗ ಅಳು ಬಂದಿತ್ತು. ಜೊತೆಗೆ ಎಲ್ಲರ ಮೇಲೆ ಸಿಟ್ಟು. ಮನೆಗೆ ಹೋಗಿ ಚೀಲ ಬಿಸಾಕಿದ್ದೇ ಕತೆ ಬರೆಯಲು ಕುಳಿತೆ. 'ಸ್ಕೂಲಿಂದ ಬಂದ ತಕ್ಷಣ ಸುಡುಗಾಡು ಆ ಬಿಳೀ ಬಟ್ಟಿ ಬಿಚ್ಚಿಟ್ಟು ಛಲೋ ಬಣ್ಣದ ಬಟ್ಟಿ ಹಾಕ್ಕೋ ಅಂದ್ರೂ ಕೇಳಂಗಿಲ್ಲ ನೋಡಪ್ಪ...' ಅಂತ ಅಮ್ಮ ಕಿರಿಕಿರಿ ಮಾಡಿದ್ದಕ್ಕೆ ಕೋಣೆಯ ಚಿಲಕವನ್ನು ಹಾಕಿಕೊಂಡೆ. ಕತೆ ಹೇಗೆ ಬರೆಯಬೇಕೆಂದಾಗಲಿ, ವಸ್ತುವೇನೆಂದಾಗಲಿ ಖಂಡಿತಾ ಗೊತ್ತಿರಲಿಲ್ಲ. ಹೋಂವರ್ಕ್ ಮುಗಿಸುವದಷ್ಟೇ ಗುರಿ! ಯಾವುದೋ ಶಾಲೆಯ ಹುಡುಗನೊಬ್ಬ ಸ್ಪರ್ಧೆಯಲ್ಲಿ ಭಾಗವಹಿಸಿ ಬಹುಮಾನ ಗೆಲ್ಲುತ್ತಾನೆ. ಆದರೆ ಬಹುಮಾನ ವಿತರಣೆಯ ದಿನ ಅವನಿಗೆ ಬದಲಾಗಿ ಬೇರೆ ಹಿರಿಯ ಹುಡುಗನಿಗೆ ಆ ಬಹುಮಾನ ಕೊಡಲಾಗುತ್ತದೆ ಎನ್ನುವದಷ್ಟೇ ಕತೆ. ಪದಗಳಿಗೆ ಕಾಟು ಹೊಡೆದರೆ ಮಾಸ್ತರರು ಬೈಯುತ್ತಾರೆಂದು ತಪ್ಪಿಲ್ಲದೆ ಗುಂಡನೆಯ ಅಕ್ಷರದಲ್ಲಿ ಬರೆದಿದ್ದೆ.

ನನ್ನ ಮಾಸ್ತರರಿಗೆ ಕತೆ ಇಷ್ಟವಾಗಿಬಿಟ್ಟಿತ್ತು. ಮರುದಿನ ತರಗತಿಯಲ್ಲಿ ಇಡೀ ಒಂದು ಪಿರಿಯಡ್ಡು ಆ ಕತೆಯನ್ನೇ ಓದಿ ಪಾಠ ಮಾಡಿದರು. ತರಗತಿ ಮುಗಿದ ನಂತರ ರುದ್ರೇಶಿ 'ಪರೀಕ್ಷದಾಗ ನಿನ್ನ ಕತೆ ಮೇಲೂ ಪ್ರಶ್ನೆ ಕೊಡ್ತಾರಾ?' ಅಂತ ಕೇಳಿದ್ದ. ನಾನು ಸುಮ್ಮನೆ ಬಿಟ್ಟೇನೆಯೆ? 'ಓಹ್, ಗ್ಯಾರಂಟಿ ಕೊಡ್ತಾರೆ. ಕ್ಲಾಸಿನಾಗೆ ಪಾಠ ಮಾಡಿಲ್ವಾ? ನಾನು ಮಾತ್ರ ಅದಕ್ಕೆ ಉತ್ತರ ಬರೆಯೋದು ಬೇಕಿಲ್ಲ' ಅಂತ ಡೌಲು ಹೊಡೆದಿದ್ದೆ!

ಮತ್ತೊಬ್ಬ ಗೆಳೆಯ ಸುಭಾನಿ ವಾರಪತ್ರಿಕೆ, ದಿನಪತ್ರಿಕೆಗಳನ್ನು ಓದುವ ಹವ್ಯಾಸ ಉಳ್ಳವನಾಗಿದ್ದ. ಅವನೊಮ್ಮೆ ಕತೆಯೊಂದರ ಬಗ್ಗೆ ಬರೆದ ಪತ್ರ 'ಓದುಗರ ಓಲೆ'ಯಲ್ಲಿ ಪ್ರಕಟವಾಗಿತ್ತು. ಅವನು ನನ್ನ ಕತೆಯನ್ನು ಪತ್ರಿಕೆಗೆ ಕಳುಹಿಸುವ ಯೋಚನೆಯನ್ನು ಮುಂದಿಟ್ಟ. ನನಗೆ ಒಂಥರಾ ಅಂಜಿಕೆಯಾಯ್ತು. 'ಅವೆಲ್ಲಾ ಬೇಡ...' ಅಂತ ಹೆದರಿಕೆಯಲ್ಲಿ ನಿರಾಕರಿಸಿದೆ. ಅವನು ಬಿಡಲಿಲ್ಲ. ಏನೇನೋ ಆಸೆ ತೋರಿಸಿ ಒಪ್ಪಿಸಿದ. ಕತೆಯನ್ನು ಒಂದೇ ಮಗ್ಗುಲಿನಲ್ಲಿ ತಪ್ಪಿಲ್ಲದಂತೆ ಬರೆದದ್ದಾಯ್ತು. 'ಒಂದೇ ಒಂದು ಕಾಗುಣಿತ ತಪ್ಪಾದ್ರೂ ಜೈಲಿಗೆ ಹಾಕ್ತಾರೆ...' ಅಂತ ಸುಭಾನಿ ಹೇಳಿದಾಗ ಮೂತ್ರಕ್ಕೆ ಅವಸರವಾಗಿತ್ತು. 'ದೇವರಾಣೆಗೂ ಇದು ನನ್ನ ಸ್ವಂತ ಕತೆ... ಬರೀ ಪ್ರಕಟಿಸಿದರೆ ಸಾಕು, ಹಣ ಕೊಡುವುದೇನೂ ಬೇಕಿಲ್ಲ... ದಯವಿಟ್ಟು ಮಕ್ಕಳ ವಿಭಾಗದಲ್ಲಿ ಪ್ರಕಟಿಸಬೇಡಿ... ತಪ್ಪಿದ್ದರೆ ಕ್ಷಮಿಸಿ...' ಎಂದೆಲ್ಲಾ ಸಂಪಾದಕರಿಗೆ ಪತ್ರ ಬರೆದಿದ್ದೆವು. ಮನೆಯ ವಿಳಾಸ ಕೊಟ್ಟು, ಅಲ್ಲಿಗೇ ಸಂಪಾದಕರು ಸಿಟ್ಟಾಗಿ ಪತ್ರ ಬರೆದರೆ ಕಷ್ಟವೆಂದು ಯೋಚಿಸಿ 'ಒಂಬತ್ತನೇ ತರಗತಿ, 'ಎ' ಸೆಕ್ಷನ್...' ಅಂತ ವಿಳಾಸ ಬರೆದೆವು. ಅಪ್ಪನ ಹತ್ತಿರ ಸಿನಿಮಾಕ್ಕೆ ಹೋಗುತ್ತೀನೆಂದು ಹೇಳಿ ಹಣ ತೆಗೆದುಕೊಂಡು ಪತ್ರ ಕಳುಹಿಸಿದ್ದೆವು. ಸುಭಾನಿ ಕೂಡಾ ಐವತ್ತು ಪೈಸೆ ಕೊಟ್ಟಿದ್ದ. ಪತ್ರ ಕಳುಹಿಸಿದ ಎರಡು ಮೂರು ರಾತ್ರಿ ನನಗೆ ಕಾಗುಣಿತ ತಪ್ಪಾಗಿ, ಪೋಲೀಸರು

ನನ್ನನ್ನು ಜೈಲಿಗೆ ಹಿಡಿದುಕೊಂಡು ಹೋಗುವಂತಹ ಕನಸು ಬಿದ್ದು ಎಚ್ಚರವಾಗುತ್ತಿತ್ತು. ಆದರೆ ವಾರಗಳು ಕಳೆದರೂ ಏನೂ ಆಗಲಿಲ್ಲವಾದ್ದರಿಂದ ಅದನ್ನು ಮರೆತೇಬಿಟ್ಟೆವು.

ಒಂದು ಮುಂಜಾನೆ ನಾನು ಪಾಯಿಖಾನೆಯಲ್ಲಿ ಕುಳಿತಿದ್ದಾಗ ನನ್ನಕ್ಕ ಹೊರಗಿನಿಂದ 'ಬಡಾನ ಬಾರೋ, ಬಡಾನ ಬಾರೋ...' ಎಂದು ಮೈಮೇಲೆ ದೆವ್ವ ಹೊಕ್ಕಂತೆ ಕೂಗತೊಡಗಿದಳು. 'ನಾನು ಹೋದಾಗಲೇ ಈಕಿಗೆ ಯಾವಾಗಲೂ ಅವಸರ ಆಗ್ತದೆ. ಈವತ್ತು ಚಡ್ಡಿನಾಗೇ ಮಾಡ್ಕೊಳ್ಳಿ...' ಅಂತ ಪಟ್ಟು ಹಿಡಿದವನಂತೆ ಹೊರಬರದೆ ಕುಳಿತೆ. ಆದರೆ ನನ್ನಮ್ಮ ಅಪ್ಪ ಕೂಡಾ ಕೂಗಿ ಕರೆಯಲಾರಂಭಿಸಿದಾಗ ಬೇರೇನೋ ಇರಬೇಕೆಂದು ಹೊರಬಂದೆ. ನನ್ನಕ್ಕ ಕೈಯಲ್ಲಿದ್ದ ವಾರಪತ್ರಿಕೆಯನ್ನು ತೋರಿಸಿ 'ನಿನ್ನ ಕತಿ ಬಂದದೋ...' ಅಂದಳು. ನಂಬಲಿಕ್ಕಾಗಲಿಲ್ಲ. 'ಸುಳ್ಳು ಹೇಳ್ತಿ ಹೋಗೇ...' ಎಂದೆ. 'ದೇವರಾಣೆಗೂ ಸುಳ್ಳಲ್ಲ... ನೋಡಿಲ್ಲಿ...' ಅಂತ ತೋರಿಸಿದಳು. ನನ್ನ ಕತೆಯನ್ನು ಪತ್ರಿಕೆಯಲ್ಲಿ ನೋಡಿದ್ದೇ ಕೈಕಾಲಲ್ಲೆಲ್ಲಾ ನಡುಕ ಶುರುವಾಗಿಬಿಟ್ಟಿತು. 'ನೀನು ಯಾವಾಗ ಕತೆ ಬರೆದಿದ್ದೋ...' ಅಂತ ಅಮ್ಮ ಕೇಳಿದ್ದಕ್ಕೆ, 'ಹೋಂವರ್ಕ್ ಕೊಟ್ಟಿದ್ರು...' ಎಂದ ನನ್ನ ಧ್ವನಿ ಅಳುಬುರುಕವಾಗಿತ್ತು.

ಅಪ್ಪಗಂತೂ ಮಗರಾಯ ಯುದ್ಧ ಗೆದ್ದು ಬಂದ ವೀರನಂತೆ ಕಂಡಿದ್ದ. ಬಂಧು ಬಳಗದವರಿಗೆಲ್ಲಾ ಹದಿನೈದು ಪೈಸೆ ಕಾರ್ಡಿನಲ್ಲಿ ಪತ್ರ ಬರೆದು ತಿಳಿಸಿದ್ದ. ಕತೆ ಹಾಳಾಗಬಾರದೆಂದು ಫೋಟೋ ಫ್ರೇಮಿನ ಅಂಗಡಿಗೆ ಹೋಗಿ, ಕತೆಗೆ ಗಾಜು ಹಾಕಿಸಿ ನಡುಮನೆಯಲ್ಲಿ ಎಲ್ಲರಿಗೂ ಕಾಣುವಂತೆ ನೇತು ಹಾಕಿದ. ಮನೆಗೆ ಬಂದವರಿಗೆಲ್ಲಾ ಅದನ್ನು ತೋರಿಸಿ 'ಓದು...' ಅಂತ ನನಗೆ ಹೇಳುತ್ತಿದ್ದ. ನಾನು ಓದುವಾಗ ನನ್ನ ಮುಖವನ್ನೇ ನೋಡುತ್ತಾ ಕಣ್ಣನ್ನು ತೇವಗೊಳಿಸಿಕೊಳ್ಳುತ್ತಿದ್ದ. ಒಂದು ದಿನ ನನ್ನನ್ನು ಹತ್ತಿರ ಕೂಡಿಸಿಕೊಂಡು 'ಮುಂದಿನ ಸಲ ಕತಿ ಬರದಾಗ ಮನಿ ವಿಳಾಸ ಕೊಡು. ಚಂದಾಗಿ ಇಂಥಾವರ ಮಗ ಅಂತ ಬರಿ' ಎಂದು ಹೇಳಿದ್ದ.

ನನ್ನ ದೊಡ್ಡಪ್ಪನವರೊಬ್ಬರಿದ್ದರು. ಅವರ ಮನೆಗೆ ನಾನು ಉತ್ಸಾಹದಿಂದ ಹೋದಾಗ ಅವರು ಈಜಿಚೇರಿನಲ್ಲಿ ಕುಳಿತು ಕಾಫಿ ಕುಡಿಯುತ್ತಿದ್ದರು. 'ಕತಿ ಬರದಿಯಂತಲ್ಲೋ..' ಅಂತ ನನ್ನನ್ನು ಮಾತನಾಡಿಸಿದರು. 'ಹೂಂ..' ಎಂದು ಉತ್ಸಾಹದಿಂದ ಹೇಳಿದೆ. 'ಸಾವಿರ ರೂಪಾಯಿ ಕೊಡ್ತಾರಾ?' ಅಂತ ಕೇಳಿ ನಕ್ಕರು. 'ಗೊತ್ತಿಲ್ಲ...' ಅಂದೆ. 'ಇಲ್ಲಾ ಲಕ್ಷ ರೂಪಾಯಿ ಕೊಡ್ತಾರಾ...' ಅಂತ ಮುಖವನ್ನು ಮುಂದೆ ತಂದು ಗಟ್ಟಿಯಾಗಿ ಕೇಳಿದರು. ಮಾತನಾಡದೆ ಸುಮ್ಮನೆ ನಿಂತೆ. ದೊಡ್ಡಮ್ಮ ಒಳಗಿನಿಂದ ಹೊರಬಂದರು. 'ನೀವು ಅಣ್ಣ ತಮ್ಮ ಕಚ್ಚಾಡಿಕೊಂಡು ಸಾಯಿರಿ. ಹುಡುಗರ ತಂಟಿಗೆ ಮಾತ್ರ ಬರಬ್ಯಾಡ್ರಿ' ಅಂತ ಗಂಡಗೆ ದಬಾಯಿಸಿ ನನ್ನನ್ನು ಅಡಿಗಿಮನೆಗೆ ಕರೆದುಕೊಂಡು ಹೋದರು. ದೊಡ್ಡಪ್ಪಗೆ ಮಾತಿನ ಕಾವಿನ್ನೂ ಆರಿರಲಿಲ್ಲ. 'ಒಂದು ನಯಾ ಪೈಸಾನೂ ಕೊಡಲ್ಲ... ನೋಡ್ತಾ ಇರು ಬೇಕಂದ್ರೆ... ಪತ್ರಿಕೆ ಮಂದಿ ಉಗುರುನಾಗಿನ ಉಪ್ಪೂ ಜಾಡಿಸಲ್ಲ... ನಂಗೆಲ್ಲಾ ಗೊತ್ತದೆ' ಅಂತ ತಲೆಯನ್ನು ಅಡಿಗೆ ಮನೆಯ ಕಡೆಗೆ ತಿರುಗಿಸಿ ಕೂಗುತ್ತಲೇ ಇದ್ದರು. ದೊಡ್ಡಮ್ಮ ಬಿಸಿಬಿಸಿ ದೋಸೆಯನ್ನು ತಿನ್ನಲು ಕೊಟ್ಟಳು. ಆಮೇಲಕ್ಕೆ ಕಾಫಿ ಕೊಟ್ಟು, 'ದೊಡ್ಡಪ್ಪ ಅಂದಿದ್ದು ಮನೆಯಾಗೆ ಹೇಳಬೇಡ ರಾಜ...' ಅಂತ ಬೇಡಿಕೊಂಡರು.

ಆಗ ಸಂಕ್ರಾಂತಿಯ ಸಮಯ. ಭೋಗಿಹಬ್ಬದ ಬಾಗಿನವನ್ನು ಪಡೆಯಲೆಂದು ಹಿರಿಯ ಮುತ್ತೈದಿ ರಾಗಮ್ಮ ನಮ್ಮ ಮನೆಗೆ ಬಂದಿದ್ದರು. ಅಮ್ಮ ಹೊಸ ಮೊರದಲ್ಲಿ ಕುಬುಸದ ಕಣ, ಕನ್ನಡಿ, ಬಾಚಣಿಕೆ, ಧಾನ್ಯ ಮುಂತಾದವುಗಳನ್ನೆಲ್ಲಾ ಇಟ್ಟು, ಸೆರಗಿನಲ್ಲಿ ಮುಚ್ಚಿಟ್ಟು ರಾಗಮ್ಮನಿಗೆ ಕೊಟ್ಟು ನಮಸ್ಕಾರ ಮಾಡಿದರು. ನನಗೂ ನಮಸ್ಕಾರ ಮಾಡಲು ಹೇಳಿದರು. ನಾನು ನಮಸ್ಕಾರ ಮಾಡುವಾಗ ನಾನು ಕತೆ ಬರೆದ ವಿಷಯವನ್ನು ತಿಳಿಸಿದರು. 'ಹಂಗಾರೆ ಓದಪ್ಪ ರಾಜ...' ಎಂದು ಕೇಳಲು ಕುಳಿತೇ ಬಿಟ್ಟರು. ನಾನು ಓದಲಾರಂಭಿಸಿದೆ. ಕತೆಯ ಕೊನೆ ಬಂದಾಗಲಂತೂ ರಾಗಮ್ಮ ಅಳಲಾರಂಭಿಸಿದರು. ನನಗೆ ಕಕ್ಕಾಬಿಕ್ಕಿಯಾಗಿ ಓದುವದನ್ನೇ ನಿಲ್ಲಿಸಿಬಿಟ್ಟೆ. ತಮ್ಮ ದಪ್ಪ ಕನ್ನಡಕವನ್ನು ತೆಗೆದು ಕಣ್ಣೊರಸಿಕೊಂಡು 'ನೀನು ಓದಪ್ಪ, ನಿಲ್ಲಿಸಬೇಡ...' ಎಂದು ಮೂಗನ್ನೇರಿಸಿಕೊಂಡರು. ಕತೆ ಮುಗಿದ ಮೇಲೆ 'ಒಂದು ಹಿಡಿ ಉಪ್ಪು ಮೆಣಸಿಕಾಯಿ ಕೊಡವ್ವ... ನನ್ನ ಕಣ್ಣು ಒಳ್ಳೇದಲ್ಲ... ಕೂಸಿಗೆ ದೃಷ್ಟಿಯಾದೀತು...' ಎಂದು ಕೇಳಿ ಪಡೆದು 'ಛಿ ದೃಷ್ಟಿ, ಥೂ ದೃಷ್ಟಿ...' ಅಂತ ನನ್ನನ್ನು ಹಿಂದು ಮುಂದು ತಿರುಗಿ ನಿಲ್ಲುವಂತೆ ಹೇಳಿ ದೃಷ್ಟಿ ತೆಗೆದರು. ಮನೆಗೆ ಹೋಗುವಾಗ ಅಮ್ಮ ಬಾಗಿನವನ್ನು ಅವರ ಜೊತೆಯಲ್ಲಿ ತೆಗೆದುಕೊಂಡು ಹೋಗಿ ಮನೆಯ ತನಕ ಬಿಟ್ಟು ಬರಲು ಹೇಳಿದಳು. ದಾರಿಯಲ್ಲಿ ರಾಗಮ್ಮ ನನ್ನೊಡನೆ ಮಾತನಾಡಿ 'ನೋಡಪ್ಪ ರಾಜ, ಇನ್ನು ಮುಂದೆ ಯಾವತ್ತೂ ಕಡೀಗೂ ದುಃಖಾನೇ ಉಳಿಯಂಥಾ ಕತಿ ಮಾತ್ರ ಬರೀಬೇಡ. ಮಧ್ಯದಾಗೆ ಎಷ್ಟೇ ಕಷ್ಟ ಪಟ್ಟರೂ ಪರವಾಗಿಲ್ಲ. ಕಡೀಗೆ ಮಾತ್ರ ಎಲ್ಲಾರೂ ಸುಖವಾಗಿರಬೇಕು ನೋಡು. ಗೊತ್ತಾಯ್ತಾ?' ಎಂದು ತಿಳಿ ಹೇಳಿದರು. ಗೋಣಲ್ಲಾಡಿಸಿದೆ.

ಅಮ್ಮನ ಕಟ್ಟಾ ಪ್ರತಿಸ್ಪರ್ಧಿ ರುಕ್ಮಿಣಮ್ಮ. ಅಮ್ಮ ಮನೆ ಮುಂದೆ ಏನಾದರೂ ಕೊಂಡರೆ, ರುಕ್ಮಿಣಮ್ಮನೂ ಅದನ್ನು ಕೊಳ್ಳುವತನಕ ಸಮಧಾನ ಹೊಂದುತ್ತಿರಲಿಲ್ಲ. ರುಕ್ಮಿಣಮ್ಮ ಯಾವುದಾದರೂ ಸಿನಿಮಾ ನೋಡಿ ಬಂದಳೆಂದರೆ ತೀರಿತು, ಅಮ್ಮ ಅದನ್ನು ನೋಡುವ ತನಕ ನೆಮ್ಮದಿಯಿಂದ ನಿದ್ದೆ ಮಾಡುತ್ತಿರಲಿಲ್ಲ. ಹಾಗಿರುವಾಗ ಮಗ ಕತೆ ಬರೆದ ವಿಷಯನ್ನು ತಿಳಿಸಿ ರುಕ್ಮಿಣಮ್ಮನ ಹೊಟ್ಟೆ ಉರಿಸದೆ ನಮ್ಮಮ್ಮ ಸುಮ್ಮನಿರುತ್ತಾಳೆಯೆ? ರುಕ್ಮಿಣಮ್ಮನ ಮಗ ಬೇರೆ ನನ್ನದೇ ವಯಸ್ಸಿನವ. ಶಾಲೆಯಲ್ಲಿ ಅಷ್ಟೇನೂ ಹೇಳಿಕೊಳ್ಳುವಂತಹ ಜಾಣನಲ್ಲ.

ಮರುದಿನ ಮಧ್ಯಾಹ್ನವೇ ವಾರಪತ್ರಿಕೆಯನ್ನು ತೆಗೆದುಕೊಂಡು ಹೋಗಿ ತೋರಿಸಿದಳು. 'ಎಲ್ಲಾ ಹುಡುಗರ ಕೈಲೆ ಬರಿಲಿಕ್ಕೆ ಆಗಂಗಿಲ್ಲ ನೋಡ್ರಿ... ಏನೋ ಸರಸ್ವತೀ ಅನುಗ್ರಹ...' ಅಂತ ಸಣ್ಣಗೆ ಇರುವೆ ಬಿಟ್ಟಳು. ಆದರೆ ರುಕ್ಮಿಣಮ್ಮ ಸಾಮಾನ್ಯದವರೆ? 'ಭಲೋ ಆಯ್ತು ಬಿಡರೀ... ನಿಮ್ಮ ಮಗ ದೊಡ್ಡವನಾದ ಮೇಲೆ ಬಳ್ಳಾರಿ ಬೀಚಿ ಹಂಗೆ ಆಗ್ತಾನೆ...' ಎಂದು ಎದುರೇಟು ಕೊಟ್ಟೇಬಿಟ್ಟಳು. ಅಮ್ಮ ಮತ್ತೊಂದು ಮಾತನಾಡದೆ ಮನೆಗೆ ಬಂದು ಕಂಬಕ್ಕೊರಗಿ ಕುಳಿತುಬಿಟ್ಟಳು. 'ಏನಾಯ್ತೇ?' ಅಂತ ಅಪ್ಪ ಕೇಳಿದ್ದೇ ತಡ ಬಿಕ್ಕಿಸಿ ಅಳಲಾರಂಭಿಸಿದಳು. ಅಳುವೆಲ್ಲಾ ಮುಗಿದ ಮೇಲೆ ನನ್ನನ್ನು ದೇವರ ಮನೆಗೆ ಕರೆದುಕೊಂಡು ಹೋಗಿ 'ನಾನು ಹೇಳಿದಂಗೆ ಪ್ರಮಾಣ ಮಾಡು' ಎಂದು ಆಜ್ಞೆ ಕೊಟ್ಟಳು. 'ದೊಡ್ಡವನಾದ ಮೇಲೆ ಹೆಂಡ ಸರಾಯಿ ಕುಡಿಯಂಗಿಲ್ಲ ಅಂತ ಪ್ರಮಾಣ ಮಾಡು' ಎಂದಳು. ನಾನು ಕೈಮೇಲೆ ಕೈ ಇಟ್ಟೆ. 'ದೊಡ್ಡವನಾದ ಮೇಲೆ ಮದ್ದು ಮಾಂಸ ತಿನ್ನಂಗಿಲ್ಲ ಅಂತ ಪ್ರಮಾಣ ಮಾಡು' ಎಂದಳು.

ನಾನು ಕೈಮೇಲೆ ಕೈ ಇಟ್ಟೆ. 'ದೊಡ್ಡವನಾದ ಮೇಲೆ ಸೂಳೇರ ಸಹವಾಸ ಮಾಡಂಗಿಲ್ಲ ಅಂತ ಪ್ರಮಾಣ ಮಾಡು' ಎಂದಳು. ನಾನು ಸಂಕೋಚದಿಂದ ಪಿಳಿಪಿಳಿ ಕಣ್ಣು ಬಿಟ್ಟೆ. 'ಪ್ರಮಾಣ ಮಾಡೋ...' ಅಂತ ದಬಾಯಿಸಿದಳು. ಹೆದರಿಕೆಯಿಂದ ಕೈಮೇಲೆ ಕೈ ಇಟ್ಟೆ.

ಊರಲ್ಲಿ ವೆಂಕಟೇಶಿ ಎನ್ನುವ ಕಾಲೇಜು ಓದುವ ಹುಡುಗನೊಬ್ಬನಿದ್ದ. ಅವನಿಗೆ ನನ್ನನ್ನು ಕಂಡರೆ ರ್‍ಯಾಗಿಂಗ್ ಮಾಡುವ ಬುದ್ಧಿ. ನಾನು ರಸ್ತೆಯಲ್ಲಿ ಹೊರಟಿದ್ದರೆ ಸೈಕಲ್ಲಿನಲ್ಲಿ ಹೋಗುತ್ತಾ ಪಟ್ ಎಂದು ತಲೆಗೆ ಹೊಡೆಯುತ್ತಿದ್ದ. ಕ್ರಿಕೆಟ್ ಆಡುತ್ತಿದ್ದರೆ ಮಧ್ಯದಲ್ಲಿ ಬಂದು ಬಾಲು ಕಸಿದುಕೊಂಡು ಕೊಡದೆ ಗೋಳಾಡಿಸುತ್ತಿದ್ದ. ನಾನು ಗೌಳೇರ ಓಣಿಯಿಂದ ತಂಬಿಗೆಯಲ್ಲಿ ಹಾಲು ತರುತ್ತಿದ್ದರೆ ಅದನ್ನು ಸ್ವಲ್ಪ ಕುಡಿದು ಕೊಡುತ್ತಿದ್ದ. ಅವನು ದೂರದಲ್ಲಿ ಕಂಡರೆ ಆ ರಸ್ತೆ ಬಿಟ್ಟು ಬೇರೆ ರಸ್ತೆಗೆ ಹೋಗುತ್ತಿದ್ದೆ. ಒಂದು ದಿನ ನಾನು ಶಾಲೆಗೆ ಹೋಗುವಾಗ ನನ್ನ ಬಳಿ ಬಂದ. ಕೈಯಲ್ಲಿ ಪೇಪರಿನ ಕಟ್ಟು! 'ನಿನ್ನ ಜೋಡಿ ಮಾತನಾಡಬೇಕಿತ್ತು' ಅಂತ ಗಂಭೀರವಾಗಿ ಹೇಳಿದ. ನಂಗೆ ಅವನ ಆ ಗೌರವಯುತ ಧ್ವನಿ ಕೇಳಿ ಅನುಮಾನ. 'ಏನು?' ಅಂದೆ. 'ನೀನೇ ಬರೆದಿದ್ದಾ ಕತಿ? ಇಲ್ಲಾ ಎಲ್ಲಿಂದನ್ನಾ ಕಾಪಿ ಹೊಡೆದೀಯ?' ಅಂತ ಕೇಳಿದ.

ಈಗ ಸ್ವಲ್ಪ ಸೂಕ್ಷ್ಮ ಗೊತ್ತಾಯ್ತು. 'ನಾನೇ ಬರೆದಿದ್ದು. ಕಾಪಿ ಯಾಕೆ ಮಾಡ್ಲಿ?' ಎಂದೆ. 'ನಾನೂ ಮೂರು ನಾಲ್ಕು ಕತೆ ಬರೆದೀನಿ. ಯಾಕೋ ಒಂದೂ ಅಚ್ಚಾಗ್ತಾ ಇಲ್ಲ. ನೀನು ಸ್ವಲ್ಪ ನೋಡ್ತೀಯಾ?' ಅಂತ ಬೇಡಿಕೊಂಡು ಕಾಗದದ ಕಟ್ಟನ್ನು ಕೊಟ್ಟ. ಅವನ ಬಂಡವಾಳ ಪೂರ್ತಿ ಗೊತ್ತಾಯ್ತು. ಸಿಕ್ಕಿದ ಅವಕಾಶ ಬಿಟ್ಟು ಕೊಡುತ್ತೇನೆಯೆ? ಕಾಲರನ್ನು ಸರಿಪಡಿಸಿಕೊಂಡು 'ಸಂಜಿ ಹೊತ್ತಿನಾಗೆ ಮನೆ ಕಡಿ ಬರ್ರಿ. ಓದಿ ತಿದ್ದಿ ಇಟ್ಟಿರತೀನಿ' ಅಂದೆ! ಸಾಯಂಕಾಲ ಅವನು ಮನೆಗೆ ಬಂದಾಗ ಕೋಣೆಯಲ್ಲಿ ಕೂಡಿಸಿಕೊಂಡು 'ನೀವು ತುಂಬಾ ಮಿಸ್ಟೇಕ್ ಮಾಡ್ತೀರ. ತಿದ್ದೋದು ಭಾಳ ಕಷ್ಟ. ನಾನು ರೆಕಮಂಡ್ ಮಾಡಿ ಸಂಪಾದಕರಿಗೆ ಪತ್ರ ಕಳುಹಿಸಿ ಕೊಡ್ತೀನಿ. ಹಾಕ್ತಾರೆ ಬಿಡ್ರಿ' ಅಂತ ಹೇಳಿದೆ.

ಆಮೇಲೆ 'ನಿಮ್ಮ ಪತ್ರಿಕೆಯಲ್ಲಿ ಇತ್ತೀಚೆಗೆ ಕತೆ ಬರೆದವನು ನಾನು...' ಎಂದೆಲ್ಲಾ ಸೇರಿಸಿ ಪತ್ರ ಬರೆದು ಅವನ ಕತೆ ಕಳುಹಿಸಿಕೊಟ್ಟೆ. ತಿಂಗಳುಗಳು ಕಳೆದರೂ ಏನೂ ಆಗಲಿಲ್ಲ. ನಾನು ಎಲ್ಲಿ ಸಿಕ್ಕರೆ ಅಲ್ಲಿ ವೆಂಕಟೇಶ 'ಯಾವಾಗ ಬರ್ತದೆ?' ಎಂದು ಕೇಳಿ ಕಿರುಕುಳ ಕೊಡಲಾರಂಭಿಸಿದ. 'ಒಳ್ಳೆ ಕತಿ ಆದರೆ ಬಡಾನ ಹಾಕ್ತಾರೆ. ಸುಮಾರಾದ್ರೆ ಸ್ವಲ್ಪ ಕಾಯಬೇಕು...' ಎಂದು ಕೆಲವು ದಿನ ದೂಡಿದೆ. ಕಡೆಗೆ ವೆಂಕಟೇಶ ಆಸೆ ಬಿಟ್ಟ. ಮತ್ತೆ ಯಾವತ್ತಿನಂತೆ ನನ್ನ ಮೇಲೆ ರ್‍ಯಾಗಿಂಗ್ ಮುಂದುವರೆಸಿದ.

ಒಂದು ಮೂರು ನಾಲ್ಕು ವಾರಕ್ಕೆ ಶಾಲೆಯ ವಿಳಾಸಕ್ಕೆ ನನಗೆ ಐವತ್ತು ರೂಪಾಯಿಗಳ ಚೆಕ್ಕು ಬಂತು. ಹೆಡ್‌ಮಾಸ್ತರರು ಖುಷಿಯಿಂದ ಬೀಗಿಬಿಟ್ಟರು. ಶಾಲೆಯಲ್ಲಿ ಪ್ರಾರ್ಥನೆಯ ಸಮಯದಲ್ಲಿ ಹತ್ತು ನಿಮಿಷ ಭಾಷಣ ಮಾಡಿ 'ನಮ್ಮ ಶಾಲೆಯ ಕೀರ್ತಿಯನ್ನು ದೇಶದಾದ್ಯಂತ ಹರಡುವವನು...' ಅಂತೆಲ್ಲಾ ಹೇಳಿ ವೇದಿಕೆಗೆ ಕರೆದು ಕೊಟ್ಟರು. ಮಿರಿಮಿರಿ ಮಿಂಚುವ ಆ ಚೆಕ್ಕು ಕೈಯಲ್ಲಿ ಭಾರವೆನ್ನಿಸಿತ್ತು. ಬ್ಯಾಂಕಿನಲ್ಲಿ ನನ್ನ ಹೆಸರಿನ ಖಾತೆಯೇ ಇರಲಿಲ್ಲ. ಆ ಚೆಕ್ಕಿನ ಸಲುವಾಗಿ ನಾನು ಹೊಸದಾಗಿ ಖಾತೆ ತೆರೆಯಬೇಕಾಯ್ತು. ಖಾತೆ ತೆರೆಯಲು ಅರ್ಜಿಯಲ್ಲಿ

ಸಹಿ ಮಾಡಬೇಕಾಗಿತ್ತು. ನನ್ನದು ಅಂತ ಒಂದು ಸಹಿಯನ್ನು ನಾನಿನ್ನೂ ರೂಢಿಸಿಕೊಂಡಿರಲಿಲ್ಲ. ಮೊದಲ ಸಲ ಮಾಡಿದ್ದ ಸಹಿಗಿಂತ ಇರುವಿಯಷ್ಟು ಬೇರೆಯಿದ್ದರೂ ರೊಕ್ಕ ಕೊಡಂಗಿಲ್ಲ ಅಂತ ಸುಭಾನಿ ಹೆದರಿಸಿದ. ರಾತ್ರಿಯೆಲ್ಲಾ ಕುಳಿತು ನನ್ನದೇ ಆದ ಒಂದು ಹೊಸಾ ಸಹಿಯನ್ನು ನೂರಾರು ಸಲ ಗೀಚಿ ಅಭ್ಯಾಸ ಮಾಡಿಕೊಂಡೆ. ಮರು ದಿನ ಬ್ಯಾಂಕಿನಲ್ಲಿ ಅರ್ಜಿಯಲ್ಲಿ ಸಹಿ ಮಾಡಿದ ಮೇಲೆ ಮ್ಯಾನೇಜರರು ಏನನ್ನುತ್ತಾರೋ ಎಂದು ಅನುಮಾನದಲ್ಲಿ ಅವರ ಮುಖವನ್ನು ನೋಡುತ್ತಿದ್ದೆ.

ನನ್ನ ಮೊದಲ ಕತೆ ಪ್ರಕಟವಾಗಿ ಆಗಲೇ ಇಪ್ಪತ್ತು ವರ್ಷಗಳಾಗಿವೆ. ಆದರೂ ಆ ನೆನಪುಗಳಿನ್ನೂ ನನ್ನ ಮನದಲ್ಲಿ ಹಸಿಹಸಿಯಾಗಿವೆ. ಆಗಿನ ನನ್ನ ಖುಷಿ, ಹೆಮ್ಮೆ, ಆತಂಕಗಳು ಮುಂದಿನ ನನ್ನ ಯಾವುದೇ ಸಾಹಿತ್ಯದ ಸಾಧನೆಗಳಿಂದಲೂ ಬರಲು ಸಾಧ್ಯವಿಲ್ಲ.

ಬೆಂಗಳೂರು, 1ನೇ ಮೇ 2003

ಮಾಸ್ತರರೆ, ನೀವು ನಮಗೆ ಅತ್ಯಂತ ಮುಖ್ಯ

ಆದೇ ಹೊಸತಾಗಿ ಎಂಟನೆ ತರಗತಿಗೆ ಸೇರಿದ್ದೆವು. ಹೈಸ್ಕೂಲ್ ಕಟ್ಟೆ ಹತ್ತಿದ್ದರ ಜೊತೆಗೆ ನಿಕ್ಕರ್ ಹೋಗಿ ಪ್ಯಾಂಟ್ ಹಾಕಿ ಏನೋ ದೊಡ್ಡವರಾಗಿ ಬಿಟ್ಟೆವೆಂಬ ಖುಷಿ. ನಮಗಿಂತಾ ಕಿರಿಯ ವಿದ್ಯಾರ್ಥಿಗಳು ಇನ್ನೂ ಚಡ್ಡಿ ಹಾಕಿಕೊಂಡು ಶಾಲೆಗೆ ಹೋಗುವದನ್ನು ಕಂಡಾಗ ಒಂದು ತರಹದ ತಮಾಷೆ. ದೊಡ್ಡ ಕ್ಲಾಸಿಗೆ ಬಂದು ಬಿಟ್ಟೆವಾದ್ದರಿಂದ ಓದುವದೆಲ್ಲಾ ಸಿಕ್ಕಾಪಟ್ಟೆ ಜಾಸ್ತಿ ಅಂತ ಒಳಗೇ ಹೆದರಿಕೆ.

ಹೀಗಿರುವಾಗಲೇ ನಮಗೆ ಆ 'ಭಯಂಕರ' ಮಾಸ್ತರರು ಗಣಿತ ಪಾಠ ಮಾಡಲಾರಂಭಿಸಿದ್ದು. ಅವರು ವಿದ್ಯಾರ್ಥಿಗಳೊಡನೆ ವರ್ತಿಸುತ್ತಿದ್ದುದನ್ನು ನೋಡಿದರೆ ನನಗೆ ಈಗಲೂ (ಇಪ್ಪತ್ತು ವರ್ಷಗಳ ನಂತರ) ಮೈಯಲ್ಲಿ ನಡುಕ ಬರುತ್ತದೆ. ಒಂದು ಕಿರುಬೆರಳಿನ ದಪ್ಪದ ಹುಣಸೆ ಬೆತ್ತವನ್ನು ಹಿಡಿದುಕೊಂಡೇ ಕ್ಲಾಸಿಗೆ ಬರುತ್ತಿದ್ದ ಆ ಮಾಸ್ತರರು, ಏನಿಲ್ಲವೆಂದರೂ ಸುಮಾರು ಹತ್ತು ವಿದ್ಯಾರ್ಥಿಗಳಿಗಾದರೂ ತಮ್ಮ ಶಕ್ತಿ ಮೀರಿ ಹೊಡೆದು 'ಹೊಡೀದೇ ಇದ್ದರೆ ನಿಮಗೆ ಬುದ್ಧಿ ಬರಂಗಿಲ್ಲ' ಅಂತ ಹೇಳುತ್ತಿದ್ದರು. ಕೇಳಿದ ಪ್ರಶ್ನೆಗೆ ಯಾರಾದರೂ ಉತ್ತರ ಕೊಡದಿದ್ದರೆ, ಉತ್ತರ ಕೊಟ್ಟ ಹುಡುಗನಿಂದ ಅವನ ಮೂಗು ಹಿಡಿದು ಕೆನ್ನೆಗೆ ಜೋರಾಗಿ ಹತ್ತು ಸಾರಿ ಹೊಡೆಸುತ್ತಿದ್ದರು. ಗೆಳೆಯನಿಗೆ ಹೊಡೆಯಲು ಕೈ ಬಾರದೆ ಅವನು ಸ್ವಲ್ಪ ಮೆತ್ತಗೆ ಹೊಡೆದನೆಂದರೆ ತೀರಿತು, ಅವನಿಗೇ ರಪರಪನೆ ಮೈಕೈ ನೋಡದೆ ಹುಣಸೆ ಬೆತ್ತದಿಂದ ಹೊಡೆದು ಅವನು ಅಳುತ್ತಳುತ್ತಾ ಗೆಳೆಯನಿಗೆ ಜೋರಾಗಿ ಹೊಡೆಯುವಂತೆ ಮಾಡುತ್ತಿದ್ದರು. ತಮ್ಮ ಹಳೆಯ ಶಾಲೆಯ ವಿದ್ಯಾರ್ಥಿಯೊಬ್ಬನ ಹೆಸರನ್ನು ಹೇಳಿ, ಅವನ ಗುಣಗಾನ ಮಾಡಿ 'ನಿಮಗೆಲ್ಲಾ ಬುದ್ಧಿ ಬರಬೇಕೆಂದರೆ ಅವನ ಉಚ್ಚೆ ಕುಡೀಬೇಕು' ಅಂತ ಅವಹೇಳನ ಮಾಡುತ್ತಿದ್ದರು. ಹೋಂವರ್ಕ್ ಮಾಡಿರದಿದ್ದರಂತೂ ತೀರಿತು, ಆ ಬಳ್ಳಾರಿಯ ರಣರಣ ಬಿಸಿಲಿನಲ್ಲಿ ಕ್ಲಾಸ್ ಮುಗಿಯುವವರೆಗೆ ಹೊರಗೆ ನಿಲ್ಲಿಸುತ್ತಿದ್ದರು.

ಇಂತಹ ಮಾಸ್ತರರ ಕ್ಲಾಸಿನಲ್ಲಿ ನಾವು ಪಾಠ ಕಲಿಯುವದಾದರೂ ಹೇಗೆ? ಬರೀ ಹೆದರಿಕೆ. ಅವರು ಹೇಳಿಕೊಡುವ ಪಾಠವೂ ಆ ಹೆದರಿಕೆಯಲ್ಲಿ ತಲೆಗೆ ಹೋಗುತ್ತಿರಲಿಲ್ಲ. ಅವರು ಕೇಳಿದ ಪ್ರಶ್ನೆಗೆ ಉತ್ತರ ಗೊತ್ತಿದ್ದರೂ ಹೇಳಲು ಭಯ. ಕ್ಲಾಸಿನಲ್ಲಿ ನಾವು ಟೂ ಬಿಟ್ಟ ಗೆಳೆಯನಿಗೂ ಅವರು ಹೊಡೆಯುವುದು ನಮಗೆ ಬೇಡವೆನ್ನಿಸುತ್ತಿತ್ತು. ಅವರು ಊರಿನ ದಾರಿಯಲ್ಲಿ ಎಲ್ಲಾದರೂ ಕಂಡರೆ ಸಾಕು ಹುಲಿ ಕಂಡಂತೆ ಬೇರ್‍ಯಾವುದೋ ದಾರಿಯಿಂದ ಓಡಿ ಹೋಗಿಬಿಡುತ್ತಿದ್ದೆವು.

ಆದರೆ ನಮ್ಮ ಅದೃಷ್ಟವೆಂದೇ ಹೇಳಬೇಕು. ಒಂದೇ ತಿಂಗಳಿಗೆ ಆ ಮಾಸ್ತರರು ಬೇರೆ ಯಾವುದೋ ಊರಿನ ಶಾಲೆಯಲ್ಲಿ ಜಾಸ್ತಿ ಸಂಬಳ ಸಿಗುತ್ತದೆಂದು ನಮ್ಮ ಶಾಲೆಯನ್ನು ಬಿಟ್ಟು ಹೋದರು. ಹೋಗುವಾಗ 'ಈವಾಗ ನಾನು ಹೊಡೆದೆ ಅಂತ ಸಿಟ್ಟು ಮಾಡ್ಕೋಬ್ಯಾಡ್ರಿ. ನಾಳೆ ನೀವು ದೊಡ್ಡವರಾದ ಮೇಲೆ ನಾನು ಹೊಡೆಯದೇ ಇದ್ದರೆ ನೀವು ಉದ್ಧಾರಾನೇ ಆಗ್ತಾ ಇರ್ಲಿಲ್ಲ ಅಂತ ನೀವೇ ಹೇಳ್ತೀರಿ' ಅಂತ ಹೇಳಿ ಹೋಗಿದ್ದರು. ಆದರೆ ಹಾಗೇನೂ ನಾವು ಎಂದೂ ಅಂದುಕೊಳ್ಳಲಿಲ್ಲ.

ಅನಂತರ ಬೇರೊಬ್ಬ ಮಾಸ್ತರರು ಗಣಿತ ಪಾಠಕ್ಕೆ ಬಂದರು. ಅವರು ಯಾವತ್ತೂ ಯಾವ ವಿದ್ಯಾರ್ಥಿಯನ್ನೂ ಹೊಡೆಯಲಿಲ್ಲ. ಯಾರನ್ನೂ ಅವಹೇಳನ ಮಾಡಲಿಲ್ಲ. ಹುಣಸೆ ಬೆತ್ತದ ಸುದ್ದಿಯೇ ಇಲ್ಲ. ನೇರವಾಗಿ ಪಾಠ ಮಾಡಿ, ನಮ್ಮ ಕೈಯಿಂದಲೇ ಬೋರ್ಡಿನ ಮೇಲೆ ಲೆಕ್ಕ ಮಾಡಿಸುತ್ತಿದ್ದರು. ಪ್ರತಿಯೊಬ್ಬ ವಿದ್ಯಾರ್ಥಿಯ ಬಳಿಯೂ ಆಗೊಮ್ಮೆ ಈಗೊಮ್ಮೆ ಹೋಗಿ ಅವನು ಬರೆದುಕೊಳ್ಳುತ್ತಿರುವುದು ಸರಿಯೋ ತಪ್ಪೋ ಅಂತ ನೋಡುತ್ತಿದ್ದರು. ಹೋಂವರ್ಕ್ ಮಾಡಿಕೊಂಡು ಬಂದಿಲ್ಲವೆಂದರೆ ಬೈಯುತ್ತಿದ್ದರಾದರೂ, ನಮಗ್ಯಾರಿಗೂ ಅದರಿಂದ ಬೇಜಾರಾಗುತ್ತಿರಲಿಲ್ಲ. ಅದರ ಬದಲಾಗಿ ನಾವು ಹೋಂವರ್ಕ್ ಮಾಡಿರದಿದ್ದಕ್ಕೆ ನಮಗೆ ನಾಚಿಕೆಯಾಗುತ್ತಿತ್ತು. ರಸ್ತೆಯಲ್ಲಿ ಈ ಮಾಸ್ತರರು ಸಿಕ್ಕಾಗ 'ನಮಸ್ತೆ ಸಾರ್' ಅಂತ ಹೇಳೋಕೆ ಒಂದು ತರಹದ ಖುಷಿಯಾಗುತ್ತಿತ್ತು.

ಇವರು ಕ್ಲಾಸಿನಲ್ಲಿ ಹೇಳಿಕೊಡುವ ಪಾಠದ ಮೇಲೆ ಎಷ್ಟೊಂದು ಧ್ಯಾನವಿರುತ್ತಿತ್ತೆಂದರೆ, ಅಲ್ಲಿಯವರೆಗೆ ನನಗೆ ಕಷ್ಟವಾಗಿ ಕಂಡ ಗಣಿತ ಅತ್ಯಂತ ಆಸಕ್ತಿಯುತ ವಿಷಯವಾಗಿ ಹೋಯ್ತು. ಎರಡು ಎಕ್ಸ್ ಕೂಡಿದರೆ ಎಕ್ಸ್ ಸ್ಕ್ವಯರ್ ಅನ್ನುತ್ತಿದ್ದ ನಾನು ಸರಿಯಾಗಿ ಅದು ಟು ಎಕ್ಸ್ ಅಂತ ಹೇಳುವಂತಾದೆ. ಈಗಲೂ ನನಗೆ ಈ ಮಾಸ್ತರರು ಗಣಿತ ಕಲಿಸಿ ಕೊಡದಿದ್ದರೆ ನಾನು ನನ್ನ ಬಿ.ಇ. ಮತ್ತು ಎಂ.ಇ. ಗಳನ್ನು ಪ್ರತಿಷ್ಠಿತ ಕಾಲೇಜುಗಳಿಂದ ಅತ್ಯಂತ ಯಶಸ್ವಿಯಾಗಿ ಮಾಡುತ್ತಿರಲಿಲ್ಲ ಎಂದು ಅನಿಸುತ್ತದೆ. ಏಕಾಂತದಲ್ಲಿ ಈ ಮಾಸ್ತರರನ್ನು ನೆನೆಸಿಕೊಂಡಾಗ ಕೃತಜ್ಞತೆಯಿಂದ ಕಣ್ಣುಗಳು ತೇವಗೊಳ್ಳುತ್ತವೆ.

ವಿಚಿತ್ರವೆಂದರೆ ಆ 'ಭಯಂಕರ' ಮಾಸ್ತರರು ಈ ಹೊಸ ಮಾಸ್ತರರಿಗಿಂತಲೂ ತುಂಬಾ ಬುದ್ಧಿವಂತರಿದ್ದರೆಂದು ಉಳಿದ ಮಾಸ್ತರರೆಲ್ಲಾ ಮಾತನಾಡಿಕೊಳ್ಳುತ್ತಿದ್ದರು. ಆದರೆ ವಿದ್ಯಾರ್ಥಿಗಳಿಗಂತೂ ಅವರ ಬುದ್ಧಿವಂತಿಕೆಯಿಂದ ಯಾವ ಪ್ರಯೋಜನವಾದದ್ದಂತೂ ನಾನು ಕಾಣೆ. ಅದರ ಬದಲು ಅವರ ಬಗ್ಗೆ ಮೂಡಿದ ಹೆದರಿಕೆಯಿಂದ ತಮಗೆ ಗೊತ್ತಿದ್ದ ಅಲ್ಪಸ್ವಲ್ಪ ಗಣಿತವನ್ನೂ ಮರೆತು ಬಿಡುವ ಸಾಧ್ಯತೆ ಇತ್ತು.

ಪ್ರತಿಯೊಬ್ಬರ ಜೀವನದಲ್ಲೂ ಅವರ ಮಾಸ್ತರರಿಂದ ಆಗುವ ಪ್ರಭಾವ ಅಷ್ಟಿಷ್ಟಲ್ಲ. ತಂದೆ-ತಾಯಿಯ ನಂತರ ನಮ್ಮ ಮೇಲೆ ಅತ್ಯಂತ ಗಾಢವಾದ ಪ್ರಭಾವ ಬೀರುವ ವ್ಯಕ್ತಿ ಮಾಸ್ತರರೇ ಸರಿ. ಮುಂದೆ ನಾವು ಎಂತಹ ದೊಡ್ಡ ಓದೇ ಓದಿರಲಿ, ನಮಗೆ ಕಾಲೇಜುಗಳಲ್ಲಿ ಕಲಿಸಿದ ಲೆಕ್ಚರರ್ ಮತ್ತು ಪ್ರೊಫೆಸರರುಗಳು ಜಗದ್ವಿಖ್ಯಾತರೇ ಆಗಿರಲಿ, ಅವರ್‍ಯಾರೂ ನಮ್ಮ ಮಾಸ್ತರರಷ್ಟು ಮುಖ್ಯರಾಗುವದಿಲ್ಲ. ಎಷ್ಟೇ ವಯಸ್ಸಾದವರೇ ಆಗಲಿ, ಅವರನ್ನು ಹೋಗಿ ನಿಮಗೆ ಕಲಿಸಿದ ಮಾಸ್ತರುಗಳ ಹೆಸರೇನೆಂದು ಕೇಳಿ, ಪಟಪಟನೆ ಹೇಳಿಬಿಡುತ್ತಾರೆ. ಆದರೆ ಕಾಲೇಜು ಮುಗಿಸಿದ ಒಂದೆರಡೇ ವರ್ಷಗಳಲ್ಲಿ ಲೆಕ್ಚರರ್ ಮತ್ತು ಪ್ರೊಫೆಸರುಗಳ ಹೆಸರುಗಳು ಥಕ್ಕನೆ ನೆನಪಿಗೆ ಬರುವದಿಲ್ಲ.

ಚಿಕ್ಕ ವಯಸ್ಸಿನಲ್ಲಿ ಗುರುವಾಗಿ ಬರುವ ಮಾಸ್ತರರು ನಮಗೆ ಎಲ್ಲಾ ರೀತಿಯಿಂದಲೂ ಆದರ್ಶಪ್ರಾಯರಾಗಿರುತ್ತಾರೆ. ಅವರು ಹೇಳುವದನ್ನೆಂದೂ ನಾವು ಸರಿ ಅಥವಾ ತಪ್ಪೆಂದು ವಿವೇಚಿಸಲು ಹೋಗುವದಿಲ್ಲ. ಆ ವಯಸ್ಸಿಗೆ ಅಂತಹ ವಿವೇಚನಾ ಶಕ್ತಿಯೂ ಇರುವದಿಲ್ಲ. ಅವರ ಬಾಯಿಂದ ಬಂದದ್ದೇ ವೇದವಾಕ್ಯವಾಗಿರುತ್ತದೆ. ನಮ್ಮ ಕಣ್ಣಿಗೆ ಕಾಣುವ ವ್ಯಕ್ತಿಗಳಲ್ಲೆಲ್ಲಾ ಅವರೇ ಅತ್ಯಂತ ಮಹತ್ವದವರಾಗಿರುತ್ತಾರೆ. ಆದ್ದರಿಂದ ಅವರು ಹೇಳಿದ ಪಾಠ-ಪ್ರವಚನಗಳು ನೇರವಾಗಿ ಮನಸ್ಸಿನೊಳಗಿಳಿಯುತ್ತವೆ. ಅವರು ತರಗತಿಯಲ್ಲಿ ಪಾಠ ಮಾಡುವಾಗ ಮನಸ್ಸು ಒಂದು ಚೂರೂ ವಿಚಲಿತಗೊಳ್ಳದಂತೆ ಅವರು ಹೇಳುವದನ್ನು ಕೇಳುವ ಶಕ್ತಿಯನ್ನು ಪಡೆದಿರುತ್ತದೆ. ಆ ವಯಸ್ಸಿನಲ್ಲಿ ಮಾಸ್ತರರು ನಮ್ಮ ಕಣ್ಣಿಗೆ 'ಹೀರೋ' ಆಗಿ ಕಾಣುತ್ತಿರುತ್ತಾರೆ. ಆದ್ದರಿಂದಲೋ ಏನೋ, ತುಂಬಾ ವರ್ಷಗಳ ನಂತರ ನೀವು ನಿಮ್ಮೂರಿಗೆ ಹೋದಾಗ ನಿಮಗೆ ನಿಮ್ಮ ಮಾಸ್ತರರನ್ನು ನೋಡಿದ ತಕ್ಷಣ ಅವರು ಮೊದಲಿನಂತೆಯೇ ಇದ್ದರೂ ನಿಮ್ಮಲ್ಲಾದ ಬದಲಾವಣೆಯಿಂದ ನಿಮಗೆ ಅತ್ಯಂತ ಸಪ್ಪೆಯಾಗಿ ಕಂಡುಬಿಡುತ್ತಾರೆ!

ನಾವು ಚಿತ್ರ-ವಿಚಿತ್ರ ಮಾಸ್ತರರುಗಳನ್ನು ನಮ್ಮ ಬಾಲ್ಯದಲ್ಲಿ ನೋಡಿರುತ್ತೇವೆ. ನನ್ನ ನಾಲ್ಕನೆಯ ತರಗತಿಯಲ್ಲಿ ಮೇಡಂ ಒಬ್ಬರು ನಾವು ಬರೆದ ಪ್ರಶ್ನೋತ್ತರಗಳಿಗೆ ಗುಡ್, ವೆರಿ ಗುಡ್, ವೆರಿ ವೆರಿ ಗುಡ್ ಅಂತೆಲ್ಲಾ ಹಾಕುತ್ತಿದ್ದರು. ಅದೇ ನಮಗೆ ತುಂಬಾ ಆತ್ಮೀಯವಾಗಿರುತ್ತಿತ್ತು. ಹೇಗಾದರೂ ಮಾಡಿ ಅವರ ಕೈಯಲ್ಲಿ ವೆರಿ ಗುಡ್ ಹಾಕಿಸಿಕೊಳ್ಳಬೇಕೆಂದು ಪ್ರಯತ್ನಿಸುತ್ತಿದ್ದೆವು. ಆದರೆ ಮತ್ತೊಬ್ಬ ಮೇಡಂ ಶಾಲೆಯ ಅವಧಿಯಲ್ಲಿ ನಮ್ಮನ್ನು ಮನೆಗೆ ಕಳುಹಿಸಿ, ನಮ್ಮ ಮನೆಯಿಂದ ಪ್ರಜಾಮತ ಪತ್ರಿಕೆಯನ್ನು ಹೆಡ್‌ಮಾಸ್ತರರಿಗೆ ಗೊತ್ತಾಗದಂತೆ ತರಿಸಿಕೊಂಡು ಅದರಲ್ಲಿನ ಧಾರಾವಾಹಿಗಳನ್ನು ಓದುತ್ತಾ, ಬಾಗಿಲ ಬಳಿ ಒಬ್ಬ ಹುಡುಗನನ್ನು ಕಾವಲು ನಿಲ್ಲಿಸಿ 'ಹೆಡ್ ಮಾಸ್ತರರು ಬಂದರೆ ತಕ್ಷಣ ಹೇಳು' ಅಂತ ಅಪ್ಪಣೆ ಕೊಡುತ್ತಿದ್ದರು!

ಒಬ್ಬ ಮಾಸ್ತರರು ಅತ್ಯಂತ ಕಾಳಜಿಯಿಂದ ನಮ್ಮ ಉತ್ತರ ಪತ್ರಿಕೆಗಳನ್ನು ಪರಿಶೀಲಿಸಿದ ನಂತರ ಇಬ್ಬರು ಹುಡುಗರನ್ನು ಕೂಡಿಸಿಕೊಂಡು ಪ್ರತಿ ಪತ್ರಿಕೆಯಲ್ಲೂ ಅಂಕಗಳ ಮೊತ್ತ ಸರಿಯಾಗಿ ಬಂದಿದೆಯೋ ಇಲ್ಲವೋ ಎಂದು ಕೂಡಿ ನೋಡಲು ಹೇಳುತ್ತಿದ್ದರು. ಆದರೆ ಇನ್ನೊಬ್ಬ ಮಾಸ್ತರರು ನಾವು ಬರೆದ ಉತ್ತರ ಪತ್ರಿಕೆಗಳನ್ನು ತಮ್ಮ ಮನೆಯ ಹೊಸ್ತಿಲ ಮೇಲಿಟ್ಟು, ಅವರ ಎರಡು ವರ್ಷದ ಪುಟ್ಟನನ್ನು 'ಬಾ ರಾಜ' ಅಂತ ಕರೆದು, ಅವನು ಆ ಪತ್ರಿಕೆಗಳನ್ನು

ಹೊಸ್ತಿಲ ಮೇಲೆ ಕುಳಿತು ಚೆಲ್ಲಾಪಿಲ್ಲಿ ಮಾಡಿದ ನಂತರ ಹೊಸ್ತಿಲಿನಿಂದ ಮನೆಯ ಒಳಗಡೆ ಬಿದ್ದ ಪತ್ರಿಕೆಗಳಿಗೆ 50 ಅಂಕವನ್ನೂ, ಹೊರಗಡೆ ಬಿದ್ದ ಪತ್ರಿಕೆಗಳಿಗೆ 40 ಅಂಕಗಳನ್ನು ಕೊಟ್ಟು ಅನಂತರ 'ಸಣ್ಣ ಮಕ್ಕಳು ದೇವರ ಸಮಾನ' ಅಂತ ಅವರ ಮಗನನ್ನು ಹೊಗಳುತ್ತಿದ್ದರು. ಒಬ್ಬರು ನಮಗೆ ಬೇರೆ ಬೇರೆ ಬಗೆಯ ತರಕಾರಿಗಳ ಬೀಜ ಗಳನ್ನು ಕೊಟ್ಟು ಮನೆಯ ಹಿತ್ತಲಿನಲ್ಲಿ ಅವನ್ನು ಹೇಗೆ ಬೆಳೆಯಬೇಕೆಂದು ವಿವರಿಸಿ 'ನಿಮ್ಮ ಅಪ್ಪ ಅಮ್ಮಂದಿರಿಗೆ ನಿಮ್ಮಿಂದ ಸಹಾಯವಾಗಬೇಕು' ಅಂತ ಹೇಳುತ್ತಿದ್ದರು. ಆದರೆ ಮತ್ತೊಬ್ಬರು 'ಗಣಪತಿ ವಿದ್ಯಾಧಿಪತಿ, ಅವನ ಸೇವಾ ಮಾಡಿದರೆ ನಿಮಗೆ ವಿದ್ಯ ಬುದ್ಧಿ ಬರ್ತದೆ' ಅಂತ ಹೇಳಿ, ಅವರು ಮನೆಯಲ್ಲಿ ಮಾಡಿ ಮಾರುತ್ತಿದ್ದ ಗಣಪತಿಗಳಿಗೆ ಅಂಗಡಿಯಲ್ಲಿ ನಮ್ಮನ್ನು ಕಾವಲು ಕೂರಿಸುತ್ತಿದ್ದರು. ಆದರೆ ನಮಗೆ ಎಲ್ಲರೂ ಮಾಸ್ತರುಗಳೇ! ಅವರು ಸರಿ, ಇವರು ತಪ್ಪು ಎಂದು ಆಗ ಅನ್ನಿಸುತ್ತಲೂ ಇರಲಿಲ್ಲ.

ಚಿಕ್ಕಂದಿನಲ್ಲಿ ಮಾಸ್ತರರು ಹೇಳಿದ ಕೆಲವು ಮಾತುಗಳು ಮನಸ್ಸಿನಲ್ಲಿ ಆಳವಾಗಿ ಬೇರೂರಿರುತ್ತವೆ. ಕೂತಾಗ ಕಾಲುಗಳನ್ನು ಅಲ್ಲಾಡಿಸಬಾರದು ಅಂತ ನನ್ನ ಮಾಸ್ತರರು ಹೇಳಿದ ಮಾತು ಎಷ್ಟು ನೆನಪಿನಲ್ಲಿದೆಯೆಂದರೆ ಈಗಲೂ ನಾನು ಎಲ್ಲೇ ಇದ್ದರೂ ಕುಳಿತಾಗ ಕಾಲಲ್ಲಾಡಿಸುವಾಗ ಒಂದೆರಡೇ ಕ್ಷಣಕ್ಕೆ ಮಾಸ್ತರರ ಮಾತು ನೆನಪಾಗಿ ಸುಮ್ಮನಾಗಿಬಿಡುತ್ತೇನೆ. ಬೆಳಿಗ್ಗೆ ಎದ್ದ ತಕ್ಷಣ ಹಲ್ಲು ತಿಕ್ಕದೆ ಕಾಫಿ ಕುಡಿದರೆ, ಅಂಗಳದಾಗಿನ ಮಣ್ಣನ್ನು ಮನೆಯೊಳಗೆ ತಂದು ಹಾಕಿಕೊಂಡಂತೆ ಅಂತಂದ ಮತ್ತೊಬ್ಬ ಮಾಸ್ತರರ ಮಾತು ಈಗಲೂ ನನ್ನನ್ನು ಬೆಡ್ ಕಾಫಿ ಕುಡಿಯದಂತೆ ಹತೋಟಿಯಲ್ಲಿಟ್ಟಿವೆ. ಯಾವುದೇ ಲೆಕ್ಕ ಮಾಡಲಿ, ಒಮ್ಮೆ ಮಾಡಿದ ನಂತರ ಮತ್ತೊಮ್ಮೆ ನೋಡಿ ಅದನ್ನು ಸರಿಯೆಂದು ಖಾತರಿಪಡಿಸಿಕೊಳ್ಳಬೇಕು ಅಂತಂದ ಗಣಿತ ಮಾಸ್ತರರ ಮಾತನ್ನೂ ಅಷ್ಟೇ ಶಿರಸಾವಹಿಸಿ ಪಾಲಿಸುತ್ತೇನೆ.

ಮಾಸ್ತರರಿಗೆ ನಮ್ಮ ವ್ಯಕ್ತಿತ್ವವನ್ನು ರೂಪಿಸುವ ಶಕ್ತಿಯಿರುತ್ತದೆ. ಅವರಿಗೇ ಗೊತ್ತಿಲ್ಲದಂತೆ ಅವರೆಂದೋ ಆಡಿದ ಸಾಮಾನ್ಯ ಮಾತು ಅವರ ವಿದ್ಯಾರ್ಥಿಯ ಜೀವನದ ಉದ್ದಕ್ಕೆ ಮಾಡುವ ಪ್ರಭಾವ ಖಂಡಿತಾ ಅವರು ಊಹಿಸಿರುವದಿಲ್ಲ. ಬರೀ ಅವರು ಮಾಡುವ ಪಾಠ ಮಾತ್ರ ನಮ್ಮ ಮೇಲೆ ಪರಿಣಾಮ ಬೀರುತ್ತದೆಂದಲ್ಲ. ಅವರ ನಡೆ–ನುಡಿ, ವೇಷ–ಭೂಷಣ, ಆಚಾರ–ವಿಚಾರಗಳೆಲ್ಲವೂ ಅಷ್ಟೇ ಮಟ್ಟದಲ್ಲಿ ನಮ್ಮನ್ನು ಆಕರ್ಷಿಸಿರುತ್ತವೆ. ಕಾಲೇಜಿನಲ್ಲಾದರೆ ಲೆಕ್ಚರರ್‌ಗಳು ವಿದ್ವತ್ ಪೂರ್ಣವಾಗಿ ಒಂದು ತಾಸು ವಿಷಯದ ಮೇಲೆ ಮಾತನಾಡಿ ಹೋಗಿಬಿಟ್ಟರೆ ಅವರ ಕರ್ತವ್ಯ ಮುಗಿದುಹೋಗುತ್ತದೆ. ಆದರೆ ಮಾಸ್ತರರದು ಅದಕ್ಕಿಂತಲೂ ಹೆಚ್ಚಿನ ಜವಾಬ್ದಾರಿ!

ಕಡೆಯದಾಗಿ ನಾನು ಎಲ್ಲಾ ಮಾಸ್ತರರೊಡನೆ ಹೇಳುವದಿಷ್ಟೇ –

'ಮಾಸ್ತರರೇ, ನೀವು ನಮಗೆ ಅತ್ಯಂತ ಮುಖ್ಯ. ನಿಮ್ಮಿಂದ ನೂರಾರು, ಸಾವಿರಾರು ವಿದ್ಯಾರ್ಥಿಗಳ ಜೀವನ ರೂಪಗೊಳ್ಳುತ್ತಿರುತ್ತದೆ. ನೀವು ಪ್ರೀತಿಯಿಂದ, ಸಾವಧಾನವಾಗಿ, ಆಸಕ್ತಿಯಿಂದ ಕಲಿಸಿದ ವಿದ್ಯೆ ನಮಗೆ ಕಡೆಯತನಕ ಕೈ ಹಿಡಿದು ನಡೆಸುತ್ತದೆ. ಅದಕ್ಕಾಗಿ ನಿಮಗೆ ನನ್ನಂತಹ ಎಲ್ಲಾ ವಿದ್ಯಾರ್ಥಿಗಳೂ ಕೃತಜ್ಞರಾಗಿರುತ್ತಾರೆ'

ಬೆಂಗಳೂರು, 5ನೇ ಸೆಪ್ಟೆಂಬರ್ 1999

ಜಗತ್ತಿನ ಸಿನಿಮಾಕ್ಕೆಲ್ಲಾ ಒಂದೇ ಭಾಷೆ!

ಕನ್ನಡದ ಸಿನಿಮಾಗಳಿಗೂ, ಕನ್ನಡಾಭಿಮಾನಕ್ಕೂ ಎಡೆಬಿಡದ ನಂಟು. ಕನ್ನಡ ಸಿನಿಮಾಗಳಲ್ಲಿ ಕಂಡುಬರುವಷ್ಟು ಕನ್ನಡಾಭಿಮಾನದ ಹಾಡುಗಳು, ಸನ್ನಿವೇಶಗಳು, ಸಂಭಾಷಣೆಗಳು ಜಗತ್ತಿನ ಯಾವುದೇ ಭಾಷೆಯ ಸಿನಿಮಾಗಳಲ್ಲಿಯೂ ಇಲ್ಲ. 'ಕನ್ನಡ ಸಿನಿಮಾದಲ್ಲಿ ಕನ್ನಡಾಭಿಮಾನ' ಎಂಬ ವಿಷಯವನ್ನು ತೆಗೆದುಕೊಂಡು ಒಂದು ಮೆಗಾ ಸೀರಿಯಲ್ ಮಾಡಬಹುದು! ಇದಕ್ಕೆ ಕಾರಣ ಕನ್ನಡಿಗರಿಗಿರುವ ಮಿತಿಮೀರಿದ ಕನ್ನಡಾಭಿಮಾನವೋ ಅಥವಾ ಅದಿಲ್ಲವೆಂಬ ಅನಗತ್ಯ ಕಳವಳವೋ ಅರ್ಥವಾಗುವದಿಲ್ಲ.

ಇತ್ತೀಚೆಗೆ ಬಿಡುಗಡೆಯಾದ ಎಚ್2ಒ ಸಿನಿಮಾ ಮತ್ತು ಅದರ ಹಿಂದೆಯೇ ನಡೆದ ಗಲಾಟೆ ಈ ಅನುಮಾನವನ್ನು ಮತ್ತಷ್ಟು ಗಟ್ಟಿಗೊಳಿಸುತ್ತದೆ. ಎಚ್2ಒ ಚಿತ್ರದಲ್ಲಿ ಬರುವ ತಮಿಳು ಹಾಡು, ಸಂಭಾಷಣೆ ನಿಜಕ್ಕೂ ಕನ್ನಡಿಗರ ಅಭಿಮಾನಕ್ಕೆ ಅಡ್ಡಿ ಬರುವಂತಿದ್ದರೆ (ನಾನು ಚಿತ್ರ ನೋಡಿಲ್ಲ, ನೋಡಿದವರು ಹೇಳಬೇಕು) ಅದನ್ನು ವಿರೋಧಿಸುವುದು ಕನ್ನಡಿಗರ ಕರ್ತವ್ಯ. ಆದರೆ ಬರೀ ತಮಿಳು ಹಾಡು, ಸಂಭಾಷಣೆ, ಧ್ವಜಾರೋಹಣವೇ ನಮ್ಮ ಕನ್ನಡಾಭಿಮಾನವನ್ನು ಕೆಣಕಿದೆಯೆಂದರೆ, ನಿಜಕ್ಕೂ ಕನ್ನಡಿಗರ ಹಾಗೂ ತಮಿಳರ ನಡುವಿನ ಸಂಬಂಧ ಹದಗೆಟ್ಟು ಹೋಗಿದೆಯೆಂದೆನ್ನಿಸುತ್ತದೆ.

ಭಾರತೀಯ ಸಿನಿಮಾದಲ್ಲಿ ನೆರೆ ರಾಜ್ಯದ ಭಾಷೆಗಳನ್ನು ಅಗತ್ಯವಾದಾಗ ಹೇರಳವಾಗಿ ಬಳಸಿಕೊಂಡಿರುವದನ್ನು ಎಲ್ಲಾ ಕಾಲದಲ್ಲೂ ಕಂಡಿದ್ದೇವೆ. ಕನ್ನಡದಲ್ಲಿ ಪರಭಾಷೆ ಬಳಸಿಕೊಂಡಂತೆ, ಇತರ ಭಾಷೆಯ ಚಲನಚಿತ್ರಗಳಲ್ಲಿ ಕನ್ನಡವನ್ನೂ ಕಂಡಿದ್ದೇವೆ. ಕೆಲವು ವರ್ಷದ ಹಿಂದೆ ಬಿಡುಗಡೆಯಾದ ಪ್ರಿಯದರ್ಶನ್ ನಿರ್ದೇಶನದ ಮೋಹನ್‌ಲಾಲ್

ಅಭಿನಯದ 'ತೇನ್ ಮಾವಿನ್ ಕೊಂಬತ್ತು' ಚಿತ್ರದಲ್ಲಿ ಕನ್ನಡದ ಬಳಕೆ ಚಿತ್ರದುದ್ದಕ್ಕೂ ಕಂಡುಬರುತ್ತದೆ. ಕರ್ನಾಟಕ ಮತ್ತು ಕೇರಳದ ಅಂಚಿನಲ್ಲಿ ನಡೆಯುವ ಕತೆಯಾದ್ದರಿಂದ ಅಲ್ಲಿ ಕನ್ನಡದ ಬಳಕೆ ಚಿತ್ರಕ್ಕೆ ನೈಜತೆಯನ್ನು ತಂದುಕೊಟ್ಟಿದೆ. ಫಾಜಿಲ್ ನಿರ್ದೇಶನದ ರಾಷ್ಟ್ರಪ್ರಶಸ್ತಿ ಪಡೆದ ಮಲೆಯಾಳಿ ಚಲನಚಿತ್ರ 'ಮಣಿಚಿತ್ರ ತಾಳ್'ನಲ್ಲಿ ಶೋಭನ ಒಂದು ವಿಭಿನ್ನ ಪಾತ್ರದಲ್ಲಿ ಸಂಪೂರ್ಣವಾಗಿ ತಮಿಳಿನಲ್ಲಿಯೇ ಮಾತನಾಡುತ್ತಾಳೆ. ಒಂದು ತಮಿಳು ಹಾಡನ್ನೂ ಹಾಡುತ್ತಾಳೆ. ತಮಿಳುನಾಡಿನಿಂದ ಕೇರಳಕ್ಕೆ ವಲಸೆ ಬಂದ ಭರತನಾಟ್ಯ ಕಲಾವಿದೆಯ ಪಾತ್ರವದಾದ್ದರಿಂದ ಅಲ್ಲಿ ತಮಿಳಿನ ಬಳಕೆ ಅತ್ಯಂತ ಆವಶ್ಯಕವೆನ್ನಿಸುತ್ತದೆ.

ಇದೇ ರೀತಿ ಬಾಲಚಂದರ್ ನಿರ್ದೇಶನದ 'ಆಕಲಿರಾಜ್ಯಂ' ಚಿತ್ರದಲ್ಲಿ ಶ್ರೀದೇವಿ ಒಂದು ಹಿಂದಿ ಹಾಡನ್ನು ಹೇಳುತ್ತಾಳೆ. ಅವರದೇ ನಿರ್ದೇಶನದ 'ಮರೋಚರಿತ್ರ'ದಲ್ಲಿ ಕಮಲ್‌ಹಾಸನ್ ಮನೆಯವರೆಲ್ಲರೂ ತಮಿಳಿನಲ್ಲಿ ಮಾತನಾಡುತ್ತಾರೆ. ಇನ್ನು ಮಣಿರತ್ನಂರವರ ಚಿತ್ರಗಳನ್ನು ತೆಗೆದುಕೊಂಡರೆ, ಅವರ ಚಿತ್ರದ ಕತೆಗಳು ಹೆಚ್ಚಾಗಿ ಉತ್ತರ ಭಾರತದಲ್ಲಿಯೇ ನಡೆಯುತ್ತವೆಯಾದ್ದರಿಂದ ಹಿಂದಿಯ ಬಳಕೆ ಕಂಡು ಬರುತ್ತದೆ. 'ನಾಯಗನ್' ಚಿತ್ರದಲ್ಲಿ ನಮ್ಮ ಕನ್ನಡದ ಆರ್.ಎನ್. ಸಹೋದರರು ತೆಲುಗಿನಲ್ಲಿ ಮಾತನಾಡುತ್ತಾರೆ. 'ದಿಲ್ ಸೆ'ಯ ಒಂದು ಹಾಡಿನ ಮಲೆಯಾಳಿ ಪಲ್ಲವಿಯಂತೂ ಎಲ್ಲಾ ಚಿತ್ರರಸಿಕರ ನಾಲಿಗೆಯಲ್ಲಿ ನಲಿದಾಡಿದೆ. ಇದೇ ಚಿತ್ರಕ್ಕಾಗಿ ಮಣಿರತ್ನಂ ಒಂದು ಪಂಜಾಬಿ ಗೀತೆಯನ್ನು ಸಿದ್ಧ ಮಾಡಿಕೊಂಡಿದ್ದರೂ ಕಡೆಯ ಗಳಿಗೆಯಲ್ಲಿ ಕೈ ಬಿಟ್ಟಿದ್ದಾರೆ. ಇನ್ನು ಕೆ.ವಿಶ್ವನಾಥ್‌ರವರ 'ಶಂಕರಾಭರಣಂ'ದಲ್ಲಿ, ಮೈಸೂರಿನಿಂದ ಶಂಕರಶಾಸ್ತ್ರಿಗಳನ್ನು ಕರೆಯಲು ಬಂದವರು ಕನ್ನಡದಲ್ಲಿ ಮಾತನಾಡುವದನ್ನು ಕನ್ನಡಿಗರು ಮರೆತಿರಲಿಕ್ಕಿಲ್ಲ. ತೆಲುಗಿನಲ್ಲಿ ತ್ಯಾಗರಾಜರ ಮೇಲೆ ತೆಗೆದ ಒಂದು ಕಪ್ಪುಬಿಳುಪು ಚಿತ್ರದಲ್ಲಿ ಪುರಂದರದಾಸರ ಒಂದು ಹಾಡಿದೆ.

ಕನ್ನಡ ಸಿನಿಮಾ ಕೂಡಾ ಅನ್ಯಭಾಷೆಯನ್ನು ಸಾಕಷ್ಟು ಬಳಸಿಕೊಂಡಿದೆ. ಜಿ.ವಿ.ಅಯ್ಯರ್‌ರವರ 'ಹಂಸಗೀತೆ' ಸಂಗೀತ ಪ್ರಧಾನ ಚಿತ್ರವಾದ್ದರಿಂದ ಅದರಲ್ಲಿನ ಹೆಚ್ಚು ಕಡಿಮೆ ಎಲ್ಲಾ ಹಾಡುಗಳೂ ಸಂಸ್ಕೃತದಲ್ಲಿವೆ. ನಮ್ಮ ಅಣ್ಣಾವ್ರು 'ಲವ್ ಮಿ ಆರ್ ಹೇಟ್ ಮಿ...' ಎಂದು ಇಂಗ್ಲೀಷ್ ಗೀತೆ ಹಾಡಿ ನಮ್ಮನ್ನು ರಂಜಿಸಿದ್ದಾರೆ. ಪುಟ್ಟಣ್ಣನವರು ತಮ್ಮ 'ಬಿಳಿಹೆಂಡ್ತಿ' ಚಿತ್ರದಲ್ಲಿಯೂ ಒಂದು ಇಂಗ್ಲೀಷ್ ಗೀತೆ ಬಳಸಿಕೊಂಡಿದ್ದಾರೆ. ಅವರ ರಂಗನಾಯಕಿಯಲ್ಲಿ ನಾಯಕ ಅಶೋಕ್‌ನ ತಂದೆ ತೆಲುಗಿನಲ್ಲಿ ಮಾತನಾಡುತ್ತಾರೆ. ನಮ್ಮ ಕೊಡವರ ಭಾಷೆಯ ಹಾಡು 'ಮಡಿಕೇರಿ ಸಿಪಾಯಿ...' ಹೆಚ್ಚಾಗಿ ಯಾರಿಗೂ ಅರ್ಥವಾಗದಿದ್ದರೂ ಕನ್ನಡಿಗರೆಲ್ಲರೂ ಪ್ರೀತಿಯಿಂದ ಬರಮಾಡಿಕೊಂಡಿದ್ದಾರೆ.

ಈ ರೀತಿಯ ಭಾಷಾ ಕೊಡುಕೊಳ್ಳುವಿಕೆ ಬರೀ ಭಾರತೀಯ ಚಿತ್ರಗಳಿಗೆ ಸೀಮಿತವಾಗಿಲ್ಲ. ಯಾವುದೇ ಹಿಟ್ಲರ್ ಕಾಲದ ಇಂಗ್ಲೀಷ್ ಚಲನಚಿತ್ರವನ್ನು ತೆಗೆದುಕೊಂಡರೂ ಜರ್ಮನ್ ಬಳಕೆ ಹೇರಳವಾಗಿ ಕಂಡುಬರುತ್ತದೆ. ಇತ್ತೀಚೆಗೆ ಇಂಗ್ಲೆಂಡಿನಲ್ಲಿ ತೆರೆಕಂಡು ಯಶಸ್ವಿಯಾದ ಚಲನಚಿತ್ರ 'ಲ್ಯಾಂಡ್ ಆಫ್ ಫ್ರೀಡಂ'ನಲ್ಲಿ ಅರ್ಧ ಸಿನಿಮಾ ಇಂಗ್ಲೀಷಿನಲ್ಲಿದ್ದರೆ ಇನ್ನರ್ಧ ಸ್ಪಾನಿಷ್ ಭಾಷೆಯಲ್ಲಿದೆ. ಅದರ ನಾಯಕ ಬ್ರಿಟಿಷ್ ಪ್ರಜೆ. ಸ್ಪೇನ್ ದೇಶದಲ್ಲಿ ನಡೆಯುತ್ತಿರುವ

ಪ್ರಜಾಕ್ರಾಂತಿಯಲ್ಲಿ ಭಾಗವಹಿಸಲು ಹೋಗುತ್ತಾನೆ. ಅದೇ ರೀತಿ 'ಸಿಕ್ಸ್ತ್ ಸೆನ್ಸ್' ಇಂಗ್ಲೀಷ್ ಚಿತ್ರದಲ್ಲಿ ದೆವ್ವಗಳು ಬರೀ ಲ್ಯಾಟಿನ್ ಭಾಷೆಯಲ್ಲಿ ಮಾತನಾಡುತ್ತವೆ.

ಸಿನಿಮಾಕ್ಕೆ ಒಂದು ಮೌಖಿಕ ಭಾಷೆಯೇ ಬೇಕಿಲ್ಲವೆಂದು ಚಾರ್ಲಿ ಚಾಪ್ಲಿನ್ ಎಂದೋ ತೋರಿಸಿ ಕೊಟ್ಟಿದ್ದಾನೆ. ನಮ್ಮ ಸಿಂಗೀತಂ ಶ್ರೀನಿವಾಸರಾವ್ ತಮ್ಮ 'ಪುಷ್ಪಕ ವಿಮಾನ'ದ ಮೂಲಕ ಅದನ್ನು ಮತ್ತೊಮ್ಮೆ ಸಾಬೀತುಗೊಳಿಸಿದ್ದಾರೆ. 'ಧರ್ಮಸೆರೆ'ಯಲ್ಲಿ ನಮ್ಮ ಹೃದಯ ಕಲಕುವಂತೆ ಅಭಿನಯಿಸಿದ ನಾಯಕಿ ಆರತಿ ಬಳಸಿದ ಭಾಷೆಯಾದರೂ ಯಾವುದು?

ಜಗತ್ತಿನ ಸಿನಿಮಾಕ್ಕೆಲ್ಲಾ ಇರುವುದು ಒಂದೇ ಭಾಷೆ, ಅದು 'ಸಿನಿಮಾ ಭಾಷೆ'. ಆ ಭಾಷೆ ಸಿನಿಮಾ ಮಾಡಲು ಮತ್ತು ನೋಡಲು ಗೊತ್ತಿರುವವರಿಗೆಲ್ಲಾ ಅರ್ಥವಾಗುತ್ತದೆ. 'ಗಾಳಿ ಮಾತು' ಚಿತ್ರದ ನಾಯಕಿ ಭಾವಿಗೆ ಬಿದ್ದಾಗ ಇರುವ ಮೌನದಲ್ಲಿ ಆ ಭಾಷೆಯಿರುತ್ತದೆ, ಸುಂದರನಾಥ ಸುವರ್ಣ ಯಾಣದ ಕೋನಕೋನಗಳನ್ನು 'ನಮ್ಮೂರ ಮಂದಾರ ಹೂವೆ'ಯಲ್ಲಿ ತೋರಿಸುವಾಗ ಅದು ಬಳಕೆಯಾಗುತ್ತದೆ, 'ಭಕ್ತ ಕುಂಬಾರ'ದಲ್ಲಿ ಮಗನನ್ನು ಕಳೆದುಕೊಂಡ ಲೀಲಾವತಿ ತನ್ನ ಗಂಡನತ್ತ ನೋಡುವ ಕಣ್ಣಿನ ನೋಟದಲ್ಲಿ ಆ ಭಾಷೆಯಿರುತ್ತದೆ. ಮಗನನ್ನು ಕಳೆದುಕೊಂಡ ಕಮಲಹಾಸನ್ (ನಾಯಗನ್) ಅವನ ಹೆಣದ ಮುಂದೆ ಅಳುವಾಗ ಆ ಅಳುವಿನಲ್ಲಿ ಆ ಭಾಷೆಯಿರುತ್ತದೆ. ಜಾತ್ರೆಯಲ್ಲಿ ಧಿಡೀರನೆ ಬೆಟ್ಟಿಯಾದ ಶಿವರಾಜ್‌ಕುಮಾರ್ ಮತ್ತು ಶಿಲ್ಪ ಒಬ್ಬರಿಗೊಬ್ಬರು ನೋಡುವ ನೋಟದಲ್ಲಿ ಆ ಭಾಷೆಯಿರುತ್ತದೆ.

ಕನ್ನಡ ಸಿನಿಮಾದಲ್ಲಿ ಕನ್ನಡಾಭಿಮಾನವನ್ನು ಹೆಚ್ಚಿಸುವಂತಹ ಹಾಡು, ಸನ್ನಿವೇಶವನ್ನು ತೋರಿಸುವುದು ಒಳ್ಳೆಯದೇ. ಪುಟ್ಟಣ್ಣ ಹಾಗೂ ರಾಜ್‌ಕುಮಾರ್ ತಮ್ಮ ಚಿತ್ರಗಳಲ್ಲಿ ಅದನ್ನು ಮನಮುಟ್ಟುವಂತೆ ಮಾಡಿದ್ದಾರೆ. ಆದರೆ ಅದು ಶಿವಪೂಜೆಯಲ್ಲಿ ಕರಡಿ ಬಿಟ್ಟ ರೀತಿಯಲ್ಲಿ ಬಂದರೆ ಕಿರಿಕಿರಿಯನ್ನುಂಟುಮಾಡುತ್ತದೆ. ಉದಾಹರಣೆಗೆ 'ಬ್ರಹ್ಮಗಂಟು' ಸಿನಿಮಾ ತೆಗೆದುಕೊಳ್ಳಿ. ಇದರಲ್ಲಿ ನಾಯಕ ಶ್ರೀಧರ್ ತನ್ನ ಆಫೀಸಿನ ಕೆಲಸಕ್ಕಾಗಿ ವಿಶಾಖಪಟ್ಟಣಕ್ಕೆ ಹೋಗುತ್ತಾನೆ. ಅಲ್ಲಿ ಅವನ ಬಾಸ್ ತೆಲುಗಿನಲ್ಲಿ ಮಾತನಾಡಿದಾಗ ಇವನಿಗರ್ಥವಾಗುವದಿಲ್ಲ. ಅದಕ್ಕೆ ಆ ಬಾಸ್ 'ನೀವು ತೆಲುಗು ಕಲಿತುಕೊಳ್ಳಬೇಕು' ಅಂತ ಹೇಳಿದರೆ, ಅದಕ್ಕೆ ನಮ್ಮ ನಾಯಕ 'ನೀವೇ ಒಂಚೂರು ಕನ್ನಡ ಯಾಕೆ ಕಲಿತುಕೊಳ್ಳಬಾರದು?' ಎಂಬ ಪ್ರಶ್ನೆ ಎಸೆಯುತ್ತಾನೆ. ಈ ದೃಶ್ಯದ ಮೂಲಕ ನಿರ್ದೇಶಕರು ಅದ್ಯಾವ ಸೀಮೆಯ ಕನ್ನಡಾಭಿಮಾನವನ್ನು ತೋರಿಸುತ್ತಿದ್ದಾರೋ ಅರ್ಥವಾಗುವುದಿಲ್ಲ. ಮೊದಲೇ ತೆಲುಗು-ತಮಿಳಿನಿಂದ ಎರವಲು ತೆಗೆದುಕೊಂಡ ಸಿನಿಮಾ ಕತೆಯಿದು. ಅದರಲ್ಲಿ ಸ್ವಂತವಾಗಿ ಸೇರಿಸಿದ್ದು ಈ ಸನ್ನಿವೇಶ! ನಮ್ಮ ನಾಡಿಗೆ ತೆಲುಗಿನವನೊಬ್ಬ ಬಂದು ನಮಗೇ 'ನೀವೇ ಸ್ವಲ್ಪ ತೆಲುಗು ಕಲಿತುಕೊಳ್ಳಿ' ಅಂತಂದರೆ ಮೈ ಉರಿಯುವದಿಲ್ಲವೆ?

ಆದರೆ ಇದೇ ರೀತಿಯ ಒಂದು ಸನ್ನಿವೇಶ 'ನೀ ನಕ್ಕಾಗ' ಎಂಬ ಚಿತ್ರದಲ್ಲಿ ನಮ್ಮ ಕನ್ನಡಾಭಿಮಾನವನ್ನು ಬಡಿದೆಚ್ಚರಿಸುವಲ್ಲಿ ಯಶಸ್ವಿಯಾಗುತ್ತದೆ. ಇದರಲ್ಲಿ ನಾಯಕ ಬೆಂಗಳೂರಿನ ಒಂದು ಅಂಗಡಿಗೆ ಬರುತ್ತಾನೆ. ಅಂಗಡಿಯೊಡೆಯ ಒಬ್ಬ ಮುಸ್ಲಿಂ. ಕೋಳಿ ಮಾರಾಟ ಮಾಡುವ ಅಂಗಡಿಯದು. ನಾಯಕ ಅಂಗಡಿಯವ ಮುಸ್ಲಿಂ ಎಂದು ಕಂಡುಕೊಂಡ ಕೂಡಲೆ ತನ್ನ ಹರಕು ಮುರುಕು ಹಿಂದಿಯಲ್ಲಿ ಮಾತನಾಡಲು ಶುರುಮಾಡುತ್ತಾನೆ. ವ್ಯವಹಾರ

ಮುಗಿದು ಅವನು ಹೊರಡಲು ಅನುವಾದಾಗ ಆ ಅಂಗಡಿಯ ಮಾಲಿಕ ಮತ್ತ್ಯಾರೋ ಜೊತೆಯಲ್ಲಿ ಕನ್ನಡದಲ್ಲಿ ಮಾತನಾಡುತ್ತಾನೆ. ಅದಕ್ಕೆ ಆಶ್ಚರ್ಯಪಟ್ಟ ನಾಯಕ 'ನಿಮಗೆ ಕನ್ನಡ ಮಾತನಾಡಲಿಕ್ಕೆ ಬರ್ತದಾ?' ಎಂದು ಉದ್ಗರಿಸುತ್ತಾನೆ. ಅದಕ್ಕೆ ಪ್ರತಿಯಾಗಿ ಆ ಅಂಗಡಿಯ ಸಾಬಿ 'ಕನ್ನಡನಾಡಿನಾಗೆ ಹುಟ್ಟಿ ಬೆಳೆದ ನಾನಲ್ಲದೆ ನನ್ನ ಕೋಳಿ ಕನ್ನಡ ಮಾತಾಡುತ್ತೇನ್ರಿ' ಅಂತ ದಬಾಯಿಸುತ್ತಾನೆ. ನಾವು ಕನ್ನಡಿಗರು ಅನಾವಶ್ಯಕವಾಗಿ ನಮ್ಮ ನಾಡಿಗೆ ಬಂದವರ ಜೊತೆ ಬೇರೆ ಭಾಷೆಯಲ್ಲಿ ಮಾತನಾಡಲು ಹಾತೊರೆಯುವ ಗುಣವನ್ನು ಖಂಡಿಸಿ ತೋರಿಸುವ ಈ ದೃಶ್ಯ ಮನಸ್ಸಿಗೆ ನಾಟುತ್ತದೆ.

ಎಚ್2ಒನಲ್ಲಿ ತಮಿಳು ಬಳಸುವ ಬದಲು ಹಿಂದಿ ಭಾಷೆಯನ್ನು ಬಳಸಿದ್ದರೆ ಈ ಸಮಸ್ಯೆಗಳೇ ಬರುತ್ತಿರಲಿಲ್ಲವೇನೋ? ಬಹುಶಃ ನಮ್ಮೆಲ್ಲರ ಈ ಆಕ್ರೋಶಕ್ಕೆ ಮೂಲಕಾರಣ ಎಚ್2ಒ ಸಿನಿಮಾ ಅಲ್ಲವೇ ಅಲ್ಲವೆನ್ನಿಸುತ್ತದೆ. ನಮ್ಮ ಕಾವೇರಿ ನೀರಿನ ವಿವಾದ, ತಮಿಳರು ನಮ್ಮ ಬೆಂಗಳೂರನ್ನು ಆಕ್ರಮಿಸುತ್ತಿರುವುದು, ಕೇಂದ್ರ ಸರಕಾರದ ಕರ್ನಾಟಕದ ಶಾಖೆಗಳಲ್ಲಿ ಅವರೇ ಹೇರಳವಾಗಿ ತುಂಬಿಕೊಳ್ಳುತ್ತಿರುವುದು – ಇಂತಹ ಸಿಟ್ಟನ್ನು ನಮ್ಮಲ್ಲಿ ಮೂಡಿಸುತ್ತಿದೆ. ಇರಲಿ. ಆದರೆ ತಮಿಳಿನವರ ಮೇಲಿನ ಆಕ್ರೋಶಕ್ಕೂ, ತಮಿಳು ಭಾಷೆಯ ಮೇಲಿನ ಆಕ್ರೋಶಕ್ಕೂ ವ್ಯತ್ಯಾಸವಿದೆಯಲ್ಲವೆ? ಕನ್ನಡದಷ್ಟೇ ಪುರಾತನ ಇತಿಹಾಸವನ್ನು ಪಡೆದುಕೊಂಡಿರುವ ಭಾಷೆ ತಮಿಳು. ಅದಕ್ಕೆ ತಕ್ಕ ಗೌರವವನ್ನು ಸಹೃದಯಿ ಕನ್ನಡಿಗರು ತೋರಿಸುತ್ತಾರೆಂದು ಆಶಿಸೋಣ.

ಬೇಸಿಂಗ್‌ಸ್ಟೋಕ್, 31ನೇ ಮಾರ್ಚ್ 2002

ಕೇಳೆ ಗೆಳತಿ, ಕನಸೊಂದ ಕಂಡೆ

ನಮ್ಮ ಬಯಲುಸೀಮೆ ಹೆಂಗಸರ ಬದುಕು ಕಷ್ಟದ್ದು. ಕಾಡುವ ಬಡತನ, ದಬ್ಬಾಳಿಕೆಯ ಪುರುಷ ಸಮುದಾಯ, ನೀರಿನ ಬವಣೆ ಮತ್ತು ಹುರಿದು ಹಾಕುವ ಬೆಂಕಿ ಬಿಸಿಲು. ಆದರೆ ಇಂತಹ ಕಳ್ಳೆಪಿಳ್ಳೆ ನೆವಗಳನ್ನು ಹೇಳಿದರೆ ಬದುಕು ಕೇಳುತ್ತದೆಯೆ? ಅದು ಜೀವವಾಹಿನಿ. ಇದ್ದ ಸಮಸ್ಯೆಗಳನ್ನೆಲ್ಲಾ ಅತ್ತ ಸರಿಸಿ, ಹಸನಾಗುವ ಮಾರ್ಗಗಳನ್ನು ನಾವು ಹುಡುಕಿಕೊಳ್ಳಬೇಕು. ಅಂತಹ ಸಮಸ್ಯೆಗಳ ನಡುವೆಯೂ ಆಶಾಕಿರಣಗಳನ್ನಿಟ್ಟುಕೊಂಡು ನಗುನಗುತ್ತಾ ಬಾಳಬೇಕು. ಅದಕ್ಕಾಗಿ ಹತ್ತಾರು ಉಪಾಯಗಳು ಜನಪದದಲ್ಲಿ ಬೆರೆತುಹೋಗಿವೆ. ಅಂತಹ ಒಂದು ಸುಂದರ ಉಪಾಯ ಕನಸು ಕಾಣುವುದು ಮತ್ತು ಕನಸಿಗೆ ಅರ್ಥವನ್ನು ಹುಡುಕುವುದಾಗಿದೆ.

ರಾತ್ರಿ ಬಿದ್ದ ಕನಸನ್ನು ಜೋಪಾನವಾಗಿ ಬಚ್ಚಿಟ್ಟುಕೊಂಡು, ಬೆಳಗಿನ ಕತ್ತೆದುಡಿತವನ್ನೆಲ್ಲಾ ಮುಗಿಸಿಕೊಂಡು ಗೆಳತಿಯರ ಬಳಿ ಓಡುತ್ತಾರೆ. ತಮ್ಮ ಕನಸಿನ ಜಮಖಾನೆಯನ್ನು ಹಾಸಿ, ಅದರ ಮೇಲೆ ಹರಟೆಗೆ ಕೂಡುತ್ತಾರೆ. ಕನಸಿನಲ್ಲಿ ಬಂದ ವ್ಯಕ್ತಿ, ನಡೆದ ಘಟನೆ, ಬಳಕೆಗೊಂಡ ವಸ್ತುಗಳು, ಆಡಿದ ಮಾತುಗಳು – ಆಡದ ಮಾತುಗಳು, ಪಶು–ಪಕ್ಷಿಗಳು... ಪ್ರತಿಯೊಂದಕ್ಕೂ ಒಂದೊಂದು ಅರ್ಥವನ್ನು ಹುಡುಕುತ್ತಾರೆ. ಈ ಅರ್ಥಗಳು ವಾಸ್ತವ ಜೀವನದ ಅರ್ಥಗಳಿಗಿಂತ ತುಂಬಾ ಬೇರೆಯಾಗಿರುತ್ತವೆ. ತಲೆ ಮೇಲೆ ಸ್ನಾನ ಮಾಡಿದರೆ ತಿಕ್ಕಡಿ (ಶನಿಕಾಟ) ಜಾಸ್ತಿ, ಉಂಡ ಎಲೆಯ ಮುಂದೆ ಕುಳಿತಿದ್ದರೆ ಆರೋಗ್ಯ, ಊಟ ಮಾಡಿದರೆ ಅನಾರೋಗ್ಯ, ಗೊಜ್ಜಲಿನಂತಹ ಅಸಹ್ಯ ವಸ್ತುಗಳು ಕಂಡರೆ ಐಶ್ವರ್ಯ, ಹಣವೇ ಕಂಡುಬಂದರೆ ಏನೋ ಕೇಡು, ಹೆಣ ಕಂಡು ಬಂದರೆ ಶುಭಕಾರ್ಯ ನಡೆಯುತ್ತದೆ... ಹೀಗೆ ಯಾವುದೇ ತರ್ಕಕ್ಕೆ ಸಿಕ್ಕದೆ ಅವುಗಳ ಅರ್ಥಗಳು ಜನರಲ್ಲಿ ಬೆರತುಕೊಂಡಿವೆ. ಸ್ವಪ್ನಸಂಹಿತೆ, ಸ್ವಪ್ನಚಿಂತಾಮಣಿಯಂತಹ ಪುಸ್ತಕಗಳು

ಇವೆಯಾದರೂ ಅವುಗಳನ್ನೇನೂ ಇವರು ಓದಿದವರಲ್ಲ. ತಲೆಮಾರುಗಳಿಂದ ಬಂದ ಕನಸಿನ ವಿವರಣೆಯ ಜೊತೆಗೆ ತಮ್ಮ ಬುದ್ಧಿವಂತಿಕೆಯನ್ನು ಸೇರಿಸಿ ತಮ್ಮದೇ ಆದ ಅರ್ಥಗಳನ್ನು ಕಟ್ಟಿಕೊಳ್ಳುತ್ತಾರೆ. ಬಿದ್ದ ಕನಸಿಗೆ ಆದಷ್ಟು ಒಳ್ಳೆಒಳ್ಳೆಯ ಅರ್ಥವನ್ನು ಹುಡುಕುತ್ತಾರೆ.

ನಮ್ಮಮ್ಮನಿಗೆ ಕನಸುಗಳಲ್ಲಿ ನಂಬಿಕೆ ಹೆಚ್ಚು. ಬೆಳಿಗ್ಗೆ ಎದ್ದ ತಕ್ಷಣ ಕಾಫಿ ಕುಡಿಯುವಾಗಲೋ, ತರಕಾರಿ ಹೆಚ್ಚುವಾಗಲೋ ತನ್ನೆಲ್ಲಾ ಕನಸುಗಳನ್ನು ನನ್ನಪ್ಪನ ಮುಂದೆ, ನಾವು ಹುಡುಗರಾದರೂ ನಮ್ಮ ಮುಂದೆ ಹೇಳಿಕೊಳ್ಳುತ್ತಿದ್ದಳು. 'ಕರು ಅಂಬಾ ಅಂತು. ಯಾರೋ ಬರ್ತಾರೆ...', 'ಭಲೋ ಬಣ್ಣದ ರಂಗೋಲಿ ಹಾಕ್ತಾ ಕೂತಿದ್ದೆ. ಲಕ್ಷ್ಮಿ ಮನೆಗೆ ಬರ್ತಾಳೆ...', 'ಪಕ್ಕದಮನಿ ಪುಟ್ಟಿ ಗಿಡದಾಗಿನ ಮಲ್ಲಿಗಿ ಹೂ ಬಿಡಿಸ್ತಾ ಇದ್ದಳು. ಬಡಾನ ಮದುವಿ ಆಗ್ತದೆ...', 'ಜಾತ್ರಿ ಗಲಾಟೆ, ತೇರು ಎಳೆದಂಗೆ ಆಯ್ತು... ಯಾರನ್ನಾ ಸಾಯ್ತಾರೋ ಏನೋ?' ಎಂದೆಲ್ಲಾ ಹೇಳುತ್ತಿದ್ದಳು.

ಕೆಲವೊಮ್ಮೆಯಂತೂ 'ನಿನ್ನೆ ರಾತ್ರಿ ಕನಸಿನಾಗೆ ಭಿಕ್ಷೆಗೆ ಬಂದ ಬ್ರಾಹ್ಮಣ ಸಂಸ್ಕೃತ ಶ್ಲೋಕ ಹೇಳಿ ಹೋಗ್ಯಾನೆ' ಅಂತ ಯಾವುದೋ ಶ್ಲೋಕವನ್ನು ಹೇಳುತ್ತಿದ್ದಳು. ನಮಗದು ತಮಾಷೆಯ ವಿಷಯ. ಅಮ್ಮನಿಗೆ ಮೊದಲೇ ಸಂಸ್ಕೃತ ಬಾರದು. ಅದರ ಮೇಲೆ ಕನಸಿನಲ್ಲಿ ಹೇಳಿಹೋದ ಶ್ಲೋಕ! ಆದರೆ ನಮ್ಮಮ್ಮ ನಮ್ಮ ಕುಹಕಗಳನ್ನೆಲ್ಲಾ ಜಾಡಿಸಿ ಒಗೆದು, ಸಂಜೆಗೆ ಎಲೆ-ಅಡಿಕೆ-ದಕ್ಷಿಣೆಯೊಂದಿಗೆ ಅನಂತ ಭಟ್ಟರ ಬಳಿಗೆ ಹೋಗುತ್ತಿದ್ದಳು. ಅವರು ಶ್ಲೋಕವನ್ನು ಕೇಳಿ, ಯಾವು ಯಾವುದೋ ಗ್ರಂಥಗಳನ್ನು ಹುಡುಕಿ, 'ಇದು ದುರ್ಗಾಪುರಾಣದ ಹತ್ತನೆಯ ಅಧ್ಯಾಯದಲ್ಲಿ ಬರ್ತದಮ್ಮ. ದುರ್ಗಿ ದುಷ್ಟಸಂಹಾರ ಮಾಡುವ ಅಧ್ಯಾಯ. ನಿಮ್ಮ ಕಂಟಕಗಳೆಲ್ಲಾ ಪರಿಹಾರ ಆಗ್ತವೆ' ಅಂತ ಹೇಳಿ ಅಮ್ಮಗೆ ಆ ಶ್ಲೋಕವನ್ನು ತೋರಿಸುತ್ತಿದ್ದರು.

ಪಿಂಜಾರ ಓಣಿಯ ಗೌರಕ್ಕನ ಮಗಳು ಶಾಂಭವಿ ಹುಟ್ಟಾ ಕುರುಡಿ. ವಯಸ್ಸಾಗುತ್ತಾ ಬಂದಿದ್ದರೂ ಮದುವೆಯಾಗಿರಲಿಲ್ಲ. ಆಗೊಮ್ಮೆ ಈಗೊಮ್ಮೆ ಅಮ್ಮನ ಬಳಿ ಬಂದು ತನ್ನ ಕನಸನ್ನು ಹೇಳಿಕೊಂಡು ಅರ್ಥ ಕೇಳುತ್ತಿದ್ದಳು. ತನ್ನೆಲ್ಲಾ ಕನಸಿನಿಂದಲೂ ಅವಳು ಹುಡುಕುತ್ತಿದ್ದ ಅರ್ಥ ಒಂದೇ ಒಂದು – ತನಗೆ ಮದುವೆಯಾಗುತ್ತದೆಯೆ? ಎಂದು. ಅಮ್ಮ ಅವಳ ಕನಸನ್ನು ಅತ್ಯಂತ ಆಸಕ್ತಿಯಿಂದ ಕೇಳುತ್ತಿದ್ದಳು. 'ಆಗ್ತದೆ ಶಾಂಭವಿ... ತಪ್ಪದಂಗೆ ಮದುವಿ ಆಗ್ತದೆ. ಆದರೆ ಸ್ವಲ್ಪ ತಡ... ಅವಸರ ಮಾಡಬೇಡ...' ಎಂದು ಹೇಳಿದರೆ ಅತ್ಯಂತ ಖುಷಿಯಾಗುತ್ತಿದ್ದಳು. ನಾನು ಅವಳನ್ನು ಗೋಳುಹೊಯ್ದುಕೊಳ್ಳಲು 'ಮೊದಲೇ ನಿಂಗೆ ಕಣ್ಣು ಕಾಣಿಸಂಗಿಲ್ಲ. ಕನಸು ಹೆಂಗವ್ವಾ ಬೀಳ್ತದೆ?' ಅಂತ ಸವಾಲೆಸೆಯುತ್ತಿದ್ದೆ. ನನ್ನ ಮುಖವನ್ನೆಲ್ಲಾ ತನ್ನ ಕೈಯಿಂದ ತಡಕಾಡುತ್ತಾ 'ನಿನ್ನ ಹೆಜ್ಜಿ ಸಪ್ಪಳದಿಂದಲೇ ನೀನು ಅಂತ ಗೊತ್ತಾಗ್ತದಪ್ಪ. ಇನ್ನ ಕನಸಿನಾಗೆ ಬಂದು ಗಲಗಲ ಮಾತಾಡಿದರೆ ಗೊತ್ತಾಗಂಗಿಲ್ಲೇನು?' ಎಂದು ಹೇಳಿ ನಗುತ್ತಿದ್ದಳು. ಅಂತೂ ಶಾಂಭವಿಗೆ ಮದುವಿಯಾಯ್ತು. ಅತ್ತೆ ಮನೆಗೆ ಹೋಗುವಾಗ ತನ್ನ ಗಂಡನ ಜೊತೆಗೆ ಬಂದು ನಮ್ಮಮ್ಮನಿಗೆ ನಮಸ್ಕಾರ ಮಾಡಿ 'ಕಡೀಗೂ ಕನಸು ಖರೆ ಆಯ್ತು ನೋಡಕ್ಕಾ...' ಎಂದು ಕಣ್ಣಲ್ಲಿ ಆನಂದಭಾಷ್ಪಗಳನ್ನು ಸುರಿಸಿದ್ದಳು.

ಅಮ್ಮನಿಂದಾಗಿ ನಮಗೂ ಕನಸಿನ ಬಗ್ಗೆ ಕುತೂಹಲ. ಬೆಳಿಗ್ಗೆ ಎದ್ದಾಗ ನೆನಪಿದ್ದರೆ ಕನಸಿನ ವರದಿಯೊಪ್ಪಿಸುತ್ತಿದ್ದೆವು. ಹೀಗೊಮ್ಮೆ ನನ್ನಕ್ಕ ತನ್ನ ಕನಸನ್ನು ಹೇಳಿದಾಗ 'ನನ್ನ

ಕೂಸಿಗೆ ಛಲೋ ಕನಸು ಬಿದ್ದದೆ. ಹೊಸಬಟ್ಟೆ ಬರ್ತದೆ...' ಎಂದು ಅರ್ಥ ಹೇಳಿದ್ದಳು. ನನ್ನಕ್ಕ ಅದೇ ನೆಪಮಾಡಿಕೊಂಡು ಅಪ್ಪನ ಬಳಿ ಹೊಸಬಟ್ಟೆ ಕೊಡಿಸೆಂದು ಹಠ ಹಿಡಿದುಬಿಟ್ಟಳು. ಏನೇ ಸಮಾಧಾನ ಮಾಡಿದರೂ ಬಗ್ಗಲಿಲ್ಲ. ನನ್ನಪ್ಪನಿಗೆ ಸಿಟ್ಟು ನೆತ್ತಿಗೇರಿತ್ತು. 'ನೀನು ಇಂಥಾ ಹುಚ್ಚುಚ್ಚು ಅರ್ಥನ್ನೆಲ್ಲಾ ಹುಡುಗರಿಗೆ ಹೇಳಿ ನನ್ನ ಜೋಬಿಗೆ ಕತ್ತರಿ ಹಾಕ್ತೀ ನೋಡು...' ಎಂದು ಅಮ್ಮನ ಮೇಲೆ ಹಾರಾಡಿದ್ದರು. ಕೊನೆಗೂ ಸಾಯಂಕಾಲ ಬಟ್ಟೆಯಂಗಡಿಗೆ ಹೋಗಿ ಅಕ್ಕನಿಗೆ ಬಟ್ಟೆ ಕೊಡಿಸಿದರು.

ಆದರೆ ನಾನು ಸುಮ್ಮನಿರುತ್ತೇನೆಯೆ? ನನಗೂ ಹೊಸಬಟ್ಟೆ ಬೇಕೆಂದು ಹಠ ಹಿಡಿದೆ. ನಮ್ಮಮ್ಮ 'ನಿಂಗೇನು ಅಂಥಾ ಕನಸು ಬಿದ್ದದೇನೋ?' ಎಂದು ದಬಾಯಿಸಲು ಪ್ರಯತ್ನಿಸಿದ್ದಕ್ಕೆ ನಾನು 'ನಿನ್ನೆ ರಾತ್ರಿ ಬಿದ್ದಿಲ್ಲ ಅಂದ್ರೆ ಏನಾಯ್ತು. ಈವತ್ತು ರಾತ್ರಿ ನಂಗೆ ಅಂಥದೇ ಕನಸು ಬೀಳ್ತದೆ' ಅಂತ ವಾದ ಮಾಡಿ ಹೊಸಬಟ್ಟೆ ಕೊಡಿಸಿಕೊಂಡಿದ್ದೆ. ಆದರೆ ಹೊಸಬಟ್ಟೆಗಳನ್ನು ಹಾಕಿಕೊಂಡಿದ್ದು ಮತ್ತೆ ಹಬ್ಬ ಬಂದಾಗಲೇ! ಹಬ್ಬದ ದಿನದ ಹೊರತಾಗಿ ಬಿಡಿ ದಿನಗಳಲ್ಲಿ ಹೊಸಬಟ್ಟೆ ಯಾರೂ ಹಾಕುತ್ತಿರಲಿಲ್ಲ.

ದೇವರಿಗೆ ಹರಕೆ ಹೊತ್ತು ವಿಶೇಷವಾಗಿ ದೇಹವನ್ನು ಶ್ರಮಕ್ಕೊಡ್ಡಿ ಸೇವೆ ಮಾಡುವಾಗ ಕನಸನ್ನು ಅತ್ಯಂತ ಮಹತ್ವದ್ದಾಗಿ ಕಾಣುತ್ತಾರೆ. ತಮ್ಮ ಸೇವೆಗೆ ಪ್ರತಿಫಲವಾಗಿ ದೇವರು ಕನಸಿನ ಮೂಲಕವೇ ಉತ್ತರ ಕೊಡುತ್ತಾನೆಂಬ ನಂಬಿಕೆ. ಕನಸು ಬೀಳುವವರೆಗೆ ತಮ್ಮ ಸೇವೆಯನ್ನು ನಿಲ್ಲಿಸುವದಿಲ್ಲ. ನನ್ನ ತಂದೆಯ ಅಕ್ಕನೊಬ್ಬರು ಇಂತಹ ಸೇವೆಯೊಂದನ್ನು ಸಂಕಲ್ಪಿಸಿಕೊಂಡು ನಮ್ಮೂರಿಗೆ ಬಂದರು. ಅವರು ಜೀವನದಲ್ಲಿ ತುಂಬಾ ನೊಂದಿದ್ದರು. ಚಿಕ್ಕಂದಿನಲ್ಲೇ ಗಂಡನನ್ನು ಕಳೆದುಕೊಂಡಿದ್ದರು. ಹೆಣ್ಣು ಹುಡುಗರಿಗೆ ಮದುವೆಯಾಗಿರಲಿಲ್ಲ. ಜೊತೆಗೆ ಇದ್ದೊಬ್ಬ ಗಂಡು ಹುಡುಗನಿಗೆ ವಿದ್ಯೆ ಹತ್ತಿರಲಿಲ್ಲ. ಚಿಕ್ಕಪುಟ್ಟ ಸೇವೆಗಳನ್ನು ಆಗಾಗ ಮಾಡುತ್ತಿದ್ದರಾದರೂ ಬದುಕಿನಲ್ಲಿ ಯಾವುದೇ ಏಳ್ಗೆಯಾಗದ್ದರಿಂದ ರೋಸಿ ದೊಡ್ಡ ಸೇವೆಯೊಂದನ್ನೇ ಸಂಕಲ್ಪಿಸಿಕೊಂಡು ಬಂದಿದ್ದರು.

ನಮ್ಮ ಮನೆಯಿಂದ ರಾಯರಮಠ ಸುಮಾರು ಅರ್ಧ ಕಿಲೋಮೀಟರ್ ದೂರದಲ್ಲಿದೆ. ಮನೆಯಿಂದ ಅಲ್ಲಿಯವರೆಗೆ ಹೆಜ್ಜೆ ನಮಸ್ಕಾರ ಹಾಕುವದಾಗಿ ಬೇಡಿಕೊಂಡಿದ್ದರು. ಬೆಳಿಗ್ಗೆ ಜನರೆಲ್ಲಾ ಎದ್ದ ಮೇಲೆ ಹಾಗೆ ರಸ್ತೆಯಲ್ಲಿ ನಮಸ್ಕಾರ ಹಾಕುತ್ತಾ ಹೋಗುವದಕ್ಕೆ ಸಂಕೋಚ. ಆದ್ದರಿಂದ ಸೂರ್ಯೋದಯಕ್ಕೆ ಮುಂಚೆಯೇ ಭಾವಿಯಲ್ಲಿ ಸ್ನಾನ ಮಾಡಿ ಸೇವೆ ಪ್ರಾರಂಭಿಸುತ್ತಿದ್ದರು. ರಸ್ತೆ ದೀಪಗಳೂ ಇರುತ್ತಿರಲಿಲ್ಲವಾದ್ದರಿಂದ ನಮ್ಮಮ್ಮ ಕೈಯಲ್ಲಿ ಲಾಂದ್ರವನ್ನು ಹಿಡಿದುಕೊಂಡು ಅವರ ಜೊತೆಯಲ್ಲಿ ಹೋಗುತ್ತಿದ್ದಳು. ಅವರು ವಾಪಾಸಾಗುವ ಹೊತ್ತಿಗೆ ಬೆಳಕು ಹರಿದು ನಲ್ಲಿನೀರು ಬರುವ ಸಮಯವಾಗುತ್ತಿತ್ತು. ಆದರೆ ಅದೇಕೋ ಅವರಿಗೆ ಸ್ವಪ್ನವೇ ಆಗಲಿಲ್ಲ. ವಾರವಾದರೂ ಯಾವುದೇ ಫಲದ ಸೂಚನೆಗಳು ಕನಸಿನಲ್ಲಿ ಕಾಣಲಿಲ್ಲ. 'ಯಾಕೋ ರಾಯರು ನನ್ನ ಕಡೆ ಕಣ್ಣು ಬಿಟ್ಟು ನೋಡವಲ್ಲರು...' ಎಂದು ಪೇಚಾಡುತ್ತಲೇ ಸೇವೆ ಮುಂದುವರೆಸುತ್ತಿದ್ದರು.

ಅವರಿಗೆ ಕಾಲು ನೋವು ಶುರುವಾಗಿ, ಅವರ ಸ್ಥಿತಿಯನ್ನು ನೋಡಲು ನಮಗೂ ಸಾಧ್ಯವಾಗದಂತಾಗಿತ್ತು. ಕಡೆಗೂ ಒಂದು ದಿನ ಅವರಿಗೆ ಕನಸು ಬಿತ್ತು. ಒಳ್ಳೆಯ ಸೂಚನೆಗಳು

ಆ ಕನಸಿನಲ್ಲಿ ಕಂಡಿದ್ದವು. ಆ ದಿನ ನಮ್ಮ ಮನೆಯಲ್ಲಿ ಹಬ್ಬದ ಸಂಭ್ರಮವಿತ್ತು. 'ಒಳ್ಳೆ ಕನಸು ಬಿದ್ದದೆ...' ಅಂತ ನಾವೆಲ್ಲಾ ಮಾತನಾಡಿಕೊಳ್ಳುತ್ತಾ ಖುಷಿಖುಷಿಯಿಂದಿದ್ದೆವು. ಅಮ್ಮ ಹಬ್ಬದಡಿಗೆಯನ್ನು ಮಾಡಿದ್ದಳು. ಮತ್ತೆ ಅವರು ಊರಿಗೆ ವಾಪಾಸು ಹೊರಡುವಾಗ ನಮ್ಮಮ್ಮ 'ವೈನಿ, ಕಷ್ಟ–ಸುಖ ದೇವರು ಕೊಟ್ಟಂಗೆ ಬರಲಿ. ಬಂದಿದ್ದು ಅನುಭವಿಸೋದು ಇದ್ದಿದ್ದೇ ಅದೆ. ಆದರೆ ಇನ್ನು ಮುಂದೆ ಇಂಥಾ ದೇಹದಂಡನೆ ಮಾಡೋ ಸೇವಾನ್ನ ಸಂಕಲ್ಪಿಸ್ಕೊಳ್ಳ ಬೇಡರಿ. ನನ್ನ ಆಣಿ ಅದೆ' ಅಂತ ಅವರಿಂದ ಪ್ರಮಾಣ ಮಾಡಿಸಿಕೊಂಡಿದ್ದಳು.

ಪರೀಕ್ಷೆ ಮುಗಿಸಿ ರಜೆಯ ದಿನಗಳಲ್ಲಿ ನಮ್ಮ ತಂದೆ–ತಾಯಿ ನಮ್ಮನ್ನು ತೀರ್ಥಕ್ಷೇತ್ರಕ್ಕೆ ಕರೆದುಕೊಂಡು ಹೋಗುತ್ತಿದ್ದರು. ವಾರಗಟ್ಟಲೆ ಅಲ್ಲಿದ್ದು, ದೇವರ ಸೇವೆ ಮಾಡಿ ಬರುತ್ತಿದ್ದೆವು. ತೀರ್ಥಕ್ಷೇತ್ರಗಳಲ್ಲಿ ಬಿದ್ದ ಕನಸಿಗೆ ಅತ್ಯಂತ ಮಹತ್ವವಿರುತ್ತಿತ್ತು. ನಾವು ಹುಡುಗರೂ ದೇವರಿಗೆ ಸೇವೆ ಮಾಡುತ್ತಿದ್ದೆವಾದರೂ ಅದಕ್ಕೆ ಬಯಸುತ್ತಿದ್ದ ಪ್ರತಿಫಲ ಒಂದೇ ಒಂದು – ಪರೀಕ್ಷೆಯಲ್ಲಿ ಪಾಸಾಗುವುದು! ಹೀಗೊಮ್ಮೆ ಸೇವೆ ಮಾಡುವಾಗ ನನಗೆ ವಿಚಿತ್ರ ಕನಸೊಂದು ಬಿದ್ದಿತ್ತು.

ನನ್ನ ಕನಸಿನಲ್ಲಿ ನಟಸಾರ್ವಭೌಮ ಡಾ. ರಾಜ್‌ಕುಮಾರ್‌ರವರು ನನ್ನ ಬಳಿಗೆ ಬಂದಿದ್ದರು. 'ನನ್ನ ಮಗ ಗಣಿತದಾಗೆ ಭಾಳ ದಡ್ಡ. ಪಾಸಾಗೋದೇ ಕಷ್ಟ ಆಗ್ಯದೆ. ಸ್ವಲ್ಪ ನಿನ್ನ ನೋಟ್ಸ್ ಕೊಟ್ಟಿರು. ಅವನು ಓದಿಕೊಂಡು ವಾಪಾಸು ಕೊಡ್ತಾನೆ' ಅಂತ ಬೇಡಿಕೊಂಡರು. ಅಣ್ಣಾವ್ರೇ ಕೇಳಿದ ಮೇಲೆ ಇನ್ನೇನಿದೆ? ಆದರೂ ನನ್ನ ಜಾಗ್ರತೆಯಲ್ಲಿ ನಾನಿರಬೇಕೆಂದು ನಿಶ್ಚಯಿಸಿ 'ನೋಟ್ಸ್ ಬುಕ್ಕದಾಗಿನ ಖಾಲಿ ಹಾಳಿ ಹರಕೊಳ್ಳಂಗಿಲ್ಲ' ಎಂದು ಹೇಳಿ ಕೊಟ್ಟಿದ್ದೆ. ಎಚ್ಚರವಾಗಿತ್ತು! ನಮ್ಮಮ್ಮನ ಬಳಿ ಈ ಕನಸಿಗೂ ಅರ್ಥ ಇತ್ತು. 'ರಾಜ್‌ಕುಮಾರ್ ಅಂದ್ರೆ ಒಳ್ಳೆ ಮನುಷ್ಯ. ಕುಡಿತ, ಸಿಗರೇಟು, ಸೂಳೇರು... ಒಂದೂ ಇಲ್ಲ. ಅಪ್ಪ–ಅಮ್ಮನ್ನ ಕಂಡರೆ ಗೌರವದಿಂದ ಮಾತಾಡ್ತಾನೆ. ಅಂಥಾತ ಕನಸಿನಾಗೆ ಬಂದರೆ ಒಳ್ಳೇದೇ ಆಗ್ತದೆ. ಆದರೆ ನೋಟ್ ಪುಸ್ತಕ ನೀನು ಕೊಡಬಾರದಿತ್ತು. ನಮ್ಮನಿ ಸರಸ್ವತಿನ್ನ ಇನ್ನೊಬ್ಬರಿಗೆ ಕೊಟ್ಟಂಗಾಯ್ತು' ಎಂದು ಪೇಚಾಡಿದ್ದರು. ಈಗಾಗಲೇ ಕನಸಿನ ಅರ್ಥ ಕಂಡುಹಿಡಿಯಲು ಪಳಗಿದ್ದ ನಾನು 'ವಾಪಾಸು ಕೊಡ್ತೀನಿ ಅಂತ ಹೇಳಿ ತೊಗೊಂಡಾರಮ್ಮ. ನಾಳೆ–ನಾಡದ್ದು ಕನಸಿನಾಗೆ ವಾಪಾಸು ಕೊಡ್ತಾರೇನೋ ನೋಡೋಣ' ಎಂದು ಹೊಸ ಅರ್ಥವನ್ನು ಕೊಟ್ಟಿದ್ದೆ.

ಬೆಳಗಿನ ಜಾವ ಬಿದ್ದ ಕನಸು ಸತ್ಯವಾಗುತ್ತದೆಂಬುದೊಂದು ನಂಬಿಕೆ. ಆದರೆ ಒಳ್ಳೆಯ ಕನಸು ಬಿದ್ದ ನಂತರ ಮತ್ತೆ ಮಲಗಿಕೊಳ್ಳಬಾರದು ಎಂಬುದು ಮತ್ತೊಂದು ನಂಬಿಕೆ. ಒಮ್ಮೆ ನಮ್ಮಕ್ಕನಿಗೆ ಮೈಯಲ್ಲಿ ಚೆನ್ನಾಗಿರಲಿಲ್ಲ. ಎಷ್ಟು ದಿನವಾದರೂ ಜ್ವರ ಇಳಿದಿರಲಿಲ್ಲ. ಅಂತಹ ದಿನದಲ್ಲೊಮ್ಮೆ ಅಮ್ಮಗೆ ಅಕ್ಕನ ಜ್ವರ ವಾಸಿಯಾಗುತ್ತದೆಂಬ ಕನಸು ಬೆಳಗಿನ ಜಾವ ಬಿದ್ದಿತ್ತು. ಎಚ್ಚರಗೊಂಡ ಅಮ್ಮ ಮತ್ತೆ ನಿದ್ದಿ ಮಾಡಿರಲಿಲ್ಲ. ಸುಮಾರು ಎರಡು ಮೂರು ಗಂಟೆಗಳ ಕಾಲ ಹೂಬತ್ತಿ ಹೊಸೆಯುತ್ತಾ ಕುಳಿತಿದ್ದರು. ಮಧ್ಯೆದಲ್ಲಿ ಎಚ್ಚರಗೊಂಡ ಅಪ್ಪ 'ಇನ್ನೂ ಬೆಳಕಾಗಲಿಕ್ಕೆ ತುಂಬಾ ಹೊತ್ತು ಅದೆ. ಮಲ್ಕೋ ಬಾರೆ...' ಎಂದರೆ 'ಕೂಸಿಗೆ ಜ್ವರ ಬಿಡ್ತದೆ ಅಂತ ಸ್ವಪ್ನ ಆಗ್ಯದೆ ರೀ... ಮತ್ತೆ ಮಲಗಿಕೊಂಡು ಅದರ ಫಲ ಕಳಕೊಂಡ್ರೆ ಹೆಂಗೆ? ವಾರದಿಂದ ಜ್ವರ ಬಿಡದಂಗೆ ಸತಾಯಿಸ್ತಾ ಅದೆ' ಎಂದು ಹೇಳಿ ಮತ್ತೆ ಮಲಗಿರಲಿಲ್ಲ.

ಮೂಲೆ ಮನೆಯ ಸಾವಿತ್ರಿಗೆ ಬಳ್ಳಾರಿ ಹುಡುಗನೊಂದಿಗೆ ಮದುವೆ ನಿಶ್ಚಯವಾಗಿತ್ತು. ಮದುವೆಗೆ ಒಂದೆರಡು ತಿಂಗಳು ಮುಂಚೆ ಯಾವುದೋ ಕ್ಷುಲ್ಲಕ ಕಾರಣಕ್ಕಾಗಿ ಗಂಡಿನ ಕಡೆಯವರಿಗೆ ಅವಳು ಬೇಡವಾದಳು. ಅತ್ಯಂತ ಕುತಂತ್ರದಿಂದ 'ನಮಗೆ ಆ ಹುಡುಗಿನ್ನ ಮದುವಿ ಆಗಬೇಡ ಅಂತ ಸ್ವಪ್ನದಾಗೆ ನಮ್ಮನಿ ದೇವರು ಬಂದು ಹೇಳ್ಯಾರೆ' ಎಂದು ಕನಸಿನ ನೆಪವೊಡ್ಡಿ ಮದುವೆಯನ್ನು ಮುರಿದುಬಿಟ್ಟರು. ಸಾವಿತ್ರಿಯ ಮನೆಯವರೆಲ್ಲಾ ಗಂಡಿನ ಅಪ್ಪ-ಅಮ್ಮನ ಮುಂದೆ ಹೋಗಿ ಕಣ್ಣೀರು ಹಾಕಿದರೂ ಯಾರೂ ಕದಲಲಿಲ್ಲ. 'ನಮಗೇನೋ ನಿಮ್ಮ ಹುಡುಗೀನ್ನ ಮಾಡಿಕೊಳ್ಳಲಿಕ್ಕೆ ಭಾಳ ಇಷ್ಟ ಅದೆ. ಆದರೆ ಕನಸು ಬಿದ್ದ ಮೇಲೆ ಏನು ಮಾಡಲಿಕ್ಕೆ ಬರ್ತದೆ ಹೇಳ್ರಿ?' ಎಂದು ತಾರಮ್ಮಯ್ಯ ಮಾಡಿ ಕಳುಹಿಸಿಬಿಟ್ಟರು. ಒಂದು ದಿನ ಸಾವಿತ್ರಿಯ ಅಮ್ಮ ನಮ್ಮ ಮನೆಗೆ ಬಂದು ತಮ್ಮ ಕಷ್ಟವನ್ನು ತೋಡಿಕೊಂಡರು. 'ಈ ಕನಸಿನ ಮನಿ ಹಾಳಾಗ... ಊಟ ಉಂಡು ಅರಗಿಸಿಕೊಳ್ಳೋದು ಆಗದ್ದಕ್ಕೆ ಬಿದ್ದ ಕನಸಿಗೆ ಇಲ್ಲದ ಅರ್ಥ ಕಟ್ಟಿ ನಮ್ಮ ಹುಡುಗಿ ಕುತ್ತಿಗಿ ಕೊಯ್ದು ಬಿಟ್ರು ನೋಡ್ರಿ. ಆ ದೇವರು ಮನುಷ್ಯರಿಗೆ ಕನಸು ಕಾಣೋ ಶಾಪ ಯಾಕೆ ಕೊಟ್ಟಾನೋ ಅಂತ ಅನಿಸ್ತದೆ...' ಎಂದು ವ್ಯಗ್ರರಾಗಿ ಮಾತನಾಡಿದ್ದರು.

ಅಮ್ಮ ಸಾಯುವ ದಿನಗಳಲ್ಲಿ ಕನಸಿಗೆ ತುಂಬಾ ಹೆದರಿಕೊಳ್ಳುತ್ತಿದ್ದಳು. 'ಕರಕೊಂಡು ಹೋಗಲಿಕ್ಕೆ ಬರ್ತಾರವ್ವಾ...' ಎಂದು ಬಿದ್ದ ಕನಸನ್ನು ಭಯದಿಂದ ವಿವರಿಸಿ ಅಳುತ್ತಿದ್ದಳು. ಕೆಟ್ಟ ಕನಸು ಬಿದ್ದು ಎಚ್ಚರವಾದಾಗ ಮತ್ತೆ ಮಲಗಿಬಿಟ್ಟರೆ ಅದರ ಫಲ ಇರುವದಿಲ್ಲ ಎಂಬ ನಂಬಿಕೆಯಲ್ಲಿ ಮತ್ತೆ ಮಲಗಲು ಪ್ರಯತ್ನಿಸುತ್ತಿದ್ದಳಾದರೂ ನಿದ್ದೆ ಬರದೆ ಒದ್ದಾಡುತ್ತಿದ್ದಳು. ರಾತ್ರಿ ಮಲಗುವದಕ್ಕೆ ಮುನ್ನ ಕನಸು ಬೀಳದಂತಿರಲು ಯಾವುಯಾವುದೋ ಮಂತ್ರಗಳನ್ನು ಪಠಿಸುತ್ತಿದ್ದಳು. ತನ್ನ ನಿದ್ರೆಯ ಸಾಮ್ರಾಜ್ಯಕ್ಕೆ ಕನಸುಗಳಿಗೆ ಪ್ರವೇಶವಿಲ್ಲದಂತೆ ಕಾವಲು ಕಾಯುವದಕ್ಕಾಗಿ ಭೂತರಾಜರ ಫೋಟೋ ಒಂದನ್ನು ತಲೆಯ ದೆಸೆಯಲ್ಲಿ ಇಟ್ಟುಕೊಳ್ಳುತ್ತಿದ್ದಳು.

ಆದರೂ ಅಮ್ಮನಿಗೆ ಕನಸುಗಳಿಂದ ತಪ್ಪಿಸಿಕೊಳ್ಳಲಾಗಲಿಲ್ಲ – ಹಾಗೆಯೇ ಸಾವಿಂದಲೂ! ಸತ್ತು ಹೋದ ಅಮ್ಮನ ಸಾವಿನ ಸುದ್ದಿ ಬಂದಾಗ ನನ್ನ ಮನಸ್ಸಿಗೆ ಮೂಡಿದ್ದು ಒಂದೇ ಪ್ರಶ್ನೆ – 'ಸಾಯುವದಕ್ಕೆ ಮುಂಚೆ ಅಮ್ಮ ಕಂಡ ಕನಸಾದರೂ ಯಾವುದು?'

ಬೆಂಗಳೂರು, 22ನೇ ಜೂನ್ 2003

ಶೌಚ ಪುರಾಣ

'ಥೂ! ಏನ್ ಹೊಲ್ಸು ಬರೀತಾನ್ರಿ ಇವಾ..'

ಸಂಪ್ರದಾಯಸ್ಥರು ಬೇಕಾದರೆ ಮೂಗು ಮುರಿಯಲಿ, ನನಗಂತೂ ಇದಕ್ಕಿಂತಾ ಒಳ್ಳೆಯ ವಿಷಯ ಬೇರೊಂದಿಲ್ಲ ಅಂತ ಖಾತರಿಯಾಗಿದೆ. ಮನುಷ್ಯನ ಹುಟ್ಟಿನಿಂದ ಸಾವಿನವರೆಗೆ ಜೊತೆಯಲ್ಲಿರುವ ಸಂಗಾತಿಯ ವಿಷಯಕ್ಕೆ ಅಸಹ್ಯವೇಕೆ?

ಚಿಕ್ಕಂದಿನಲ್ಲಿ ನಾನು ಶೌಚಕ್ಕೆ ಹೋದರೆ ಮನೆಯವರಿಗೆಲ್ಲಾ ಆತಂಕ. 'ಹಾಳಾದವ್ನು, ಒಂದು ಗಂಟೆ ಹೋಗ್ತಾನೆ. 'ಬ್ರಹ್ಮಶೌಚ' ಮುಂಡೆಗಂಡ! ಯಾರಿಗಾದ್ರೂ ಅವ್ಸರಾಗಿದ್ರೆ ಮುಂಚೇ ಹೋಗ್ರೋ...' – ದಿನನಿತ್ಯ ಕೇಳುವ ಈ ಮಾತಿನಲ್ಲಿ 'ಬ್ರಹ್ಮಶೌಚ' ಪದದ ಅರ್ಥವೇ ನನಗೆ ಗೊತ್ತಿರಲಿಲ್ಲ. ಇತ್ತೀಚೆಗೆ ಅಮ್ಮ ಹೇಳಿದ ವಿವರಣೆಯಿಂದ 'ಅಬ್ಬಾ!' ಅನ್ನಿಸ್ತು.

ಬ್ರಹ್ಮ ಒಮ್ಮೆ ಶೌಚಕ್ಕೆ ಹೋಗುವಾಗ ಶಾರದೆ ಅವನಿಗೆ ಬಿಸಿಸುದ್ದಿಯೊಂದನ್ನು ಹೇಳಿದಳಂತೆ. 'ಭೂಮಿಯಲ್ಲಿ ರಾವಣಾಸುರ ಹುಟ್ಟಿದ' ಅಂತ. ಬ್ರಹ್ಮ ಶೌಚದಿಂದ ಹೊರ ಬಂದಾಗ ಶಾರದೆ ಮತ್ತೊಂದು ಬಿಸಿ ಸುದ್ದಿ ಹೇಳಿದಳಂತೆ. 'ಭೂಮಿಯಲ್ಲಿ ರಾವಣಾಸುರ ಸತ್ತ' ಅಂತ. ರಾವಣಾಸುರ ಹತ್ತು ಸಾವಿರ ವರುಷ ಬದುಕಿದ ದೀರ್ಘಾಯುಷಿ! 'ಥೂ! ಅಲ್ಪಾಯುಷಿ ಮುಂಡೆಗಂಡ' ಅಂತ ಬ್ರಹ್ಮ ಕೈಕಾಲು ತೊಳ್ಕಂತಾ ಅಂದನಂತೆ.

ಈ ಪದದ ಮಹಾ ಅರ್ಥ ತಿಳಿದ ನಂತರವೇ ನನಗೆ 'ಶೌಚ ಪುರಾಣ'ದಲ್ಲಿ ಆಸಕ್ತಿ ಮೂಡಿದ್ದು. ಬ್ರಹ್ಮನಿಗೇ ತಪ್ಪದ ಕೆಲಸ ಹುಲು ಮಾನವನಿಗೆ ತಪ್ಪೀತೆ?

ಒಂದೇ ಕಾರ್ಯಕ್ಕೆ ನಮ್ಮಲ್ಲಿ ಒಂದೊಂದು ಕಡೆ ಒಂದೊಂದು ಹೆಸರಿದೆ. ಹಳ್ಳಿಯ ಕಡೆ ಎಂದಾದರೂ ಹೋಗಿದ್ದೀರಾ?

'ನಿಂಗವ್ವಾ, ತಂಬ್ಗೊಂಡಿಗೆ ಬಾರಬೇ'

'ತಂಬಿಗೆ ತೆಗೆದುಕೊಂಡು' ಎನ್ನುವ ಕಾರ್ಯ ವಿವರಣೆಯ ಪದ ಹಳ್ಳಿಯವರ ಬಾಯಲ್ಲಿ 'ತಂಬ್ಗೊಂಡು'!

'ಯಕ್ಕಾ, ಇನ್ನೂ ಯಾಕೋ ಬರಾವಲ್ತಬೇ'

'ಅಯ್ ಬಾರಬೇ ಸಾಕು, ಕುಂತ್ ಮೇಲೆ ಎಲ್ಲಾ ಬರ್‍ತೈತೆ. ಮತ್ ಬೆಳಕಾತಂದ್ರೆ ಕೆಲ್ಸಾಗಂಗಿಲ್ಲ'

ಒಂದು ಮೈಲು ದೂರ ನಡೆದು, ಒಂದು ಪೊದೆಯ ಹಿಂದೆ ಒಬ್ಬಳು – ಮತ್ತೊಂದು ಪೊದೆಯ ಹಿಂದೆ ಇನ್ನೊಬ್ಬಳು ಕುಳಿತು –

'ಏನಂತಾಳಬೇ ನಿಮ್ಮತ್ತೆ? ನಿನ್ನೆ ಚಂಜಿನಾಕೆ ಕುಂಯ್ ಕುಂಯ್ ಮಾಡಾಕ್ಹತ್ತಿದ್ಳಲ್ಲ'

'ಅಯ್ ಆ ಮುದೇದ್ರು ಸಾವಾಸ ಇದ್ದಿದ್ದೇ ಬಿಡು'

ತಮ್ಮ ತಮ್ಮ ಕಷ್ಟ ಸುಖ ಹೇಳಿಕೊಳ್ಳಲು ಪ್ರಶಸ್ತವಾದ ಜಾಗ! ಎಷ್ಟೋ ವೇಳೆ ಗುಟ್ಟಿನ ವಿಷಯ ಮಾತಾಡಲು 'ತಂಬ್ಗೊಂಡಿ'ನ ನೆವದಲ್ಲಿ ಹೋಗುವದಿದೆ!

ಇದು ಹೆಂಗಸರ ವಿಷಯವಾಯ್ತು. ಗಂಡಸರು ಕೊಂಚ ರಸಿಕರು.

'ಎಲ್ಲಿಗ್ಹೊಂಟೋ ರುದ್ರಪ್ಪ?'

'ಹಿಂಗೇ ಬೀಗುರ್ನ ಕಳಿಸ್ಲಿಕ್ಹೊಂಟೀನೋ ಮಾವ'

ಬೀಗರಿಗೆ ಎಂತಹ ಹೋಲಿಕೆ! ಬೀಗರನ್ನು ಕಳಿಸುವ ತನಕ ಸಮಾಧಾನವೇ ಇರಲ್ಲ. ಒಮ್ಮೆ ಬೀಳ್ಕೊಡುಗೆ ಆಯ್ತೆಂದರೆ 'ಹಾಯ್' ಅನ್ನೋ ಸಮಾಧಾನ.

ಧಾರವಾಡದವರ ಮಾತೇ ಬೇರೆ. ನನ್ನ ಗೆಳೆಯನೊಬ್ಬ ಇತ್ತೀಚೆಗೆ ಕೆಲಸದ ಮೇಲೆ ಧಾರವಾಡಕ್ಕೆ ಹೋದಾಗ 'ಸಂಡಾಸು' ಎಂದರೆ 'ಬೆಂಡು–ಬತ್ತಾಸು' ತರಹ ಏನೋ ಸಿಹಿ ಖಾದ್ಯವಿರಬೇಕು ಅಂದುಕೊಂಡನಂತೆ! ಬೆಂಗಳೂರಿನವರೋ ಇಂಗ್ಲೀಷ್ ಪ್ರಿಯರು. 'ಲೆಟ್ರೀನ್' ಅನ್ನುವ ಇಂಗ್ಲೀಷ್ ಪದ ಬಳಸಿ, ಕೆಂಭೂತಕ್ಕೆ ಬಣ್ಣ ಬಳೀತಾರೆ! ಈ ಇಂಗ್ಲೀಷ್ ಪದಗಳೇ ಹಾಗೆ, ಮಾನವಂತ ಪದಗಳು. 'ಓಹ್ ಶಿಟ್' ಅಂತ ಸಾವಿರ ಸಲ ಮರ್ಯಾದಸ್ಥರ ಗುಂಪಲ್ಲಿ ಹೇಳಿ, ತೊಂದರೆಯಿಲ್ಲ. ಅಪ್ಪಿ ತಪ್ಪಿ ಕನ್ನಡಾಭಿಮಾನದಿಂದ 'ಓಹ್ ಹೇಲು' ಅಂದ್ರೋ, 'ಏನ್ರೀ, ಮ್ಯಾನರ್ಸೇ ಇಲ್ಲ. ಬಾಯಿಗೆ ಬಂದಂತೆ ಹೊಲ್ಸೆಲ್ಲಾ ಮಾತಾಡ್ತೀರ' ಅಂತ ಸಾವಿರ ಧ್ವನಿಗಳು ನಿಮ್ಮ ಕಡೆ ಶರವೇಗದಿಂದ ಬಂದಾವು!

ಬಳ್ಳಾರಿಯವರು ಹರಟೆಯ ಮಲ್ಲರು.

'ದೊಡ್ಡಿಗ್ಹೋಗ್ಬಂದು ಕೈ ಕಾಲ್ ತೊಳ್ಕೊಳೋ'

'ಕುಂಡಿ ತೊಳ್ಕಳ್ಳಿಕ್ಕೇ ನೀರಿಲ್ಲ. ಇನ್ನು ಕೈ ಕಾಲೇನ್ ತೊಳ್ಕೊಳಾದು ಬಿಡು'

'ಥೂ! ತಲೆಹರಟೆ ಮುಂಡೆಗಂಡ'

ನನ್ನ ಗೆಳೆಯನೊಬ್ಬ ಆಶ್ಚರ್ಯದಿಂದ ಕೇಳಿದ್ದ. 'ಕಳ್ಳ ದನಗಳನ್ನು ಕೂಡಿ ಹಾಕುವ ಜಾಗಕ್ಕೆ ದೊಡ್ಡಿ ಅಂತಾರಲ್ವಾ?' 'ಹೌದು. ನಮ್ಮ ಬಳ್ಳಾರಿ ಕಡೆ ಕಳ್ಳ ದನಗಳು ದೊಡ್ಡಿನಾಗೆ ದೊಡ್ಡಿ ಮಾಡ್ತವೆ' ಎಂದಿದ್ದೆ!

ಮಕ್ಕಳ ಜೊತೆ ಈ ಕಾರ್ಯ ಮಾಡಿಸುವುದೂ ಮೋಜಿನ ವಿಷಯವೇ ಸರಿ.

'ನನ್ನ ರಾಜ, ಇಸೀ ಮಾಡಪ್ಪ...ನನ್ನ ಬಂಗಾರ, ಇಸೀ ಮಾಡಪ್ಪ...' ಹೀಗೆ ಮುದ್ದುಗರೆಯುತ್ತಾ, ಮಗುವಿನ ಕೊಂಕಳಿಗೆ ಕೈ ಹಾಕಿ ನಿಲ್ಲಿಸಿದಾಗಲೇ 'ರಾಯರು' ಹೊರ

ಬಂದಾರು! 'ನೋಡ್ರಿ, ನಮ್ಮ ರಾಜ ಎಷ್ಟು ಚೆನ್ನಾಗಿ ಇಸೀ ಮಾಡ್ತಾನೆ. ನೀವೂ ಇದೀರ...' ಪ್ರತಿಯೊಂದು ಮಾತಿಗೂ 'ನೀವೂ ಇದೀರಾ' ಸೇರಿಸೋದು ನನ್ನವಳ ಹವ್ಯಾಸ!

ಕೊಂಚ ಒರಟು ಮಾತಿನವರ ಶೈಲಿ ಬೇರೆಯೇ ಬೇರೆ. ಪಕ್ಕದ ಮನೆ ಪೋರ ಗಣಿತ ಪರೀಕ್ಷೆಯಲ್ಲಿ ಎಲ್ಲಾ ಪ್ರಶ್ನೆಗಳಿಗೂ ತಪ್ಪು ಉತ್ತರ ಬರೆದು ಬಂದಿದ್ದ. ಅವನಮ್ಮನಿಗೋ ಮಗ ಪಾಸೂ ಆಗಲ್ಲ ಅಂತ ಕೆಂಡಾದಂಥಾ ಕೋಪ.

'ಹೆಂಗ್ಮಾಡ್ಯಾನ್ರೀ ನಿಮ್ಮಗ ಪರೀಕ್ಷೆನಾಗೆ?'

'ಮಾಡೋದೇನ್ಬಂತು ಸುಡುಗಾಡು, ಹೇತ್ ಬಂದಾನೆ' ಅಂತ ಅತ್ಯಂತ ಸಹಜವಾಗಿ ಉತ್ತರಿಸಿದರು.

ಆಡು ಮಾತಿನಲ್ಲಿ, ಅದೂ ಹಳ್ಳಿಯ ಕಡೆ ಹೇಲಿನ ಪದದ ಬಳಕೆ ಆಗಾಗ ಕಾಣಬಹುದು. ಪಕ್ಕದ ಮನೆ ಅಜ್ಜಿ ಮದುವೆಯ ಕಾರ್ಯ ಮುಗಿಸಿಕೊಂಡು ಬಂದ ನಂತರ ಕೇಳಿ –'ಹುಡ್ಗಿ ಹೆಂಗಿದಾಳಜ್ಜಿ ರೂಪದಾಗೆ?'

'ರೂಪ ಏನ್ ಬಂತೋ ಸುಡುಗಾಡು, ಒಂದು ಸಲ ನೋಡಿದ್ರೆ ನಾಲ್ಕು ದಿನ ದೊಡ್ಡಿ ಬರಲ್ಲ.' ಅಜ್ಜಿಯ ಮಾತನ್ನು ಕೇಳಿದರೆ ವರ ಮಾವಿನ ಮರಕ್ಕೆ ಜೋತಾಡಬೇಕಷ್ಟೆ!

ಚಿಕ್ಕಂದಿನಲ್ಲಿ ಯಾರಾದರೂ ಹೊಸಬರನ್ನು ಕಂಡ ತಕ್ಷಣ ನಾನೊಂದು ಒಗಟು ಕೇಳುತ್ತಿದ್ದೆ.

'ಒಂದು ಒಗಟು ಕೇಳ್ತೀನಿ, ಉತ್ತರ ಹೇಳ್ತೀರ?'

'ಕೇಳಪ್ಪ ನೋಡೋಣ'

'ಕಣ್ಣು ಕೆಂಪಗೆ ಮಾಡಿ, ಮೂಗು ದಪ್ಪಗೆ ಮಾಡಿ, ಒಳಗಿಂದ ಬರುವ ರಾಜಕುಮಾರ. ಏನ್ ಹೇಳ್ರಿ?' ಕೆಲವು ಕ್ಷಣ ತಲೆ ಕೆರೆತ, ತಪ್ಪು ತಪ್ಪು ಉತ್ತರ!

'ಅಯ್ ಅಷ್ಟೂ ಗೊತ್ತಿಲ್ಲ. ಬೆಳಿಗ್ಗೆ ಎದ್ ತಕ್ಷಣ ಕಿವಿಗೆ ಜನಿವಾರ ಸುತ್ತಿ ಇಳಿಸ್ತೀರಲ್ರೀ, ಅದೇ...'

'ಥೂ! ಏನ್ ಹೊಲ್ಸು ಮಾತಾಡೋದು ಕಲ್ತಾನ್ರೀ ನಿಮ್ಮಗ' ಮುಸಿ ಮುಸಿ ನಗುವಿನ ಜೊತೆ ನನಗೆ ಬೈಗುಳ ಮಳೆ ಬೀಳುತ್ತಿತ್ತು!

ಕೆಲವೊಮ್ಮೆ ಏನಾದರೂ ವಸ್ತು ಬೇಕೆಂದಾಗ, ಅದು ಅಪ್ಪ ಅಮ್ಮನಿಂದ ನಿರಾಕರಣೆಗೊಂಡಾಗ, ಕಡೆಯ ಅಸ್ತ್ರವೆಂಬಂತೆ ಜೋರಾಗಿ ಅಳುತ್ತಿದ್ದೆ. 'ಅತ್ ಅಂಜಿಸ್ಲಾ, ಹೇತ್ ಅಂಜಿಸ್ಲಾ ಅನ್ನೋ ತರಹ ಮಾಡ್ತಾನ್ ನೋಡ್ರಿ ನಿಮ್ಮಗ' ಅಂತ ಅಮ್ಮ ಅನ್ನುತ್ತಿದ್ದಳು. ಈ ಮಾತಿನಲ್ಲಿ ತುಂಬಾ ಸತ್ಯವಿದೆಯಲ್ವಾ? ಅಳೋದು – ಹೇಲೋದು, ಎರಡೂ ಹೆದರಿಕೆ ತರಿಸುವ ವಿಷಯಗಳೇ! ಶೌಚಕಾರ್ಯ ಯಾವಾಗ ಆಗ್ಬೇಕೋ ಆವಾಗ ಆಗ್ಲೇ ಬೇಕು. ಅದನ್ನು ತಡೆಯಲು ಯಾರಿಂದಲೂ ಸಾಧ್ಯವಿಲ್ಲ. ಅದಕ್ಕಾಗಿಯೇ ಹಿರಿಯರು ಹೇಳೋದು – 'ಸಾಲಗಾರನಾದರು ತಡಕೊಂಡಾನು, ಆದ್ರೆ ಹೇಲಗಾರ ಮಾತ್ರ ತಡ್ಕೋಳ್ಲಾರ' – ಅಂತ!

'ಹೇಲು' ಎನ್ನುವ ಪದ ತುಂಬಾ ಮಹತ್ವಪೂರ್ಣ ಅಂತ ನನ್ನ ಸಹಪಾಠಿಗೆ ಗೊತ್ತಾದ ಸಂದರ್ಭ ಮಾತ್ರ ನಾನೆಂದೂ ಮರೆಯಲಾರೆ. ಪಿ.ಯು.ಸಿ. ದ್ವಿತೀಯ ವರ್ಷ ಮುಗಿದ ನಂತರ

ಬೀಳ್ಕೊಡುಗೆ ಸಂದರ್ಭ. ನನ್ನ ಸಹಪಾಠಿಯೊಬ್ಬಳು ಉತ್ತರ ಭಾರತದವಳು. ಕನ್ನಡ ಕೊಂಚ ಕೊಂಚ ಮಾತ್ರ ಗೊತ್ತಿತ್ತು. ನೋಡಲು ತೆಳ್ಳಗೆ ಬೆಳ್ಳಗೆ ಇದ್ದದ್ದರಿಂದ ಕನ್ನಡ ಮಾಸ್ತರರು ಅವಳಿಗೆ ವಂದನಾರ್ಪಣೆಯ ಕಾರ್ಯ ವಹಿಸಿಕೊಟ್ಟರು. ಕರ್ನಾಟಕದ ನಟ್ಟ ನಡುವಿರುವ ನಮ್ಮೂರಲ್ಲಿ ಬೇರೆ ಭಾಷೆಯಲ್ಲಿ ವಂದನಾರ್ಪಣೆ ಮಾಡೋದಾದ್ರು ಹೇಗೆ ಸಾಧ್ಯ? ಕೊನೆಗೆ ಕನ್ನಡ ವಂದನಾರ್ಪಣೆಯ ಮಾತುಗಳು ಹಿಂದಿ ಲಿಪಿಯಲ್ಲಿ ಬರೆದು ನೀಡಿದ್ದಾಯ್ತು. ಕಾಲೇಜನ್ನು ತೊರೆದು ಹೋಗುವ ದುಃಖ ನಮ್ಮನ್ನು ಮೌನರನ್ನಾಗಿಸಿ, ಹೃದಯ ತುಂಬಿ ಬಂದಾಗ ವಂದನಾರ್ಪಣೆ ಪ್ರಾರಂಭವಾಯ್ತು.

'ನಾನು ಈಗ ಎಲ್ಲರ ಮುಂದೆ 'ಹೇಲು'ವದೇನೆಂದರೆ....' ಎಂದು ಪ್ರಾರಂಭಿಸಿಬಿಟ್ಟಳು!

ಹಿಂದಿನ ಸಾಲಿನಲ್ಲಿ ಕುಳಿತಿದ್ದ ಗುರ್ಯಾ ಒದರಿಯೇಬಿಟ್ಟ. 'ಬ್ಯಾಡವ್ವಾ ತಾಯೀ, ಎಲ್ಲಾರ ಮುಂದೆ ಹೇಲ್ಬೇಡ. ವಾಸ್ನೆ ತಡೀಲಾರ್ವೆ'

ಇಡೀ ಸಭೆಯೇ ನಗೆಯಲ್ಲಿ ಮುಳುಗಿಹೋಯ್ತು. ಕಕ್ಕಾಬಿಕ್ಕಿಯಾಗಿ ನನ್ನ ಸಹಪಾಠಿ ಮೈಕಿನ ಮುಂದೆ ನಿಂತ ದೃಶ್ಯ ಮಾತ್ರ ಮರೆಯಲಸಾಧ್ಯ! 'ಳ' ಮತ್ತು 'ಲ' ದ ವ್ಯತ್ಯಾಸ ಹಿಂದಿಯಲ್ಲಿ ಇಲ್ಲವೇ ಇಲ್ಲ. ಮುಂದೆ ನನ್ನ ಸಹಪಾಠಿ ಕನ್ನಡದ 'ಳ' ಮತ್ತು 'ಲ'ಕಾರದ ಪದಗಳನ್ನು ಬಳಸುವಾಗ ತುಂಬಾ ಎಚ್ಚರ ವಹಿಸುತ್ತಿದ್ದಳು!

ಜಗತ್ತಿನ ಎಲ್ಲಾ ಮಾನವರೂ ಬೇಡವೆಂದರೂ ವ್ಯತ್ಯಾಸವಿಲ್ಲದೆ ದಿನಂಪ್ರತಿ ಮಾಡಲೇಬೇಕಾದ ಕಾರ್ಯವಿದು. ಅಮೇರಿಕದವರೇನಾದರೂ ಅಮೃತ ಹೊರ ಹಾಕ್ತಾರಾ? ಹಾಗೆ ನೋಡಿದರೆ ಕಾರ್ಯ ಮುಗಿದ ನಂತರ ಸ್ವಚ್ಛವಾಗುವ ರೀತಿಯಲ್ಲಿಯೇ ನಮಗೂ ಹಾಗೂ ಪಾಶ್ಚಾತ್ಯರಿಗೂ ವ್ಯತ್ಯಾಸವಿರೋದು. ಅವರಂತೆ ನಾವೂ ಪೇಪರ್ ಉಪಯೋಗಿಸಿದರೆ ಭಾರತ ದಿವಾಳಿಯೆದ್ದೀತು! ಆದರೆ ಬ್ರಿಟೀಷ್ ಅಧಿಕಾರಿಯೊಬ್ಬ ಈ ವ್ಯತ್ಯಾಸಕ್ಕೆ ಕೊಡುವ ಕಾರಣವೇ ಬೇರೆಯಾಗಿತ್ತು. ಒಮ್ಮೆ ಈ ಅಧಿಕಾರಿಯನ್ನು ಆಂಧ್ರ ಪ್ರದೇಶದ ಹಳ್ಳಿಗರು ಊಟಕ್ಕೆ ಆಮಂತ್ರಿಸಿದ್ದರಂತೆ. ಕೆಂಪು ಮೂತಿಯ ಅಧಿಕಾರಿಗೆ ಖುಷಿ ಆಗಲೆಂದು, ಅಡಿಗೆಗೆ ಕೊಂಚ ಹೆಚ್ಚಾಗಿಯೇ ಖಾರ ಬೆರೆಸಿರಬೇಕು. ಉಣ್ಣುವಾಗ ರುಚಿಗೆ ಮನಸೋತ ಅಧಿಕಾರಿ, ಮನೆಗೆ ಬಂದು ಹೊಟ್ಟೆಯಲ್ಲಿನ ಉರಿ ತಾಳಲಾರದೆ ಎಗರಾಡಲಾರಂಭಿಸಿದ. ಶೌಚಕಾರ್ಯ ಮುಗಿಸೋದೇ ದೊಡ್ಡ ಯಜ್ಞವಾಗಿ ಹೋಯ್ತು. ತಿಕ ಎಲ್ಲಾ ಉರಿದು ಕೆಂಪಗಾಯ್ತು. ಕೊನೆಗೆ ಆ ಅಧಿಕಾರಿ ತನ್ನ ಹೆಂಡತಿಗೆ ಹೇಳಿದನಂತೆ – 'ಈ ಭಾರತೀಯರು ತಿಕ ತೊಳ್ಕೊಳ್ಳಿಕ್ಕೆ ಪೇಪರ್ ಯಾಕೆ ಉಪಯೋಗಿಸೋಲ್ಲ ಅಂತ ಈವತ್ತು ಗೊತ್ತಾಯ್ತು'

'ಯಾಕೆ?'

'ಪೇಪರ್ ಸುಟ್ಟು ಭಸ್ಮವಾಗುತ್ತೆ!'

ಇತ್ತೀಚೆಗೆ ನನ್ನ ಚಿಕ್ಕಪ್ಪನ ಮಗನೊಬ್ಬ ಅಮೇರಿಕದಿಂದ ನಮ್ಮ ಹಳ್ಳಿಗೆ ಪರಿವಾರದೊಡನೆ ಬಂದಿದ್ದ. ಬಂದ ಮೊದಲನೆಯ ದಿನವೇ ಅವನ ಎಂಟು ವರ್ಷದ ಮಗ ಹಠ ಮಾಡಲು ಪ್ರಾರಂಭಿಸಿದ. ನಮ್ಮ ಭಾರತೀಯ ಮಾದರಿಯ ಶೌಚಾಲಯದಲ್ಲಿ ಅವನಿಗೆ ಕಾರ್ಯ ಆಗಲ್ಲಂತೆ, ಕಮೋಡೇ ಬೇಕಂತೆ! ನಮ್ಮ ಹಳ್ಳಿಯಲ್ಲಿ ಎಲ್ಲಿಂದ ತರೋಣ? ಮೊದಲು ನಾವೆಲ್ಲಾ ಅವನ

ಹತಕ್ಕೆ ನಗಲಾರಂಭಿಸಿದರೂ, ಕಡೆಗೆ ವಿಷಯ ಎಷ್ಟೊಂದು ಗಂಭೀರವಾಯಿತೆಂದರೆ ಆ ದಿನವೇ ಅವರು ಹಿಂತಿರುಗಿ ಹೋಗುವ ನಿರ್ಧಾರಕ್ಕೆ ಬಂದರು!

ದಿನನಿತ್ಯ ಉಪಯೋಗಿಸುವ ವಸ್ತುಗಳ ಮೇಲೆ ನಮಗೇ ಅರಿಯದಂತೆ ಪ್ರೀತಿ ಮೂಡಿರುತ್ತದೆ. ಅಷ್ಟೇ ಹೊಂದಾಣಿಕೆಯೂ ಆಗಿ ಹೋಗಿರುತ್ತದೆ. ಹಾಸ್ಟೆಲ್‌ನಲ್ಲಿ ಇಪ್ಪತ್ತು ಶೌಚಾಲಯಗಳಿದ್ದರೂ, ನನ್ನ ಗೆಳೆಯನೊಬ್ಬ ದಿನಾ ಒಂದೇ ಶೌಚಾಲಯಕ್ಕೆ ಹೋಗುತ್ತಿದ್ದ. 'ಬೇರೆದ್ರೊಳಗೆ ಹೋದ್ರೆ ಕಾರ್ಯ ಮುಗಿಸ್ದಂಗೇ ಅನ್ನಿಸಲ್ವೋ – ಏನೋ ಕಿರಿಕಿರಿ' ಅಂತ ವಿವರಣೆಯನ್ನೂ ಕೊಡುತ್ತಿದ್ದ! ಎದುರು ಮನೆಯ ಶ್ಯಾಮಾಚಾರ್ಯರು ಬಯಲಿಗೆ ಹೋಗುವದಕ್ಕೆ ಎಷ್ಟೊಂದು ಹೊಂದಿಕೊಂಡಿದ್ದರೆಂದರೆ ಅವರ ಮನೆಯಲ್ಲಿ ಒಳ್ಳೆಯ ಆಧುನಿಕ ಸುಸಜ್ಜಿತ ಶೌಚಾಲಯ ಕಟ್ಟಿದ ನಂತರವೂ ಬಯಲಿಗೇ ಹೋಗುತ್ತಿದ್ದರು!

ನನ್ನ ಮಾವನ ಮಗಳು ನಮ್ಮ ಹಳ್ಳಿಗೆ ಬಂದಾಗ, ಬಯಲಲ್ಲಿ ಶೌಚಕ್ಕೆ ಹೋಗಬೇಕೆನ್ನುವ ವಿಷಯ ತಿಳಿದೇ ಹೆದರಿಬಿಟ್ಟಳು. 'ನಿಮ್ಮೂರಲ್ಲಿರೋ ತನಕ ಲೆಟ್ರೀನ್‌ಗೇ ಹೋಗಲ್ಲ' ಅಂತ ಭೀಷ್ಮ ಪ್ರತಿಜ್ಞೆಯನ್ನೂ ಮಾಡಿಬಿಟ್ಟಳು! ಎರಡು ದಿನ ತನ್ನ ನಿರ್ಧಾರ ಗಟ್ಟಿಯೆಂಬುದನ್ನೂ ಸಾಬೀತುಗೊಳಿಸಿದಳು. ಆದರೆ ನಮ್ಮಪ್ಪ ಕಿಲಾಡಿ ಆಸಾಮಿ. 'ಏನವಾ ರಮ್ಯ, ನಮ್ಮನ್ಯಾಗೆ ಭೂಪಾಲ ಅನಿಲ ದುರಂತ ಮಾಡ್ಬೇಕಂತ ಮಾಡೀ ಏನು?' ಅಂತ ಕುವಾಡ ಮಾಡಿದ. ಮರುದಿನವೇ ಪ್ಲಾಸ್ಟಿಕ್ ತಂಬಿಗೆ ಹಿಡಕೊಂಡು ಅಕ್ಕನ ಜೊತೆ ನಾಚುತ್ತಾ ತಲೆ ತಗ್ಗಿಸಿಕೊಂಡು ಹೋಗುವ ರಮ್ಯಳನ್ನು ನಾವು ರೇಗಿಸಿದ್ದೇ ರೇಗಿಸಿದ್ದು! ಅನಂತರ ನಮ್ಮ ಅಕ್ಕ ಮನೆಗೆ ಬಂದು ಗೊಣಗಿದ್ದಳು. 'ಎಷ್ಟು ದೂರ ಹೋದ್ರೂ ಸಮಾಧಾನ ಇಲ್ಲೋ ಮಾರಾಯ ಈಕೀಗೆ. 'ಇನ್ನೂಚ್ರು ಮುಂದಕ್ಕೆ ಹೋಗೋಣ. ಯಾರಾದ್ರೂ ನೋಡ್ತಾರೆ' ಅಂತ ನಡಿಸಿಯೇ ನಡಿಸಿದ್ಲಪ್ಪ. ಈಕೀ ಮಾತೇ ಕೇಳ್ಕೊಂತಾ ಕುಂತಿದ್ರೆ ಬೆಂಗ್ಳೂರಿಗೇ ನಡಿಸಿ ಬಿಡ್ತಿದ್ಲು ನೋಡು'

ನಮ್ಮ ಪಕ್ಕದ ಮನೆಯ ಅಜ್ಜಿಯ ಕುಟುಂಬದಲ್ಲಿ ಮೂರು ಜನ ಅಮೇರಿಕಾಕ್ಕೆ ಹೋಗಿದ್ದಾರೆ. ಅಜ್ಜಿಯ ಪ್ರಕಾರ ಆ ಮೂರೂ ಜನರಲ್ಲಿ ಇದ್ದ ಸಾಮ್ಯತೆಯೆಂದರೆ ಚಿಕ್ಕಂದಿನಲ್ಲಿ ಮೂವರೂ ಚಡ್ಡಿಯಲ್ಲೇ ಗಲೀಜು ಮಾಡಿಕೊಂಡು ಬರುತ್ತಿದ್ದುದು!

'ಯಾಕವಾ ನಿರ್ಮಲ, ಮಗನ್ನ ಹೊಡಿಲಿಕ್ಹತ್ತಿ?'

'ಸಾಕಾಗದ್ನೋಡಜ್ಜಿ. ದಿನಾ ಚಡ್ಯಾಗೆ ಹೇತ್ಕೊಂಡು ಬರ್ತಾನೆ'

'ಅಯ್, ಅದಕ್ಯಾಕೆ ಹೊಡೀತೀ ಬಿಡು. ದೊಡ್ಡವನಾದ್ಮೇಲೆ ಅಮೇರಿಕಾಕ್ಕೆ ಹೋಗ್ತಾನೆ. ನಮ್ಮ ಶೀನ, ಗುರ್ಯ, ವೆಂಕ ಸಣ್ಣ ವಯಸ್ಸಿಗೆ ಹಿಂಗೇ ಇದ್ರು ನೋಡು. ಈಗ ಮೂರೂ ಜನ ಅಮೇರಿಕದಾಗಿದ್ದಾರೆ'. ಅಜ್ಜಿಗೆ ಒಂದು ವಿಷಯವಂತೂ ಖಾತರಿಯಾಗಿಬಿಟ್ಟಿದೆ. ಅಮೇರಿಕಾಕ್ಕೆ ಹೋಗಲು ಕನಿಷ್ಠ ಅರ್ಹತೆ – ಚಿಕ್ಕಂದಿನಲ್ಲಿ ಚಡ್ಡಿ ರ್‍ಯಾಸ್ಕಲ್ ಆಗಿರೋದು!

ದಿನ ನಿತ್ಯದ ಈ ಕಾರ್ಯ ಮನುಷ್ಯರಿಗೆ ಮಾತ್ರ ಸೀಮಿತವಾದದ್ದಲ್ಲ. ಪ್ರಾಣಿ–ಪಕ್ಷಿಗಳೂ ಉತ್ಸಾಹದಿಂದ ಈ ಕಾರ್ಯದಲ್ಲಿ ಭಾಗವಹಿಸುತ್ತವೆ. ಇತ್ತೀಚೆಗೆ ಬಿಡುಗಡೆಯಾದ 'ಜುರಾಸಿಕ್ ಪಾರ್ಕ್' ಚಿತ್ರದಲ್ಲಿ ಸರೀಸೃಪ ದೈತ್ಯವೊಂದು ಹೇಲಿನ ಚಿಕ್ಕ ಗುಡ್ಡವನ್ನೇ ನಿರ್ಮಿಸಿರುವ ದೃಶ್ಯ ಕಂಡಾಗ

ಅದರ ಶಕ್ತಿಯ ಅಗಾಧತೆ ಅರಿವಾಗುತ್ತದೆ. ಪುನುಗು ಬೆಕ್ಕಿನ ಕಥೆ ಗೊತ್ತಲ್ವಾ? ಸುವಾಸನೆ ನೀಡುವ ವಸ್ತು ಏನಾದರೇನು, ಮಾನವ ಮುಖ ಮೈ ಕೈಗಳಿಗೆ ಹಚ್ಚಿಕೊಳ್ಳದೆ ಬಿಡಲಾರ. ಈ ಪುನುಗು ಬೆಕ್ಕಿನ ಶಕ್ತಿ ಮಾನವರಿಗೇನಾದರೂ ಇದ್ದಿದ್ದರೆ ಜಗತ್ತೆಲ್ಲಾ ಸುಗಂಧಮಯ ವಾಗಿರುತ್ತಿತ್ತೇನೋ!

ಆಕಳು ಮತ್ತೊಂದು ವಿಶಿಷ್ಟ ಪ್ರಾಣಿ. ಆಕಳು ಎಷ್ಟು ಪವಿತ್ರವೋ, ಅಷ್ಟೇ ಪವಿತ್ರ ಅದರ ಸೆಗಣಿ! ತಟ್ಟಿದರೆ ಕುರುಳಾದೆ, ಸುಟ್ಟರೆ ನೊಸಲಿಗೆ ವಿಭೂತಿಯಾದೆ!

'ದೊಡ್ಡ ಊರಾಗೆ ಅದೇನ್ ಸುಟ್ಟು ಸುಡುಗಾಡು ತಿಂದು ಅಪವಿತ್ರ ಆಗಿರ್ತೀಯೋ ಏನೋ, ಪಂಚಗವ್ಯ ತಿಂದೇ ಮನ್ಯಾಗೆ ಕಾಲಿಡು'

ಅಪರೂಪಕ್ಕೆ ಮನೆಗೆ ಹೋದಾಗ ಸ್ವಾಗತದ ಮಾತುಗಳಿವು! ನಾಲಿಗೆ ಮೇಲೆ ಹೌದೋ ಅಲ್ಲವೋ ಎನ್ನುವಂತೆ ಪಂಚಗವ್ಯ ಹಚ್ಚಿಕೊಂಡು ಕಣ್ಣು ಗಟ್ಟಿಯಾಗಿ ಮುಚ್ಚಿಕೊಂಡು ನುಂಗಿ, ಒಳಗಿನಿಂದ ಜೋರಾಗಿ ಬಂದ ಉಬ್ಬಳಿಕೆಯನ್ನು ತಡೆಯಲು ಕೈಯನ್ನು ಬಾಯಿಗೆ ಅಡ್ಡ ಹಿಡಿದು ಪವಿತ್ರವಾಗಬೇಕು. ಅಲ್ಲೇ ಕೊಟ್ಟಿಗೆಯಲ್ಲಿ ಕಟ್ಟಿ ಹಾಕಿದ್ದ ಹಸು 'ಹ್ಹ! ಹ್ಹ!! ಹ್ಹ!!!' ಅಂತ ಗಹಗಹಿಸಿ ನಕ್ಕಿರಬೇಕು!

ಇತ್ತೀಚೆಗೆ ಕಾಲ ಬದಲಾಗುತ್ತಿದೆ. ಮಾನವ ಎಲ್ಲಾ ಕಾರ್ಯದಲ್ಲೂ ಲಗ್ಸುರಿ ಬಯಸಿದಂತೆ, ಶೌಚಾಲಯವೂ ಥಳ ಥಳ ಹೊಳೆಯಲಾರಂಭಿಸಿದೆ. ಹಳ್ಳಿಯ ಬಡ ಬ್ರಾಹ್ಮಣನನ್ನು ಪಂಚತಾರಾ ಹೋಟಲಿನ ಶೌಚಾಲಯಕ್ಕೆ ಕಳುಹಿಸಿದರೆ, ಕಪ್ಪು ಬಣ್ಣದ ಕಮೋಡನ್ನು ಯಾವುದೋ ದೊಡ್ಡ ಸಾಲಿಗ್ರಾಮ ಅಂತ ತಿಳಿದು ಹೂವು ತುಳಸಿ ಹಾಕಿ ಕೈ ಮುಗಿದು ಬಂದಾನು.

ಶಿಕ್ಷಣದಲ್ಲೂ ಶೌಚಕ್ಕೆ ಸಂಬಂಧಿಸಿದ ವಿಜ್ಞಾನ ರಂಗವೇ ತಲೆಯೆತ್ತಿದೆ.

'ಏನ್ ಓದಿಯಪ್ಪಾ ರಂಗಾ?'

'ಸ್ಯಾನಿಟೇಶನ್ ಇಂಜಿನೀರಿಂಗ್ ಮಾಡೀನಜ್ಜಿ'

'ಹಂಗಂದ್ರೆ ಹಳ್ಳಿ ಹೆಂಗ್ಸು ನಂಗೇನಪ್ಪಾ ತಿಳೀತದೆ. ಸ್ವಲ್ಪ ಬಿಡಿಸಿ ಹೇಳು'

'ಹೊಲ್ಸು ಬಳಿದು ಸ್ವಚ್ಛ ಮಾಡೋದ್ಹೆಂಗೆ ಅಂತ ಕಲ್ತ್ಕೊಂಡೀನಿ ನೋಡಜ್ಜಿ'

'ಕೃಷ್ಣ, ಕೃಷ್ಣ! ಇದೇನ್ ಓದೋ ನಮ್ಮಪ್ಪ. ಬೇರೆ ಏನೂ ಸಿಗ್ಲಿಲ್ವಾ?'

'ಈ ಓದಿಗೆ ಬಾರೀ ರೊಕ್ಕ ಸಿಗ್ತದಜ್ಜಿ'

'ರೊಕ್ಕ ಸಿಗ್ತದಂದ್ರೆ ಏನ್ ಮಾಡ್ಲಿಕ್ಕೂ ತಯಾರಾಗೀರಿ ನೋಡಪ್ಪ. ಕಾಲ ಕೆಟ್ಹೋಯ್ತು'

ಒಟ್ಟಾರೆ 'ನೀನಿಲ್ಲದೆ ನಾನಿಲ್ಲ, ನಾನಿಲ್ಲದೆ ನೀನಿಲ್ಲ' ಎಂಬ ಬಂಧನ ನಮಗೂ ಮತ್ತೂ ಶೌಚಕ್ಕೂ ಬಿಗಿಯಾಗಿದೆ. ಹಾಗಿದ್ದ ಮೇಲೆ ಶೌಚ ಕಾರ್ಯವನ್ನು ಅಸಹ್ಯಿಸುವದೇಕೆ? ಇನ್ನು ಮುಂದೆ ಪ್ರೀತಿಯಿಂದ ಕಾಣೋಣವೆ?

ಬೆಂಗಳೂರು, 25ನೇ ಮಾರ್ಚ್ 1998

ಛಂದ ಪುಸ್ತಕ ಬಹುಮಾನ

ಪುಟ್ಟ ಪಾದದ ಗುರುತು – ಸುನಂದಾ ಪ್ರಕಾಶ ಕಡಮೆ – ₹ 120
ಈ ಕತೆಗಳ ಸಹವಾಸವೇ ಸಾಕು – ಅಲಕ ತೀರ್ಥಹಳ್ಳಿ – ₹ 60
ಹಟ್ಟಿಯೆಂಬ ಭೂಮಿಯ ತುಣುಕು – ಲೋಕೇಶ ಅಗಸನಕಟ್ಟೆ – ₹ 180
ಗೋಡೆಗೆ ಬರೆದ ನವಿಲು – ಸಂದೀಪ ನಾಯಕ – ₹ 60
ಮೊದಲ ಮಳೆಯ ಮಣ್ಣು – ಕಣಾದ ರಾಘವ – ₹ 140
ಆಟಿಕೆ – ಬಸವಣ್ಣೆಪ್ಪಾ ಕಂಬಾರ – ₹ 100
ಮಾಯಾಕೋಲಾಹಲ – ಮೌನೇಶ ಬಡಿಗೇರ – ₹ 140
ಕೇಪಿನ ಡಬ್ಬಿ – ಪದ್ಮನಾಭ ಭಟ್, ಶೇವ್ಕಾರ – ₹ 150
ಮನಸು ಅಭಿಸಾರಿಕೆ – ಶಾಂತಿ ಕೆ ಅಪ್ಪಣ್ಣ – ₹ 230
ದೇವರು ಕಚ್ಚಿದ ಸೇಬು – ದಯಾನಂದ – ₹ 140
ಧೂಪದ ಮಕ್ಕಳು – ಸ್ವಾಮಿ ಪೊನ್ನಾಚಿ – ₹ 130
ಡುಮಿಂಗ – ಶಶಿ ತರೀಕೆರೆ – ₹ 130
ಬಯಲರಸಿ ಹೊರಟವಳು – ಛಾಯಾ ಭಟ್ – ₹ 120
ಮಾಕೋನ ಏಕಾಂತ – ಕಾವ್ಯಾ ಕಡಮೆ – ₹ 130

ಕಥಾಸಂಕಲನ

ಶಕುಂತಳಾ – ಗುರುಪ್ರಸಾದ್ ಕಾಗಿನೆಲೆ – ₹ 80
ಜುಮುರು ಮಳೆ – ಸುಮಂಗಲಾ – ₹ 160
ಶಾಲಭಂಜಿಕೆ – ಡಾ. ಕೆ. ಎನ್. ಗಣೇಶಯ್ಯ – ₹ 130 (6ನೆಯ ಮುದ್ರಣ)
ಕಾರಂತಜ್ಜನಿಗೊಂದು ಪತ್ರ – ಸಚ್ಚಿದಾನಂದ ಹೆಗಡೆ – ₹ 150
ಹಕೂನ ಮಟಾಟ – ನಾಗರಾಜ ವಸ್ತಾರೆ – ₹ 80
ಕಾಲಿಟ್ಟಲ್ಲಿ ಕಾಲುದಾರಿ – ಸುಮಂಗಲಾ – ₹ 80
ಹುಲಿರಾಯ – ಕೀರ್ತಿರಾಜ್ – ₹ 80
ನಿರವಯವ – ನಾಗರಾಜ ವಸ್ತಾರೆ – ₹ 125
ಹನ್ನೊಂದನೇ ಅಡ್ಡರಸ್ತೆ – ಸುಮಂಗಲಾ – ₹ 170
ಗಾಳಿಗೆ ಮೆತ್ತಿದ ಬಣ್ಣ – ಕರ್ಕಿ ಕೃಷ್ಣಮೂರ್ತಿ – ₹ 120
ಕನ್ನಡಿ ಹರಳು – ಪದ್ಮನಾಭ ಭಟ್, ಶೇವ್ಕಾರ – ₹ 130
ಒಂದು ಚಿಟಿಕೆ ಮಣ್ಣು – ಲಕ್ಷ್ಮಣ ಬಾದಾಮಿ – ₹ 130
ಬಂಡಲ್ ಕತೆಗಳು – ಎಸ್ ಸುರೇಂದ್ರನಾಥ್ – ₹ 160
ದೇವರ ರಜಾ – ಗುರುಪ್ರಸಾದ್ ಕಾಗಿನೆಲೆ – ₹ 150
ಕಟ್ಟು ಕತೆಗಳು – ಎಸ್ ಸುರೇಂದ್ರನಾಥ್ – ₹ 210
ಮಡಿಲು (ನೀಳ್ಗತೆ) – ನಾಗರಾಜ ವಸ್ತಾರೆ – ₹ 15
ತಿರಾಮಿಸು – ಶಶಿ ತರೀಕೆರೆ – ₹ 210

ಪ್ರಬಂಧ

ಪೂರ್ವ ಪಶ್ಚಿಮ – ಎಂ. ಆರ್. ದತ್ತಾತ್ರಿ – ₹ 80
ರಾಗಿಮುದ್ದೆ – ರಘುನಾಥ ಚ. ಹ. – ₹ 120
ಕುಟ್ಟವಲಕ್ಕಿ / ಗೊಜ್ಜವಲಕ್ಕಿ – ಪ್ರಶಾಂತ ಆಡೂರ – ₹ 140 / ₹ 140
ಕಿಲಿಮಂಜಾರೋ – ಪ್ರಶಾಂತ್ ಬೀಚಿ – ₹ 80
ಮಿಸಳ್ ಭಾಜಿ – ಭಾರತಿ ಬಿ ವಿ – ₹ 190
ನೀ ಮಾಯೆಯೊಳಗೋ... – ವಿಕ್ರಮ ಹತ್ವಾರ – ₹ 120
ಸಾವೆಂಬ ಲಹರಿ – ಗುರುಪ್ರಸಾದ ಕಾಗಿನೆಲೆ – ₹ 140
ವೈದ್ಯ, ಮತ್ತೊಬ್ಬ – ಗುರುಪ್ರಸಾದ ಕಾಗಿನೆಲೆ – ₹ 120
ಅಪ್ಪನ ರ್‍ಯಾಲೀಸ್ ಸೈಕಲ್ – ದರ್ಶನ್ ಜಯಣ್ಣ – ₹ 110

ಅನುವಾದ

ದಿ ಚಾಯ್ಸ್ – ಈಡಿತ್ ಎವಾ ಎಗರ್ (ಜಯಶ್ರೀ ಭಟ್) – ₹ 280
ದೇಹವೇ ದೇಶ – ಗರಿಮಾ ಶ್ರೀವಾಸ್ತವ (ವಿಕ್ರಮ ವಿಸಾಜಿ) – ₹ 250
ಪರ್ಸೆಪೊಲಿಸ್– ಮಾರ್ಜಾನ್ ಸತ್ರಪಿ (ಪ್ರೀತಿ ನಾಗರಾಜ) – ₹ 395
ಗಾಳಿ ಪಳಗಿಸಿದ ಬಾಲಕ – ವಿಲಿಯಂ ಕಾಂಕ್ವಾಂಬಾ (ಕರುಣಾ ಬಿ ಎಸ್) – ₹ 180
ಅಮೋಸ್ ಫಾರ್ಚೂನ್ – ಎಲಿಝಬೆತ್ ಯೇಟ್ಸ್ (ಜಯಶ್ರೀ ಭಟ್) – ₹ 100
ನವ ಜೀವಗಳು – ವಿಲಿಯಂ ಡಾಲ್ರಿಂಪಲ್ (ನವೀನ ಗಂಗೋತ್ರಿ) – ₹ 250
ಮೈಕೆಲ್ ಕೆ – ಜೆ.ಎಂ. ಕುಟ್‌ಸೀ (ಸುನಿಲ್ ರಾವ್) – ₹ 170
ಲೇರಿಯೊಂಕ – ಹೆನ್ರಿ ಆರ್. ಓಲೆ ಕುಲೆಟ್ (ಪ್ರಶಾಂತ ಬೀಚಿ) – ₹ 140
ಅರೆಶತಮಾನದ ಮೌನ – ಯಾನ್ ರಫ್–ಓ'ಹರ್ನ್ (ಅರುಣ್) – ₹ 190
ಪರ್ವತದಲ್ಲಿ ಪವಾಡ – ನ್ಯಾಂಡೊ ಪರಾಡೊ (ಸಂಯುಕ್ತಾ ಪುಲಿಗಲ್) – ₹ 340
ಚಂದಿರ ಬೇಕೆಂದವನು – ಮಿಮಿ ಬೇರ್ಡ್ (ಪ್ರಜ್ಞಾ ಶಾಸ್ತ್ರಿ) – ₹ 180
ಬಂಡೂಲ – ವಿಕಿ ಕಾನ್‌ಸ್ಟಂಟೇನ್ ಕ್ರುಕ್ (ರಾಜ್ಯಶ್ರೀ ಕುಳಮರ್ವ) – ₹ 425
ರೆಬೆಲ್ ಸುಲ್ತಾನರು – ಮನು ಎಸ್ ಪಿಳ್ಳೈ (ಸಂಯುಕ್ತಾ ಪುಲಿಗಲ್) – ₹ 420
ಫಾಲೋಯಿಂಗ್ ಫಿಶ್ – ಸಮಂತ್ ಸುಬ್ರಮಣಿಯನ್ (ಸಹನಾ ಹೆಗಡೆ) – ₹ 280
ಜಗವ ಚುಂಬಿಸು – ಸುಬ್ರೊತೋ ಬಾಗ್ಚಿ (ವಂದನಾ ಪಿ ಸಿ) – ₹ 190
ಪರ್ದಾ ಅಂಡ್ ಪಾಲಿಗಮಿ – ಇಕ್ಬಾಲುನ್ನೀಸಾ ಹುಸೇನ್ (ದಾದಾಪೀರ್) – ₹ 380
ವಾಡಿವಾಸಲ್ – ಚಿ. ಸು. ಚೆಲ್ಲಪ್ಪ (ಸತ್ಯಕಿ) – ₹ 70
ನಾಲ್ಕನೇ ಎಕರೆ – ಶ್ರೀರಮಣ (ಅಜಯ್ ವರ್ಮಾ ಅಲ್ಲೂರಿ) – ₹ 100
ಮಾವೋನ ಕೊನೆಯ ನರ್ತಕ – ಲೀ ಕ್ವಿನ್‌ಶಿಂಗ್ (ಜಯಶ್ರೀ ಭಟ್) – ₹ 340
ಕೋಬಾಲ್ಟ್ ಬ್ಲೂ – ಸಚಿನ್ ಕುಂಡಲ್‌ಕರ್ (ಸಪ್ನಾ ಕಟ್ಟಿ) – ₹ 150

ವಸುಧೇಂದ್ರ

ಮನೀಷೆ – ಕತೆಗಳು – ₹ 120 (8ನೆಯ ಮುದ್ರಣ)

ಯುಗಾದಿ – ಕತೆಗಳು – ₹ 190 (9ನೆಯ ಮುದ್ರಣ)

ಚೇಳು – ಕತೆಗಳು – ₹ 120 (8ನೆಯ ಮುದ್ರಣ)

ಹಂಪಿ ಎಕ್ಸ್‌ಪ್ರೆಸ್ – ಕತೆಗಳು – ₹ 195 (9ನೆಯ ಮುದ್ರಣ)

ಮೋಹನಸ್ವಾಮಿ – ಕತೆಗಳು – ₹ 270 (7ನೆಯ ಮುದ್ರಣ)

ವಿಷಮ ಭಿನ್ನರಾಶಿ – ಕತೆಗಳು – ₹ 280 (4ನೆಯ ಮುದ್ರಣ)

ಕೋತಿಗಳು – ಪ್ರಬಂಧ – ₹ 120 (8ನೆಯ ಮುದ್ರಣ)

ನಮ್ಮಮ್ಮ ಅಂದ್ರೆ ನಂಗಿಷ್ಟ – ಪ್ರಬಂಧ – ₹ 75 (25ನೆಯ ಮುದ್ರಣ)

ರಕ್ಷಕ ಅನಾಥ – ಪ್ರಬಂಧ – ₹ 110 (5ನೆಯ ಮುದ್ರಣ)

ವರ್ಣಮಯ – ಪ್ರಬಂಧ – ₹ 200 (5ನೆಯ ಮುದ್ರಣ)

ಐದು ಪೈಸೆ ವರದಕ್ಷಿಣೆ – ಪ್ರಬಂಧ – ₹ 280 (5ನೆಯ ಮುದ್ರಣ)

ಹರಿಚಿತ್ತ ಸತ್ಯ – ಕಾದಂಬರಿ – ₹ 200 (6ನೆಯ ಮುದ್ರಣ)

ತೇಜೋ–ತುಂಗಭದ್ರಾ – ಕಾದಂಬರಿ – ₹ 450 (13ನೆಯ ಮುದ್ರಣ)

ಮಿಥುನ – ಶ್ರೀರಮಣರ ಕತೆಗಳು – ₹ 120 (8ನೆಯ ಮುದ್ರಣ)

ಎವರೆಸ್ಟ್ – ಜಾನ್ ಕ್ರಾಕೌರ್ – ₹ 420 (4ನೆಯ ಮುದ್ರಣ)

ಕಾದಂಬರಿ

ಎನ್ನ ಭವದ ಕೇಡು – ಎಸ್ ಸುರೇಂದ್ರನಾಥ್ – ₹ 75

ನ್ಯಾಸ – ಹರೀಶ ಹಾಗಲವಾಡಿ – ₹ 250

ಗುಣ – ಗುರುಪ್ರಸಾದ್ ಕಾಗಿನೆಲೆ – ₹ 150

ದ್ವೀಪವ ಬಯಸಿ – ಎಂ. ಆರ್. ದತ್ತಾತ್ರಿ – ₹ 320

ತಾರಾಬಾಯಿಯ ಪತ್ರ – ದತ್ತಾತ್ರಿ ಎಂ ಆರ್ – ₹ 160

ಅಗೆದಷ್ಟೂ ನಕ್ಷತ್ರ – ಸುಮಂಗಲಾ – ₹ 230

ಪ್ರಿಯೇ ಚಾರುಶೀಲೆ – ನಾಗರಾಜ ವಸ್ತಾರೆ – ₹ 295

ಋಷ್ಯಶೃಂಗ – ಹರೀಶ ಹಾಗಲವಾಡಿ – ₹ 125

ಅಂತು – ಪ್ರಕಾಶ ನಾಯಕ್ – ₹ 200

ಚುಕ್ಕಿ ಬೆಳಕಿನ ಜಾಡು – ಕರ್ಕಿ ಕೃಷ್ಣಮೂರ್ತಿ – ₹ 200

ಬರೀ ಎರಡು ರೆಕ್ಕೆ – ಸುನಂದಾ ಪ್ರಕಾಶ ಕಡಮೆ – ₹ 220

ದೀಪವಿರದ ದಾರಿಯಲ್ಲಿ – ಸುಶಾಂತ್ ಕೋಟ್ಯಾನ್ – ₹ 160

ದಾರಿ – ಕುಸುಮಾ ಆಯರಹಳ್ಳಿ – ₹ 395

ಬರೀ ಎರಡು ರೆಕ್ಕೆ – ಸುನಂದಾ ಪ್ರಕಾಶ ಕಡಮೆ – ₹ 260

ಕವಿತೆ

ಮದ್ಯಸಾರ – ಅಪಾರ – ₹ 60
ಪೂರ್ಣನ ಗರಿಗಳು – ಪೂರ್ಣಪ್ರಜ್ಞ – ₹ 30
ಹಲೋ ಹಲೋ ಚಂದಮಾಮ – ರಾಧೇಶ ತೋಳ್ಪಾಡಿ – ₹ 50

* ನಮ್ಮ ಪ್ರಕಟಣೆಯ ಎಲ್ಲ ಪುಸ್ತಕಗಳ ಪ್ರತಿಗಳೂ ಲಭ್ಯ
* ಪುಸ್ತಕದ ಪ್ರತಿಗಾಗಿ ವಾಟ್ಸಾಪ್ ಮಾಡಿ 98444 22782

ಓದಿ ಓದಿ ಮರುಳಾಗಿ!

ಛಂದ ಪುಸ್ತಕ ಬಹುಮಾನ

ಹೊಸ ಕತೆಗಾರರನ್ನು ಗುರುತಿಸುವ ಸಲುವಾಗಿ ನಮ್ಮ ಪ್ರಕಾಶನ ಸಂಸ್ಥೆಯು ಕಳೆದ ಹದಿಮೂರು ವರ್ಷಗಳಿಂದ ಕತೆಗಳ ಹಸ್ತಪ್ರತಿ ಸ್ಪರ್ಧೆಯನ್ನು ನಡೆಸುತ್ತಾ ಬಂದಿದೆ. ಈವರೆಗೆ ಒಂದೂ ಕಥಾಸಂಕಲನವನ್ನು ಪ್ರಕಟಿಸದವರು ಈ ಸ್ಪರ್ಧೆಯಲ್ಲಿ ಭಾಗವಹಿಸಬಹುದು. ಇತರ ಪ್ರಕಾರಗಳಲ್ಲಿ ಒಂದೆರಡು ಪುಸ್ತಕಗಳನ್ನು ಪ್ರಕಟ ಮಾಡಿದವರೂ ಇದರಲ್ಲಿ ಭಾಗವಹಿಸುವ ಅವಕಾಶವಿರುತ್ತದೆ. ಮೊದಲ ಸುತ್ತಿನ ಆಯ್ಕೆಯನ್ನು ಪ್ರಕಾಶನದ ಸದಸ್ಯರು ಮಾಡಿ, ಕೊನೆಯ ಆಯ್ಕೆಗಾಗಿ ಸುಮಾರು ಹತ್ತು ಹಸ್ತಪ್ರತಿಗಳನ್ನು ನಾಡಿನ ಹಿರಿಯ ಸಾಹಿತಿಗಳಿಗೆ ಒಪ್ಪಿಸುತ್ತಾರೆ. ಆಯ್ಕೆಯಾದ ಹಸ್ತಪ್ರತಿಯನ್ನು ಪುಸ್ತಕ ರೂಪದಲ್ಲಿ ಪ್ರಕಟಿಸಿ, ಪ್ರಶಸ್ತಿ ಪತ್ರ, ಫಲಕ ಹಾಗೂ ಮೂವತ್ತು ಸಾವಿರ ರೂಪಾಯಿ ಬಹುಮಾನವನ್ನು ನೀಡಲಾಗುತ್ತದೆ. ಈವರೆಗೂ ಈ ಪ್ರಶಸ್ತಿಯಲ್ಲಿ ಬಹುಮಾನ ಪಡೆದವರ ವಿವರಗಳ ಪಟ್ಟಿಯನ್ನು ಮುಂದಿನ ಪುಟದಲ್ಲಿ ನೀಡಿದ್ದೇವೆ.

ಇವರಲ್ಲಿ ಮೌನೇಶ ಬಡಿಗೇರ, ಶಾಂತಿ ಕೆ ಅಪ್ಪಣ್ಣ, ಪದ್ಮನಾಭ ಭಟ್ ಶೇವ್ಕಾರ ಮತ್ತು ಸ್ವಾಮಿ ಪೊನ್ನಾಚಿ ಅವರಿಗೆ ಕೇಂದ್ರ ಸಾಹಿತ್ಯ ಅಕಾಡೆಮಿಯ ಯುವ ಪುರಸ್ಕಾರ ದೊರೆತಿದೆ. ವಿನಯಾ, ಶಾಂತಿ ಕೆ ಅಪ್ಪಣ್ಣ ಮತ್ತು ಪದ್ಮನಾಭ ಭಟ್ ಶೇವ್ಕಾರರ ಪುಸ್ತಕಗಳಿಗೆ ಕರ್ನಾಟಕ ಸಾಹಿತ್ಯ ಅಕಾಡೆಮಿಯ ಪುಸ್ತಕ ಬಹುಮಾನ ಅಥವಾ ದತ್ತಿ ಬಹುಮಾನಗಳು ಸಂದಿವೆ. ಇನ್ನೂ ಹಲವಾರು ನಾಡಿನ ಪ್ರಮುಖ ಪ್ರಶಸ್ತಿ ಮತ್ತು ಬಹುಮಾನಗಳೂ ಈ ಕೃತಿಗಳಿಗೆ ಲಭ್ಯವಾಗಿವೆ.

ನೀವು ಈ ಸ್ಪರ್ಧೆಯಲ್ಲಿ ಭಾಗವಹಿಸಬೇಕೆ? ಹಾಗಿದ್ದರೆ ನಮ್ಮ ಮುಂದಿನ ವರ್ಷದ ಸ್ಪರ್ಧೆಯ ಆಹ್ವಾನವನ್ನು ಖ್ಯಾತ ಕನ್ನಡ ನಿಯತಕಾಲಿಕಗಳಲ್ಲಿ ಅಥವಾ ಸಾಮಾಜಿಕ ಜಾಲತಾಣಗಳಲ್ಲಿ ನಿರೀಕ್ಷಿಸಿರಿ. ಹೆಚ್ಚಿನ ವಿವರಗಳಿಗೆ 98444 22782 ಗೆ ಸಂದೇಶ ಕಳುಹಿಸಿರಿ.

ಛಂದ ಪುಸ್ತಕ ಬಹುಮಾನ ಪಡೆದ ಕೃತಿಗಳು

ಕತೆಗಾರರು	ಕಥಾಸಂಕಲನ	ತೀರ್ಪುಗಾರರು
ಸುನಂದಾ ಪ್ರಕಾಶ ಕಡಮೆ	ಪುಟ್ಟ ಪಾದದ ಗುರುತು	ಅಶೋಕ ಹೆಗಡೆ/ ಸುಮಂಗಲಾ
ಅಲಕ ತೀರ್ಥಹಳ್ಳಿ	ಈ ಕತೆಗಳ ಸಹವಾಸವೇ ಸಾಕು	ಕೇಶವ ಮಳಗಿ/ ಸುಮಂಗಲಾ
ಲೋಕೇಶ ಅಗಸನಕಟ್ಟೆ	ಹಟ್ಟಿಯೆಂಬ ಭೂಮಿಯ ತುಣುಕು	ಬೊಳುವಾರು ಮಹಮದ್ ಕುಂಞ
ವಿನಯಾ	ಊರ ಒಳಗಣ ಬಯಲು	ನೇಮಿಚಂದ್ರ
ಸಂದೀಪ ನಾಯಕ	ಗೋಡೆಗೆ ಬರೆದ ನವಿಲು	ಅಮರೇಶ ನುಗಡೋಣಿ
ಕಣಾದ ರಾಘವ	ಮೊದಲ ಮಳೆಯ ಮಣ್ಣು	ಕೆ. ಸತ್ಯನಾರಾಯಣ
ಬಸವಣ್ಣೆಪ್ಪಾ ಕಂಬಾರ	ಆಟಿಕೆ	ಕುಂ. ವೀರಭದ್ರಪ್ಪ
ಮೌನೇಶ ಬಡಿಗೇರ	ಮಾಯಾಕೋಲಾಹಲ	ಓ.ಎಲ್. ನಾಗಭೂಷಣಸ್ವಾಮಿ
ಪದ್ಮನಾಭ ಭಟ್ ಶೇವ್ಕಾರ	ಕೇಪಿನ ಡಬ್ಬಿ	ಎಂ. ಎಸ್. ಆಶಾದೇವಿ
ಶಾಂತಿ ಕೆ ಅಪ್ಪಣ್ಣ	ಮನಸು ಅಭಿಸಾರಿಕೆ	ಎಚ್.ಎಸ್. ರಾಘವೇಂದ್ರ ರಾವ್
ದಯಾನಂದ	ದೇವರು ಕಚ್ಚಿದ ಸೇಬು	ನಾ. ಡಿಸೋಜಾ
ಸ್ವಾಮಿ ಪೊನ್ನಾಚಿ	ಧೂಪದ ಮಕ್ಕಳು	ಎಂ. ಎಸ್. ಶ್ರೀರಾಮ್
ಶಶಿ ತರೀಕೆರೆ	ಡುಮಿಂಗ	ಲಲಿತಾ ಸಿದ್ಧಬಸವಯ್ಯ
ಛಾಯಾ ಭಟ್	ಬಯಲರಸಿ ಹೊರಟವಳು	ತಾರಿಣಿ ಶುಭದಾಯಿನಿ
ಕಾವ್ಯಾ ಕಡಮೆ	ಮಾಕೋನ ಏಕಾಂತ	ಟಿ.ಪಿ. ಅಶೋಕ